பின்நவீனத்துவம்
பிறகான
மார்க்சியம்

பின்நவீனத்துவம் பிறகான மார்க்சியம்

பிரேம்

எதிர் வெளியீடு

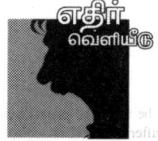

பின்நவீனத்துவம் பிறகான மார்க்சியம்

பிரேம்

முதல் பதிப்பு: மே 2019

எதிர் வெளியீடு,
96, நியூ ஸ்கீம் ரோடு, பொள்ளாச்சி - 642 002.
தொலைபேசி: 04259 - 226012, 99425 11302.

விலை: ரூ. 230

எதிர் வெளியீடு எண்: 240

PinNaveenathuvam Pirakaana Marxiam
Prem

Copyright © Prem

First Edition: May 2019

Published by
Ethir Veliyeedu, 96, New Scheme Road, Pollachi - 642 002.
Email: ethirveliyedu@gmail.com
www.ethirveliyedu.in

Price: ₹ 230

Wrapper Design: Santhosh Narayanan

ISBN : 978-93-87333- 60-4

Printed at Jothy Enterprises, Chennai.

All rights reserved. No part of this book may be reprinted or reproduced or utilised in any form or by any electronic, mechanical or other means, now known or hereafter invented, including photocopying and recording, or in any information storage or retrieval system, without permission in writing from the Publisher.

பிரேம் (1965)

தமிழில் படைப்பிலக்கியத்திலும் கோட்பாட்டுத்தளத்திலும் இயங்கும் மிகச் சிலரில் ஒருவர். மார்க்சியத்துடன் பின்நவீனத்துவ, பின்காலனிய, விளிம்புநிலை அரசியல் கோட்பாடுகளையும் விவாதங்களையும் முன்னெடுத்துச் செல்வதுடன் அவற்றின் செயல்பாடுகளிலும் பங்கெடுத்துவருபவர்.

புதுச்சேரி மாநிலத்தில் பிறந்த இவரது இயற்பெயர் பிரேமானந்தன்.

1985-89 காலப்பகுதியில் வெளிவந்த 'கிரணம்' படைப்புகள் தொடங்கி இன்றுவரை படைப்பிலக்கியம், கோட்பாட்டாக்கம் என்பவற்றை இணைத்து தொடர்ந்து எழுதி வருபவர். அம்பேத்கர், அயோத்திதாசர் பயிற்சி வகுப்புகள், தலித் நாடக இயக்கம் ஆகியவற்றின் அமைப்பாளராக, 1994-2002 காலப்பகுதியில் புதுவை தலித் இயக்கங்களின் செயல்பாடுகளில் பங்காற்றியவர். நாவல்கள், சிறுகதைகள், கட்டுரைகள், கவிதைகள், நாடகங்கள், மொழிபெயர்ப்புகள் என 30 நூல்கள் வெளியாகியுள்ளன. தில்லி பல்கலைக்கழக நவீன இந்திய மொழிகள் மற்றும் இலக்கிய ஆய்வுகள் துறையில் இந்திய இலக்கியம் மற்றும் ஒப்பிலக்கியத்துக்கான பேராசிரியர்.

தோழர் தொல்.திருமாவளவனுக்கு...

பொருளடக்கம்

பகுதி ஒன்று:
மாறுபடும் கேள்விகளுடன் மார்க்சியம் | 11

பின்நவீன உலகின் மார்க்சியம் | 13
ஆன்மாவிலிருந்து உடலை விடுவித்தல் | 20
முற்றுப் பெறாத மனித நிலை | 29
பால் உளவியல், பாலரசியல் | 37
உள்ளுணர்வின் அரசியல், மார்க்சிய உளவியல் | 50
மையம் தகர்ந்த உலகம் | 57
முழுமையை மறுப்பது முற்றுப் பெறாதது | 63
மையம் கலைந்த மாற்றங்களின் தொகுதி | 73

பகுதி இரண்டு:
பன்மெய், அரசியல், அழகியல் | 87

சூழலரசியல் | 89
அரசியலடைதல், வாழ்தல், உயிர்த்தல் | 92
பன்னாட்டு அரசியலும் பன்மியப் போராட்டங்களும் | 99
போர்களுக்கு எதிரான போராட்டங்கள் | 104
உலக முதலாதிக்கமும் அறிவுத்துறைகளும் | 112

பகுதி மூன்று:
பின்நவீனத்துவம் பிறவற்றுடன் | 119

ஆன்டி கம்யூனிஸ்டுகளும் ஆயுத வியாபாரிகளும் | 121
விடுதலையின் விலை மரணம் | 129

பிணங்களைப் புசிக்கும் பேரரசுகள் | 139
அம்பேத்கரை அறிய மறுக்கும் மார்க்சியம் | 147
எல்லோரும் அமெரிக்கரே | 163
கடவுளைக் கொல்பவர்கள் | 170
அம்பேத்கரின் புதிய வாழ்வும் புத்த நெறியும் | 177
மனிதார்த்த பொருண்மை நோக்கு | 189
புரட்சியை நோக்கிச் சில உளவியல் பிரச்சினைகள் | 211

துணைநூல்கள் | 223

பகுதி ஒன்று:

மாறுபடும் கேள்விகளுடன் மார்க்சியம்

பின்நவீன உலகின் மார்க்சியம்

"மொழியிலிருந்து தனித்த, மொழியைக் கடந்து நிற்கும் கருத்து, சிந்தனை என எதுவுமில்லை. மொழியைத் தனிமனிதர்கள் உருவாக்க முடியாது. மொழியுடன் தனிமனிதர் ஒருவர் உறவுபடுத்திக்கொள்ளும்போது அது அவரது மொழியாக மாறுகிறது, ஆனால், அதை அவர் தனிமனிதராகச் செய்வதில்லை, ஒரு சமூகமனிதராக இருந்து செய்கிறார், மொழியுடன் உறவுகொள்ளும்போதே சமூகத்தின் இயற்கையான உறுப்பினராக அவர் உருவாகிவிடுகிறார். மொழி ஒரு சமூக உருவாக்கம், இன்னொரு வகையில் மொழிதான் சமூகத்தின் இருப்பு, ஒரு சமூகம் என்னவாகத் தன்னை அமைத்துக்கொள்கிறதோ அது மொழியால் அமைவது. உடைமை, சொத்து (வளம்) என்பதும் மொழியைப் போன்ற ஒரு சமூக உருவாக்கமே." - கார்ல் மார்க்ஸ் *(கிரண்ட்ரைஸ், MECW 28: 414)*

"மொழியற்ற, மொழிகடந்த சிந்தனை, எண்ணம் என எதுவும் இல்லை. மொழியில்லாத கருத்து வடிவமற்ற, அறிய முடியாத வெறுமை. மொழிக்கு முன்பான கருத்து, மொழி உருவாவதற்கு முன்பான எண்ணம் என எதுவும் கிடையாது."

- பெர்தினந்த் தி சஸ்யுர்.

'புரட்சியை நோக்கிச் சில உளவியல் பிரச்சினைகள்' என்ற எனது கட்டுரை நிறப்பிரிகை முதல் இதழில் (அக்டோபர், 1990) வெளிவந்தபோது காலமுரண் கொண்ட கேள்விகளின் தொகுப்பாக அது பார்க்கப்பட்டது. மார்க்சியத்திற்குள் இருந்தபடி மாற்றுகளைத் தேடும் முயற்சி என்றும் மார்க்சியத்தை உள்ளிருந்து சிதைக்கும் முயற்சியென்றும் இரு வகையாக அது அடையாளம் காணப்பட்டது. மார்க்சியத்தைக் கடந்து செல்ல வேண்டிய காலகட்டத்தில் மார்க்சியத்திற்குள்

இருந்து மாற்றுகளைத் தேடுவது பின்திரும்பும் முயற்சி என்றது முதல் பார்வை. உளவியல் சிக்கலுடன் புரட்சியை இணைப்பது மார்க்சியத்திற்கு எதிரானது, அது மனச்சிதைவின் வெளிப்பாடு என்றது இரண்டாவது பார்வை.

புரட்சிகர அரசியலின் முடிவு உறுதி செய்யப்பட்டுவிட்டதாக அறிவிக்கப்பட்ட அந்தக் காலகட்டத்தில் "புரட்சியை நோக்கிய உளவியல்" என்ற மொழிச்செயல்பாடு மனச்சிதைவின் வெளிப்பாடாக இருப்பது இயல்புதான். மார்க்சியக் கட்டமைப்பு என அறியப்பட்ட அரசுகளும் தேசங்களும் உருமாற்றம் செய்யப்பட்ட ஒரு காலகட்டத்தில் அது பற்றிய சொல்லாடல்களிலும் கதையாடல்களிலும் மட்டும் வாழ்ந்துகொண்டிருக்கும் மனிதர்களும் அவர்களின் மனங்களும் சிதைவது வரலாற்று நடப்பியலின் ஒரு பகுதிதான்.

முற்று பெற்ற மார்க்சியம், முழுமையுற்ற கம்யூனிஸம் என்ற கற்பிதம் வழியாகச் சிதைவுகளிலிருந்து நம்மை மறுஉருவாக்கம் செய்துகொள்ள முடியாது. அதற்கு நமக்கு வேறுசில கற்பிதங்கள் தேவைப்படுகின்றன. கற்பிதங்கள் என்றால் பொய்மையை உருவாக்கிக்கொள்வதோ, அறிவு மறுப்பைக் கொண்டாடுவதோ இல்லை. புதிய அறிதல் முறையின் கேள்விகளுக்குப் பதில் சொல்வதும் புதிய உலகின் அமைப்பிற்கு ஏற்பத் தனது பொருள்படுத்தும் முறையை விரிவுபடுத்துவதும்தான் புதிய கற்பிதங்களின் உருவாக்கம். மார்க்சியம் அளவுக்கு முரண்களுடன், எதிர்நிலைகளுடன் மோதிநின்று தன்னை விளக்கிக்கொள்ளும் ஒரு கோட்பாட்டு முறை வேறு இல்லை என்பதைப் புரிந்துகொள்வதில்தான் பின்நவீன மார்க்சியம் தொடக்கம் பெறுகிறது. மார்க்சியம் தனக்குள் எதையும் முற்று பெற்றதாக, முடிவுற்றதாக நிறுவவில்லை என்பதைப் புரிந்துகொள்ளும் பொழுது பின்நவீன உலகிற்கான மார்க்சியம் தொடக்கம் பெறுகிறது.

ஆதிக்கக் கருத்தியல்களும் தொன்மையான அடக்குமுறை நிறுவனங்களும் தம்மை விளக்கவோ, விரிவுபடுத்தவோ தேவையில்லை. ஏனெனில் அவை தம்மை முழுமை என்றும் முற்றுப் பெற்றவை என்றும் நிறுவிக்கொண்டவை. அவை தாம் உருவாக்கிய கேள்விகளுக்குத் தாமே பதிலைச் சொல்லித் தம்மை நிறுவிக் கொள்பவை. அத்துடன் அவை கேள்விகளை மறுத்த அடிபணிதலையும் ஒப்படைப்பையும் அடிப்படையாகக் கொண்டவை. காலம் கடந்து நிற்கும் நம்பிக்கைகள் என்றும், தொன்மையான புனிதங்கள் என்றும் தம்மை அறிவித்துக்கொண்ட போர் முறை உத்திகளின் மீது கட்டப்பட்டவை, ஏற்கெனவே ஆதிக்கத்திலும் ஆட்சியிலும் உள்ளவை.

அந்தக் கருத்துகள் ஆண்டைக்கும் அடிமைக்கும் இடையில் உள்ள உறவின் அடிப்படையில் அறிவை அமைக்கின்றன. மரபுகள், சமூகவிதிகள், பண்பாட்டு வழக்காறுகள் எனப் பலவகை நுண் அமைப்புகளாகப் பரவியிருக்கின்றன. மாற்றங்களை உருவாக்குவதற்கான, விடுதலையை நோக்கிச் செல்வதற்கான கருத்தியல்களும், கோட்பாடுகளும்தான் ஒவ்வொரு காலகட்டத்திலும் தம்மை விளக்கவும் விவரிக்கவும் வேண்டிய நிலையில் உள்ளன.

கேள்விகள் உருவாகும்பொழுதெல்லாம் அரசையும் மதத்தையும் காலம்தோறும் புதுப்பித்து, புதுவிளக்கம் தந்து நிலைநிறுத்துவதற்கான தத்துவங்கள் புதிய கேள்விகளின் மொழியில் பழமையை விளக்குகின்றன. புதிய கேள்விகளை முழுமையாகத் தடைசெய்ய முடியாது என்னும்பொழுது அரசும், மதமும் அவற்றிலிருந்து தமக்கான புதிய ஆயுதங்களையும் கருவிகளையும் உருவாக்கிக்கொள்கின்றன, அவற்றைத் தன்வயப்படுத்திக் கொள்கின்றன. இயற்கை அறிவியலும், இயந்திர அறிவியலும் அரசையும் மதங்களையும் மறுவிளக்கம் செய்து வலிமை செய்யும் கருவிகளாக மாறிய நிகழ்வை இங்கு குறிப்பிடலாம். தெய்வீகத்தின் புதிர்களையும், அதிசயங்களையும் விளக்குவதுதான் அறிவியலும் அதன் கருவிகளும் என உள்ளடக்கப்பட்டன. புதிய அறிவு, அறிவொளி மரபு என்னும் சில தொடக்கக்கட்ட நவீன சிந்தனைகள் மதத்தை மறுத்து அரசையும் ஆதிக்கத்தையும் மையமாக வைத்து மனித அமைப்புக்கு மறுவிளக்கம் தந்துள்ளன. அரசை மறுத்து சமயத்தை மையப்படுத்திய சில சமய-இறையியல் மரபுகளும் வரலாற்றில் இருந்துள்ளன.

அதுவரையான நவீன கருத்தியல்களில் இருந்து விலகிய மார்க்சியம் அரசையும் மதத்தையும் மறுத்து “மனித மையத் தன்மை” கொண்ட மாற்று அமைப்பைப் பற்றிப் பேசியது. இயற்கையை அறிதலும் மனிதரை அறிதலும் ஒன்றுதான் என விளக்கி மனிதர்கள் பற்றிய இயற்கை அறிவியலை அது அறிமுகப்படுத்தியது. அதற்கு முன்பிருந்த பகுத்தறிவு, அறிவியல் சிந்தனைகள் அனைத்தையும் தனது களமாக்கிக்கொண்டு புதிய விளக்கங்களை, புதிய புலன்முறைகளை அது உருவாக்கியது. மனித நிலை, மனிதத் தன்மை, மனித இருப்பு பற்றிய அடிப்படைகளைக் கேள்விக்குட்படுத்தியதுடன், அதனை அறியும் முறை பற்றிய கேள்விகளை உருவாக்கிப் புதிய அறத்திற்கான தேவையை முன்வைத்தது. அறிதலின்வழி அறியப்பட்டதை மாற்றியமைத்தல் என ஒரு முறையை அது விளக்கிக்காட்டியது.

இயைபுகளைவிட முரண்களின் வழியாக நிகழும் சமூக, வரலாற்று இயக்கத்தை அது விவரித்த முறை மனிதர்களின் இறையியல் இருண்மையைத் தகர்த்த பெருஞ்செயல். வர்க்கப் போராட்டங்களின் வரலாறு என உலக வரலாற்றை விளக்கியதன் வழியாக அறமும் நீதியும் கொண்டவை எனத் தம்மைச் சொல்லிக்கொண்ட அரசுகளின் புனித வரலாற்றையும் அது தகர்த்தது. தத்துவவாதிகள் இதுவரை உலகத்திற்குப் பொருளுரைத்திருக்கிறார்கள்; ஆனால், உலகை மாற்றுவது எப்படியென சிந்திப்பதுதான் இனியான தத்துவத்தின் தேவை என ஒரு சமன்பாட்டை முன்வைத்து மார்க்சியம் உருவாக்கிய முறையியல் தத்துவம், அறிவு, அறிவுருவாக்க முறை அனைத்தையும் தகர்ப்பாக்கம் செய்தது. தகர்ப்பு என்றால் புத்துருவாக்கம் எனத் தனது ஒவ்வொரு வாக்கியத்தின் வழியாகவும் அது விளக்கிக்கொண்டே இருக்கிறது. மார்க்சியத்தின் தகர்ப்பு (புரட்சி) படைப்பாக்கத்திற்கான நிலைமறுப்பு, சிதைவாக்கம் வழியான புதிய பொருளுரைப்பு, அறிதல் வழியாக அறியப்படும் அமைப்பை மாற்றும் உருவாக்கம்.

மார்க்ஸ், எங்கெல்ஸ் இருவரின் எழுத்துகளில் பாதிக்கு மேல் தகர்ப்பிற்கான, மறுப்பிற்கான ஆய்வுகளாக இருப்பதற்கான காரணம் இதுதான். மறுப்பு, தகர்ப்பு, மறு உருவாக்கம், புதுமுறை விளக்கம் என்ற தொடர் செயலாக அமைந்துள்ள அவர்களின் எழுத்துகளும் அவற்றின்வழி உருவான செயல்முறைத் திட்டங்களும் உலகவயமான மனித சமூகங்களை மறுவடிவாக்கம் செய்வதற்கான புதிய அறிவுருவாக்கமாக மாறியதுடன் மனிதர்களுக்கான புதிய புலன்முறையாக, அழகியல் உணர்வாக, உளவியல் கூறாக மாறியிருக்கின்றன. மாற்று அரசியலாக, அரசு அமைப்பாக அமைப்பு வடிவம் பெற்றிருக்கின்றன, ஒரு நூற்றாண்டு உலக அரசியலைத் தன் வயப்படுத்தியிருக்கின்றன.

அப்படியெனில் மார்க்சியத்தை அடிப்படையாகக் கொண்டு அமைக்கப்பட்ட தேசிய அரசுகள் சர்வாதிகார அடக்குமுறை அமைப்புகளாக மாறியதற்கான காரணம் என்ன? சோஷலிச அரசுகள் தகர்ந்து உலக முதலாதிக்க அரசியலுடன் இணைந்து கொண்டதற்கான காரணம் என்ன? இந்தக் கேள்விகளுக்கான பதில்களையும் இப்படியான நிலை உருவாவதற்கான பின்புலத்தையும் மார்க்சியம் ஏற்கெனவே தனது உரையாடல் களத்தில் பதிவு செய்துள்ளது என்பதுதான் மார்க்சியத்தை மீண்டும் மீண்டும் கற்பதற்கான தேவையை உருவாக்குகிறது.

மனிதத் துயரங்கள் அனைத்துக்குமான ஒரே தீர்வு, அனைத்து விடுதலைக்குமான ஒரே மார்க்கம் எனச் சொல்லிக்கொள்ளாத மார்க்சியத்தின் பெரும் பரப்பை அறிவதில்தான் பின்நவீன

உலகிற்கான மார்க்சியம் அல்லது பின்நவீன மார்க்சியம் வடிவம் கொள்கிறது. மார்க்சியத்தை முற்றதிகார அறிவாக மாற்ற முயன்ற அதிகார அமைப்புகளின் விளைவாக உருவானதுதான் 'செயலிழந்த மார்க்சியம்' என்ற தோற்ற நிலை.

"அறிவு சார்புநிலை கொண்டது, குறிப்பிட்ட சமூக, அரசு அமைப்பின் விளைவால் உருவாவது, அது ஒரு குறிப்பிட்ட காலத்திற்கும் குறிப்பிட்ட மக்கள் தொகுதிக்கும் ஏற்ப அமைவது, அவற்றை ஆயும் முறை மற்றும் அவற்றிற்கிடையிலான உறவுகள் அடிப்படையில் அதன் தன்மை மாறும், அது அடிப்படையிலேயே மாறுதலடையும் தன்மை கொண்டது. அதனால் முற்று முழுமையான, மாறாத, முழுநம்பகத்தன்மை கொண்ட உண்மைகளைத் தேடியடைய முயற்சி செய்யும் யாருக்கும் தேய்ந்துபோன, பொதுநம்பிக்கை சார்ந்த சில மேலோட்டமான தகவல்களைத் தவிர வேறு எதுவும் கிடைக்காது" *(டூரிங்குக்கு மறுப்பு, MECW 25: 83)* என்ற அடிப்படை நிபந்தனையுடன் தொடங்கும் மார்க்சிய அறிவு இடம், காலம், நிகழ்களம் சார்ந்த அறிதல்முறையைக் கொண்டது. அப்படியெனில் அது உருவான காலத்திற்குப் பிறகான உலக வரலாற்று, அரசியல், கட்டமைப்பு மாற்றங்களைக் கணக்கில் கொள்ளாமல் எப்படி அது இயக்க நிலையில் இருக்க முடியும்.

மார்க்சியம் தன்னளவிலேயே தகர்ப்புருவாக்கத் தன்மையும் புத்துருவாக்கத் தன்மையும் கொண்டது என்பதைப் புரிந்துகொள்ள மார்க்சியத்தைப் பன்மியமாக, பன்மெய்க் களமாக வாசித்தாக வேண்டும். மார்க்சியம் அதற்கான இணைப்பு மற்றும் திறப்புகளைத் தனக்குள் கொண்டுள்ளது, அது எங்கும் முற்றுப் பெறுவதில்லை. மார்க்ஸ், எங்கெல்ஸ் இருவரின் சிந்தனை முறைதான் மார்க்சியம் என்று சொல்வது ஓர் எளிய அடையாளமே தவிர மற்றபடி அது ஒரு மொழியமைப்பாக, கருத்தியல் வலைப்பின்னலாக தன்மையம் கடந்த அறிவுருவாக்க முறையாக மட்டுமின்றி அறிதலின் கருவிகளை உருவாக்கும் முறையாகவும் அமைந்துள்ளது. அதனால்தான் மார்க்சியத்திற்குப் பிறகான அனைத்து விடுதலைக் கருத்தியல்களும் மார்க்சியத்தின் தொடர்ச்சியாக, விரிவாக, உருப்பெருக்கமாக அமைந்துவிட நேர்கிறது.

மார்க்சியத்தை முன்பிரதியாகவோ (பிரிடெக்ஸ்ட்), எதிர்ப் பிரதியாகவோ (கௌன்டர்டெக்ஸ்ட்), இணைப்புநிலைப் பிரதியாகவோ (பாரலல் டெக்ஸ்ட்) கொள்ளாமல் புதிய சிந்தனைகள், கோட்பாடுகள் எதுவும் தம்மை விளக்கிக்கொள்ள முடிவதில்லை. இதன் இன்னொரு முரண்நிலைதான் மார்க்சிய மறுப்பு, எதிர்-மார்க்சியம், மார்க்சிய எதிர்ப்பு என்ற முற்றுப் பெற்ற சொல்லாடல்

களங்கள். மார்க்சியத்தை முற்றுப் பெற்ற, தனித்தூய்மை கொண்ட, பன்மை முரண் அற்ற, மாறுபடும் விளக்கமுறை அற்ற பெருஞ் சொல்லாடலாக விளக்கும் மார்க்சியமும் மார்க்சிய மறுப்பும் ஒன்றிணையும் களம் இதுதான்.

இவை இரண்டிலும் அடைபடாத மார்க்சிய வாசிப்பையே பின்நவீன உலகின் மார்க்சியம் என நான் அடையாளம் காண்கிறேன். அந்த வாசிப்பின் சில பகுதிகளையே நான் இந்தப் பக்கங்களில் தொடர்ந்து பகிர்ந்துகொள்ள இருக்கிறேன்.

சிந்தனையும் இருப்பும்

பிரடெரிக் எங்கெல்ஸ் 1883ஆம் ஆண்டு மார்ச் 17-ஆம் தேதி "நாம் வாழும் காலத்தின் மாபெரும் சிந்தனையாளர் சிந்திப்பதை நிறுத்திக்கொண்டார்" என அறிவிக்கிறார். உலக அளவில் மிக அதிகமாக எடுத்தாளப்பட்ட வாசகம் இது. மார்ச் 14 அன்று இரண்டு நாற்பத்தைந்து மணி அளவில் மார்க்ஸ் அமைதியான துயிலில் ஆழ்ந்து விட்டார். நம் முன்னே இருப்பது சிந்திப்பதை நிறுத்திக்கொண்ட மனிதரின் துயிலும் உடல். சிந்தனை, உறக்கம், இறப்பு என மனித உடலின் குறியாக்கச் செயல்களைக் கொண்டு வாழ்வின் கவிதையியலை மார்க்சியம் விளக்க முயலும் சொற்கள் நம் முன் உள்ளன. மார்க்சியத்தின் இருநிலைத் தன்மையும் இருண்மை முரணைக் கையாளும் தன்மையும் ஒன்றாகப் பதிவாகும் இடம் இது.

பதினைந்து மாதங்களுக்கு முன் (1881) அவர்கள் அதே இடத்தில் கூடினார்கள், ஜென்னி மார்க்ஸ் உடலை அடக்கம் செய்ய. ஜென்னியின் மறைவின்போதே மூரும் (மார்க்ஸ்) மறைந்துவிட்டார் என்பதை அறிந்தவர் எங்கெல்ஸ். அந்த இடைப்பட்ட காலத்தில் மார்க்ஸ் இருப்புக்கும் இறப்புக்கும் இடையில் கரைந்துபோய் இருந்தார். அவரது மகள் ஜென்னி மார்க்ஸ் லாங்குட் 1883, ஜனவரி 11-இல் மறைந்தபோது மார்க்ஸின் மறுபாதி உடலும் செயலிழந்து போனது. மார்க்ஸ் ஓர் எழுதும் உடல், அது ஒரு சிந்திக்கும் இயந்திரம், ஆனால் அதற்குள் இயங்கிய உயிராற்றல் நேசத்தின் மூலக்கூறுகளால் ஆனது. சிந்தனைதான் அவரது உயிர்வாழ்க்கை, எழுத்துதான் அவரது உயிர்ச்செயல், அது இல்லாமல் மார்க்ஸ் என்ற உயிர் இருப்பு இல்லை. அதனால்தான் எங்கெல்ஸ் வலியோடு குறிப்பிடுகிறார் "மருத்துவத்தின் துணையுடன் மார்க்ஸ் இன்னும் சில ஆண்டுகள் இறப்பைத் தள்ளி வைத்திருக்கலாம். ஆனால் எழுதி முடிக்க வேண்டிய நூல்கள் ஏராளம் மிச்சமுள்ளன, எழுத வேண்டும் என்ற ஓயாத ஆவல் உள்ளது, ஆனால் இனி எழுதி முடிப்பதும் சாத்தியமில்லை என்ற நிலை மார்க்ஸைப் பொறுத்தவரை

தாளமுடியாத வலியாக இருந்திருக்கும். அந்த வலியுடன் வாழ்வது அமைதியாக இறப்பைத் தழுவுவதைவிட ஆயிரம் மடங்கு துயரம் நிறைந்தது" *(15 மார்ச், 1883 MECW 46:462).*

மார்க்சியம் அறிவித்த மனித விடுதலை, சிந்தனை வடிவான மனித இருப்புக்கானது. அது உடல் உழைப்பும் பொருள் உற்பத்தியும் செய்து முடிந்துபோகும் மனித உடலை விடுவிப்பதற்கான அழகியலை அடையாளம் காட்டியது. அதனால்தான் அதன் அரசியல் பொருளாதாரம் அரசையும் ஆட்சி இயந்திரங்களையும் இற்றுப்போக வேண்டிய அமைப்புகளாக விளக்கியது. மனிதச் செயல்பாடுகளை அன்பு, நேசம், சிந்தனை, மொழிச்செயல் எனக் கலைத்தன்மை உடையதாக மாற்றுவதற்கான ஓர் அமைப்பையே அது கம்யூனிசம் எனக் கற்பிதம் செய்தது. சிந்தனை விடுதலைக்கானது மட்டுமில்லை அதுதான் மனித உயிர்ப்பு, அந்தச் சிந்தனையோ மொழியின்வழி நிகழ்வது, மொழி இன-சமூகச் செயல்பாட்டின் வடிவம். சிந்தனைச் செயல்தான் மனிதரை உயிரியல் நிலையில் இருந்து உயிர்த்தல் நிலைக்கு நகர்த்துகிறது. மார்க்ஸ் சிந்திப்பதை நிறுத்திக்கொள்ளும்போது அவரது உடல் உறக்கத்தில் ஆழ்ந்துவிட்டது, ஆனால் எங்கெல்ஸ் சொல்கிறார், "அவரது பெயர் காலங்களைக் கடந்து நிலைத்து நிற்கும், அவரது பணிகளும் (எழுத்து) நிலைத்து நிற்கும்." மார்க்ஸின் பெயரும் எழுத்தும் மொழியின் ஒரு பகுதியாக மட்டுமின்றி, சிந்தனை முறையின் ஒரு தொகுதியாக மாறிவிடுகிறது.

மொழி வழி அமைந்த மனித இருப்பைப் பற்றிய மார்க்ஸியத்தின் புரிதல் இப்படித்தான் தனிமனிதருக்கும் சமூக வரலாற்றுக்கும் இடையிலான இடைநிலை - இணைப்புநிலைச் செயல்பாடாக விளக்கம் பெறுகிறது. "இறப்பு எங்கே தொடங்குகிறது எனத் தனியாக அடையாளம் காண முடியாது, உயிர்ச்செயலின் தொடக்கமே ஓர் உடலின் இறப்பின் தொடக்கம். இறத்தலின் செயல்தான் வாழ்தல்" என்ற எங்கெல்ஸின் விளக்கம் இறப்பு கடந்த மனித நிலை என்னவாக இருக்கலாம் என வேறோர் இடத்தில் சுட்டிக்காட்டுகிறது. அது குறியீட்டுச் செயலால், சமூக, வரலாற்றுத் தொடர்ச்சியால், மற்றமைகளால் நிகழ்வது. சிந்திப்பதை நிறுத்திக்கொள்ளும் உடல் துயிலில் ஆழ்கிறது, சிந்தனையோ மொழிவழி வெளியே நிற்கிறது, அது பிரதியாக, எழுத்தாக, படைப்பாக வெளியே தொடர்கிறது. உடல், ஆன்மா என்ற இருமையைக் கலைத்து மொழியிருப்பைத் தொடங்கி வைக்கும் மார்க்சியம் ஆன்மா என்ற தொன்மையான குறியமைப்பை மொழி, சிந்தனை, எழுத்து என்ற தளத்திற்கு நகர்த்தி நம் காலத்திற்கான உளவியலைத் தொடங்கிவைக்கிறது.

ஆன்மாவிலிருந்து உடலை விடுவித்தல்

"கம்யூனிஸ்டுகளின் கோட்பாட்டு முடிவுகள், உலகப் பொதுத்தன்மைகொண்ட சீர்திருத்தவாதியாக ஆகப் போகும் யாரோ ஒருவர் உருவாக்கியளித்த அல்லது கண்டுபிடித்துக் கூறிய கருத்துகளையோ, கொள்கைகளையோ எந்த வகையிலும் அடிப்படையாகக் கொண்டிருக்கவில்லை. இந்தக் கோட்பாடுகள் செய்வதெல்லாம், நடப்பில் உள்ள வர்க்கப் போராட்டத்திலிருந்தும் நம் கண்முன் நிகழ்ந்து கொண்டிருக்கும் வரலாற்று இயக்கத்திலிருந்தும் வடிவம்பெறும் மெய்யான உறவமைப்புகளைப் பொது மொழியமைப்பில் எடுத்துச் சொல்வது மட்டும்தான்."

"முதலாளித்துவச் சமுதாயத்தில் கடந்த காலம் நிகழ்காலத்தின் மீது ஆதிக்கம் செலுத்துகிறது, கம்யூனிச சமுதாயத்தில் நிகழ்காலம் கடந்த காலத்தின் மீது ஆதிக்கம் செலுத்தும்" (கம்யூனிஸ்ட் கட்சி அறிக்கை).

முற்றிலும் வேறுபட்ட ஒரு நூல் அது, அதுவரை எழுதப்பட்ட நூல்களில் எதுவொன்றும் அப்படியிருந்ததில்லை, அதற்குப் பிறகு எழுதப்பட்ட நூல்களில் எதுவும் அதுபோல ஆக முடிந்ததில்லை. அதன்பிறகு எழுதப்பட்ட நூல்கள் அனைத்திலும் அது ஒரு படிவாகவும் பகுதியாகவும் மாறிவிட்டது. அதனை ஏற்றோ அல்லது மறுத்தோ தம்மை விளக்கிக்கொள்ள வேண்டிய தேவை அதற்குப் பிறகான அத்தனை எழுத்துகளுக்கும் ஏற்பட்டுவிட்டது. அதற்குப் பிறகான அறிவமைப்புகளில் கேள்விகளாகவும், பதில்களாகவும் அதன் வாசகங்கள் பதிந்துவிட்டன, உலகம் சார்ந்த மாற்றுக் கருத்தியல்களில் மட்டுமின்றி பகுப்புமுறையிலும், தொகுப்புமுறையிலும் அந்த நூல் தன்னை இடப்படுத்திக்கொண்டது.

அது எழுதப்பட்ட முறையிலேயே வரலாற்றை மீறியது, வரலாற்றை மாற்றியமைத்தது. அது தனிப்பட்ட மனதின் வெளிப்பாடோ, தனித்த சிந்தனையின் உருவாக்கமோ அல்ல, ஓர் இயக்கத்தின் சிந்தனைத் தொகுப்பு, கோட்பாட்டு விளக்கம், வரலாற்றின் ஒரு காலகட்டத்தில் உருவான கருத்தியல் மாறுதல்களின் பதிவு, ஆனால் அதில் இரண்டு சிந்திக்கும் மனங்கள், இரு அறிவார்த்த தன்னிலைகள் ஈடுபட்டன. 1847-இல் கம்யூனிஸ்ட் லீக் அமைப்பின் வேலைத்திட்டம் எழுதப்படவேண்டிய தேவை உருவானபோது மார்க்ஸ், எங்கெல்ஸ் இருவரும் அந்தப் பணியை ஏற்றுக்கொண்டனர், அல்லது எடுத்துக் கொண்டனர்.

அந்த இரு தனிமனிதர்கள் தாம் யாராக இருக்க வேண்டும் என்பதை அந்த எழுத்தின் வழியே கண்டறிந்தனர், அந்த எழுத்தின் வழியே அவர்கள் தம்மை அறிவித்தனர், அந்த எழுத்து அதனை எழுதிய இருவரையும் அவர்களுக்கே அறிவித்தது. அதனை எழுதியவர்கள் என்பதுதான் அவர்களின் முதல் அடையாளம், அந்த எழுத்துதான் அவர்களை உருவாக்கித் தந்தது.

கம்யூனிஸ்ட் கட்சி அறிக்கை (1848) எழுதப்பட்ட முறையே அதன் பருண்மை-கருத்து, இயங்கியல் தன்மையை விளக்குவதாக அமைந்துள்ளது. மார்க்ஸ், எங்கெல்ஸ் இருவருமே ஹெகலிய இயங்கியலைக் கற்பதில் இருந்து தம்மை உருவாக்கிக் கொண்டவர்கள். ஹெகலின் வரலாறு, முழுமுதல் மெய், உயர்வுநோக்கிய வளர்ச்சி, உயர்தனி ஆன்மா, மனித சாராம்சம் பற்றிய கோட்பாடுகள் முதலில் அவர்களைப் பாதித்துள்ளன. ஹெகலிய ஆய்வுமுறை அவர்களுக்குப் புதிய அறிதலைத் தந்தது, ஆனால் அந்த அறிதல் முறையைக்கொண்டே அதிலிருந்து உடனடியாக வெளியேற வேண்டும் என்பதைத் தெரிந்துகொண்டார்கள்.

கருத்து, பொருள் பற்றிய எதிரிணைகளைக் கொண்டு உருவாக்கப்பட்ட கருத்துமுதல்வாத, பொருள்முதல்வாத அறிவு முறைகள் இரண்டும் பிழைபட்டவை, வரலாற்றையும், மனித அமைப்பையும் விளக்கப் பயனற்றவை என்பது அவர்கள் இருவருக்குமே புரியத் தொடங்கியது. 1844-இல் அவர்களின் சந்திப்பு நேர்ந்த பிறகு 1847 வரை அவர்கள் எழுதிய குறிப்புகள், ஆய்வுகள் அனைத்தும் தமக்கான புதிய கருத்தியலையும், அறிவாக்க முறையையும் கண்டடைவதற்கான முயற்சிகளாக இருந்தன.

தனித்த தன்னிலையை மறுக்கும் அவர்களின் அந்தக் காலகட்ட (1843-47) நூல்களும் குறிப்புகளும் வியப்பளிக்கும் ஆற்றலும்

இயங்கியல்தன்மையும் கொண்டவை. ஜெர்மானிய மரபு, ஐரோப்பிய மரபு இரண்டிலிருந்தும் வெளியேற்றிக்கொண்டு புதிய அடையாளத் தையும் அறிவையும் உருவாக்கிய அந்தக் காலகட்டம்தான் மார்க்சியத்தின் உருவாக்கக் காலம். *ஜெர்மன் ஐடியாலஜி (1845-46), பாவர்டி ஆஃப் ஃபிலாஸபி (1847), எகனோமிக்ஸ் அன் ஃபிலாஸபிக் மன்யுஸ்கிரிப்ட் (1844), ஹோலி ஃபாமிலி (1844)* என எழுதப்பட்ட அனைத்துப் பக்கங்களும் வரலாற்றைப் புதிதாக விளக்குவது, வரலாற்றை மாற்றியமைப்பது என்ற கருத்துநிலைகளைச் சுற்றியே அமைந்தன. ஆன்மா, முழு உண்மை, மூலமுழுமை, மனம், தூய அறிவு என்பவற்றின் புனைவுத் தன்மையை விளக்கி, அவற்றின் கற்பித மேலாதிக்கத்தை உடைக்கும் வாதங்களின் தொகுப்புகளாக அவை இருந்தன. தமக்கு முன்பு உருவாக்கப்பட்டிருந்த, தம் காலத்திலேயே உருவாக்கப்பட்டு வந்த முழுமைவாத கருத்தியல்கள், புனிதவாத பொய்மைகள் அனைத்தையும் தகர்த்து அவற்றின் உருவாக்க முறைகளைப் புலப்படுத்துவதாகவும் அமைந்தன.

அதுவரை எழுதப்பட்ட அனைத்து தத்துவ, மெய்யியல், கோட்பாட்டு மரபுகளைப் பகுத்தும், பிரித்தும் ஆய்வு செய்யும் போக்கில் அனைத்தையும் மறுத்துச் செல்வதற்கான வழிமுறையைக் கண்டடைந்தனர். முன்னுள்ளவற்றை மறுத்துச் செல்லும் முறையின் ஊடாகவே தமக்கான புதிய அறிதல் முறையைக் கண்டறிந்தார்கள். உழைப்பு, செயல்பாடு இரண்டும்தான் மனித சமூகத்தை, அமைப்பை, வரலாற்றை உருவாக்கியது என்று அறிவித்து அதைத் தமது கருத்தியல் உழைப்பின் வழியாகவும் இயக்கச் செயல்பாட்டின் வழியாகவும் சரிபார்த்துக் கொண்டனர்.

பழமையிலிருந்தும், தமது கடந்த கால அறிவிலிருந்தும் தம்மை வெளியேற்றிக் கொள்ளவும், வேறுபடுத்திக் கொள்ளவும், புதிதாகத் தம்மை உருவாக்கிக்கொள்ளவும் அறிவு, உண்மை, மெய்யியல் பற்றி அதுவரை எழுதப்பட்ட அனைத்தையும் சிதைவாக்கம் செய்வதாக இருந்தது அவர்களின் ஆய்வு. அது ஒருவகையில் தன்னடையாளத்தையே சிதைவாக்கம் செய்வதான செயல்பாடு. நினைவு, நினைவிலி, பொதுநினைவு என்ற அனைத்தும் மொழிவழியமைந்த ஒரு கட்டமைப்பு, அறிதல் வழியான இயங்குமுறை என்பதை விளக்குவதாகவும் அது அமைகிறது.

அதுவரையான அறிதல் முறைகளை எழுத்துகள் வழியாகத் தம்வயப்படுத்தியது முதல் நிலை, அவை உருவாக்கித் தந்த சிந்தனைக்குள் இயங்குவது இரண்டாவது நிலை, பிறகு அவற்றிலிருந்து வெளியேறுவது அல்லது விடுபடுவது மூன்றாவது

நிலை. இந்த மூன்று நிலைகளும் எழுத்தாக மாறும்போது, எழுத்து வழியாக நிகழும்போது மொழிசார் உளவியல் சிகிச்சையாக, எழுத்து வழியான உளப்பகுப்பு ஆய்வாக மாறுகிறது. புறத்தின் வழி உருவாகி, புறத்தை மாற்றும் தன்னுருவாக்க முறையின் ஒரு பகுதி. வரலாறு, தன்னிலை இரண்டையும் மாற்றுவதில் ஏற்படும் முதல் உருமாற்றம். இந்த உருமாற்றச் செயலில் உள்ள மையம் கலைந்த இணைப்பை, சற்றே சிக்கலான தன்மையை விளக்குவதாக உள்ளன அறிக்கையில் உள்ள கம்யூனிஸ்டுகள், பாட்டாளி வர்க்கத்தினர், புரட்சிகர பாட்டாளி வர்க்கத்தினர் (கம்யூனிஸ்ட், புராலடேரியட், ரெவலூஷனரி புராலடேரியட்), மிகக்கீழான அடுக்கில் உள்ள பாட்டாளி வர்க்கம் என்ற கருத்துருவங்கள்.

இருத்தலுக்கும் ஆதலுக்கும் இடைப்பட்ட நிலையில் அறிக்கை தனது மொழியை உருவாக்கிக்கொள்கிறது. உழைப்பாளர்கள் கம்யூனிஸ்டாக மாறுவதற்கான கோட்பாடு, கம்யூனிஸ்டுகளாக மாறிய உழைப்பாளர்களின் கோட்பாடு, கம்யூனிச உழைப்பாளர்களின் கோட்பாடு, கம்யூனிசத்தை நோக்கிச் செல்லும் உழைப்பாளர்களின் கோட்பாடு, கம்யூனிசத்தின் வரலாற்று இடத்தைச் சொல்லும் கோட்பாடு, கம்யூனிஸ்டுகளால் உருவாக்கப்பட்ட கோட்பாடு, கம்யூனிசச் செயல்பாட்டிற்கான திட்டத்தை அளிக்கும் கோட்பாடு, கம்யூனிசத்திற்கு எதிரான கருத்துகளின் அடித்தளத்தைத் தகர்க்கும் கோட்பாடு என அது பல வடிவங்களில் இயங்குகிறது. அறிதல் முறையிலும் புலன்முறையிலும் கம்யூனிஸ்டாக இருத்தல் என்பது ஆதலுக்கான உளவியல் அமைப்பே தவிர கம்யூனிஸ்டாக இயங்கும் நிலையில்லை, அதற்கான அரசியல், சமூக, அமைப்புகளை உருவாக்கும்போதுதான் அது செயல்வடிவம் பெறுகிறது. அவ்வகையில் அது நிலைமறுப்பின் அறிவாக, அறிதல் முறையாக உள்ளது. அந்த நிலைமறுக்கும், எதிர்நிலைச் செயல்பாட்டிலேயே கம்யூனிஸத் தன்னிலை தன் இயக்கத்தைத் தொடங்கிவிடுகிறது. “கம்யூனிசம் என்றால் என்ன? உழைப்பாளர் வர்க்கத்தின் விடுதலைக்கான நிலைமைகளை உருவாக்குவதற்கான கொள்கை-கோட்பாட்டு முறை” என்ற விளக்கத்தில் நிலைமைகள் என்பது அரசியல், சமூக, வரலாற்று நிலைமைகளைக் குறிக்கிறது. இந்த நிலைமைகள் தற்போது இல்லை, அதனால் அது இனி உருவாக இருப்பதன் கோட்பாடு.

“மனிதர்கள்தான் தமக்கான வரலாற்றை உருவாக்குகிறார்கள், ஆனால் தாம் விரும்பியவாறெல்லாம் அதனை உருவாக்குவதில்லை, தாங்களே தேர்ந்தெடுத்துக் கொண்ட சூழ்நிலைகளில் இருந்து அதனை வடிவமைப்பதில்லை, கடந்த காலத்தில் உருவாகி இன்றுவரை தொடர்ந்து வரும் சூழ்நிலைகளில் இருந்தே வரலாற்றை

உருவாக்குகிறார்கள். மறைந்து போன அத்தனை தலைமுறைகளின் மரபுகளும் ஒரு பேய்க்கனவுபோல வாழ்ந்திருப்பவர்களின் மூளைகளை அழுத்திக் கொண்டிருக்கிறது *(எய்டீன்த் புருமேய்ர் ஆஃப் லூயி நெப்போலியன்).*[1]

முன்பிருந்த தலைமுறைகளின் கருத்துகளும் வரலாறும் மரபுகளும் கொடுங்கனவாக, தீயநினைவாக பின்வரும் தலைமுறைகளின் மூளைக்குள் படிந்துவிடுகின்றன என்பதை அறிந்திருந்த மார்க்சியத்தின் முதல்கட்ட ஆய்வுகள் கொடுங்கனவுகளையும், கொடும்புனைவுகளையும் வெளியேற்றித் தன்னிலையைப் புதுப்பித்துக்கொள்ளும் உளப்பகுப்பு, உளப்புதுப்பிப்பு சிகிச்சையாக எழுத்துவடிவ தன்னுருவாக்கமாக அமைந்தன. தனித்த சிந்தனை என்ற மரபான செயல்பாட்டிலிருந்து விலகிய இணைந்த செயல்பாடாக அமைந்த மார்க்சிய எழுத்துகள் நவீன உலகிற்கான தன்னுருவாக்கச் செயலை மட்டுமின்றி, பின்நவீன புறம்சார் தன்னுருவாக்க முறையையும் அடையாளம் காட்டுகின்றன.

ஒருவகையில் இது வரலாற்றிலிருந்து தம்மை உருவாக்கிக் கொள்வதும், வரலாற்றை மாற்றியமைப்பதும், புதிய வரலாற்றை உருவாக்குவதும் என்ற செயல்பாட்டின் பிரதி மற்றும் எழுத்துச் செயல்பாடாக இருந்தது. மார்க்சியம் ஒரு வரலாற்று இருப்பாக மாறும் நிலை அது. அதுவரைக்குமான அதன் இருப்பு கம்யூனிஸ்ட் கட்சி அறிக்கை (1847) எழுதுவதற்கு ஏற்பத் தன்னை மாற்றியமைத்துக் கொள்வதாக இருந்தது, அதற்குப் பிறகான அதன் இருப்பு அறிக்கையில் எழுதியவற்றை விரிவுபடுத்தவும், விளக்கிச் சொல்லவும், சரிபார்க்கவும், உறுதிப்படுத்தவும், இணைப்புகளை ஏற்படுத்தவுமான முயற்சியாக மாறியது.

உழைப்பு, செயல்பாடு, படைப்பு, இயக்கம் என்பனவற்றை அடிப்படையாக வைத்து மனித உலகையும், மனித நிலையையும், வாழ்வையும், சமூகத்தையும், வரலாற்றையும் விளக்கிய மார்க்சியம், கம்யூனிஸ்ட் கட்சி அறிக்கையைப் புறத்தில் பதியப்பட்ட மனதின் உருவமாக, பருப்பொருள் தன்மைகொண்ட உள்ளமாக, அகம்-புறம் இரண்டும் இணைந்த எழுத்து வடிவமாக அமைத்துக் காட்டியது.

---

1 *"Men make their own history, but they do not make it as they please; they do not make it under self-selected circumstances, but under circumstances existing already, given and transmitted from the past. The tradition of all dead generations weighs like a nightmare on the brains of the living" (The Eighteenth Brumaire of Louis Bonaparte, MECW 11: 103).*

அதற்கு முன்பான வரலாற்றையும் அறிவுமுறைகளையும் ஆதிக்க, அடக்குமுறைகளின், முரண்களின் போராட்டக் களமாக அடையாளம் கண்டு அதுவரையிலான தத்துவ, அறநெறிச் சொல்லாடல்கள் யாவும் அதிகாரத்தை, ஆதிக்கத்தை, அடக்குமுறையை நியாயப்படுத்துவதற் கானவைதான் என அறிவித்தது. சிந்தனை முறை, இயங்கியல் முறை, தத்துவப் பயிற்சிகளும்கூட அந்தக் கொடுமைகளுக்கு நியாயம் சேர்க்கும் கருவிகளாகவே இருக்கின்றன என்பதை அது புரியவைத்தது. மரபுகளின் தீய அறிவும், அரசியலும் தமக்குள் படிந்திருப்பதைத் தமக்கான அதிகாரமாக, உயர் அடையாளமாக உணராமல் அவற்றைக் கொடும் கனவாகவும் தீயநினைவாகவும் அடையாளம் காண்பதில்தான் கம்யூனிச அடையாளம் தொடங்குகிறது என அது அறிவிக்கிறது. அவற்றைத் தமக்குள்ளிருந்து வெளியேற்றித் தம்மைப் புதுப்பித்துக்கொள்ளும் செயலையே புரட்சிகர சிந்தனை, புரட்சிகரச் செயல்பாடு இரண்டுக்குமான தொடக்கம் எனவும் அது விளக்குகிறது.

கொடுங்கனவிலிருந்தும், கொடும் நினைவிலிருந்தும் வெளியேற முயற்சிக்கும் சிந்தனைக் களத்தின் தடம் கம்யூனிஸ்ட் கட்சி அறிக்கையின் முதல் வாசகமாகப் பதிகிறது. "ஐரோப்பாவை ஆட்டுகிறது ஒரு பூதம் - கம்யூனிசம் என்னும் பூதம்" *(எ ஸ்பெக்டர் ஈஸ் ஹாண்டிங்க் இரோப் - த ஸ்பெக்டர் ஆஃப் கம்யூனிசம்)* அல்லது "ஒரு பூதம் ஐரோப்பாவைப் பிடித்து ஆட்டிக்கொண்டிருக்கிறது, அதுதான் கம்யூனிசம் என்னும் பூதம்" எனப் பழகிய வரிகளை நினைவில் கொள்ளலாம். ஆனால் ஸ்பெக்டர் என்பதை ஆவி, பூதம், பேய், பிசாசு, ஆவியுருவம் என மொழிபெயர்த்து வாசிப்பதில் கருத்துச் சிக்கல் உண்டு. உடல் அற்ற மனித உருவம், அல்லது வடிவம், ஊடுருவக்கூடிய உடல் போன்ற தோற்றம் கொண்ட ஒரு வடிவம், உடலின் மறைவுக்குப் பிறகு மீந்துள்ள உயிர் வடிவம் ஆனால் ஆன்மா அல்ல, அது எங்கும் தோன்றக்கூடும், சிலரின் கண்களில் தட்டுப்படக்கூடும், ஆனால் அனைவருக்கும் புலப்படாது, ஒரு வகையில் அது அச்சுறுத்தக்கூடியதாக இருக்கும் எனப் பல விளக்கங்கள் கொண்டது. அதனை ஓட்டியாக வேண்டும், அதனைத் தோன்றாமல் தடுக்க வேண்டும் என்ற பொருளில்தான் ஆவியை ஓட்டுதல் *(to exorcise this spectre)* என்ற தொடர் பயன்படுத்தப்பட்டுள்ளது. ஆனால் "மறைந்துபோன தலைமுறைகளின் மரபு" *(tradition of all dead generations)* என்பதுடன் இணைத்துப் பொருள்கொள்ளும்போது மார்க்ஸ்-எங்கெல்ஸ் மொழியில் இது இரட்டைப் பொருள் கொள்கிறது. தற்போது இல்லாத ஒன்று, ஆனால் அரசுகளையும் மத நிறுவனங்களையும்

அச்சுறுத்திக் கொண்டிருக்கிறது என்ற கேலியான அர்த்தத்தில் ஒரு பகுதியும், கொடுங்கனவாக மூளைக்குள் இருந்து ஆட்டிப்படைக்கிறது என்ற அர்த்தத்தில் மற்றொரு பகுதியும் அமைகிறது (மார்க்சிய எழுத்தில் உள்ள 'ஸ்பெக்டராலிட்டி' பற்றி மூாக் தெரிதா அளிக்கும் விளக்கமும் வாசிப்பும் தனியே விவாதிக்கப்படவேண்டியவை). நான் இங்கு கொடுங்கனவு என்பதுடன் மட்டும் அதனை உறவுப்படுத்துகிறேன். "போப்பாண்டவரும், ஜார் அரசனும், மெட்டர்னிக்கும், கிஸோவும், பிரெஞ்சுத் தீவிரக் கொள்கையினரும் ஜெர்மன் போலீஸ் ஒற்றர்களும் எனப் பழைய ஐரோப்பாவின் அதிகார சக்திகள் அனைத்தும் இந்தப் பூதத்தை விரட்டுவதற்காக ஒரு புனிதக் கூட்டணியை அமைத்துள்ளன." கம்யூனிசம் ஒரு பூதமாக, ஆவியுருவாகத் தோன்றுவது அதன் எதிரிகளுக்குத்தான், கம்யூனிஸ்ட்டுகளுக்கும் உழைக்கும் மக்களுக்கும் அல்ல. அது இனி உயிர்ப்பும் உருவும்கொண்ட நிலைமையாக மாற உள்ளது.

எழுத்துவழியான மனம் இயங்கியல்-பொருண்மையின் வடிவமாக அமைவது. "இதுநாள் வரையில் நிலவிவந்துள்ள சமுதாயத்தின் வரலாறு அனைத்தும் வர்க்கப் போராட்டங்களின் வரலாறே ஆகும்" என வரலாற்றை விளக்கி, எழுதப்பட்ட வரலாறு அனைத்தும் என்ற விளக்கத்தையும் அதனுடன் இணைக்கும்போது எழுத்துக்குள் உள்ள வர்க்கப் போராட்டமும் வரலாற்றுக்குள், சமூகத்திற்குள், சமூக களத்தில் நிகழும் பலவித முரண் மோதல்களும் ஒப்புமைகொண்டதாக மாறுகிறது. வரலாற்றின் மூலமுழுமையை, பொதுச்சமநிலையை உடைத்துவிடும் இந்த அறிக்கையை எழுதுவதற்கான மாற்றத்தை மார்க்சியம் அதற்கு முன்பான காலப்பகுதியில் தனது பிற எழுத்துகள் வழி உருவாக்கியிருந்தது. மரபிலிருந்து வெளியேறிய புதிய தன்னிலைகளை உருவாக்கும் அந்த எழுத்து 'ஆன்மாவின் குகைக்குள்' அடைபட்ட மனித உடலை விடுதலை செய்வதற்கான பொருண்மையான முயற்சி.

கம்யூனிஸ்ட் கட்சி அறிக்கையில் அடையாளம் காட்டப்படும் 'ஸ்பெக்டர்' என்ற ஆவியுரு ஓர் எதிர்க் குறியீடு. அது பிளாட்டோ, அரிஸ்டாடில் எழுத்துகளில் புகுந்து ஐரோப்பிய வரலாறு நெடுகிலும் உலவி வந்த கிரேக்க ஆன்மாவுக்கும் அரசுக்கும் எதிர்நிலையில் நிறுத்தப்படும் ஒரு முரண்குறிப்பீடு. அதுவரையிலான தத்துவவாதிகள் அனைவரையும் இயக்கிவந்தது அந்த ஆன்மாதான். தத்துவவாதிகளும் வரலாற்றாசிரியர்களும் காலம் தோறும் புதுப்பித்து வந்ததும் அந்த ஆன்மாவைத்தான். அந்த ஆன்மா அரசின் அடித்தளம், அது ஆதிக்க, அடக்குமுறை அமைப்பின் கருத்தியல் மையம். அதனைத் துடைத்து அழிப்பதுதான் புதிய கருத்தியலுக்கான, புதிய

அமைப்பிற்கான முதல் நிபந்தனை. அதனைத் தகர்க்கும் ஓர் எதிர்ப் பாத்திரம் வரலாற்று நாடகத்தில் நிறுத்தப்படும்போது அரசுகளை, மதங்களை அச்சுறுத்தும் ஆவியுருவமாக (திரிந்துவிட்ட ஆன்மாவாக) அவர்களுக்குத் தோற்றம் தருகிறது. பிளாட்டோனிய, அரிஸ்டாடிலிய மெடாஃபிசிக்ஸ் - மூல ஆன்மவாதம் அரசுமையத் தன்மைகொண்ட அனைத்து அமைப்பு களுக்குள்ளும் இயங்கிக்கொண்டிருக்கும் வன்முறை நியதி. அதனை அழித்து நீக்காமல் இனி மனித விடுதலை சாத்தியமில்லை என்பதுதான் மார்க்சியத்தின் தொடக்கம், கட்சி அறிக்கை அதற்கான மொழியை உருவாக்கித் தருகிறது.

"பழம் மரபான சொத்துடைமை உறவுகளிலிருந்து மிக அடிப்படையாகத் தம்மை துண்டித்துக்கொள்ளும் (வெளியேறும்) உடைப்புதான் கம்யூனிசப் புரட்சியாகும். அப்படியெனில் அது தன்னை வளர்த்தெடுத்துக்கொள்ளும் செயல்பாட்டில் பழம் மரபான கருத்துகளிலிருந்தும் முழுமையாகத் தம்மைத் துண்டித்துக்கொண்டு வெளியேற நேர்வதிலும் வியப்பொன்றும் இல்லை." இப்படியோர் அறிவிப்பு உலக வரலாற்றில் அதற்கு முன்பு சாத்தியமானதில்லை, ஏனெனில் இழப்பதற்கு எதுவுமற்ற மனிதர்களின் நிலையிலிருந்து அதுவரையான தத்துவவியல் எதுவும் உருவாக்கப்படவில்லை.

அடிமைத்தனம், ஆதிக்கம் அனைத்தும் இயற்கையின் படைப்புகள், தெய்விக அருள் செயல்கள் என நிறுவியதைத் தவிர வேறு எதையும் தத்துவஞானிகள் செய்ததில்லை. இயற்கைதான் மனித இருப்பை நிர்ணயிக்கிறது என்றால் விடுதலைக்கான போராட்டங்களும் இயற்கையின் இயங்கியல் போக்கில் ஒரு பகுதிதான் என்ற மார்க்சியத்தின் அறிவிப்பு விடுதலைக்கான அறிவியலை அளித்தது. "பாட்டாளிகளிடம் இழப்பதற்கு ஏதுமில்லை, அவர்தம் அடிமைச் சங்கிலிகளைத் தவிர. அவர்கள் வெல்வதற்கோ ஓர் உலகம் இருக்கிறது" என அறிவித்த கம்யூனிஸ்ட் கட்சி அறிக்கை நிலைமாற்றத்திற்கான கவிதையியலை அளிக்கிறது.

அடிமைப்படுத்தப்பட்டவர்களின் உளவியல் காத்திருப்பின் உளவியல். விடுதலைக்கான கனவு இன்றி எதிர்ப்பதற்கான உளவியல் அமைவதில்லை, அது எப்போதும் எதிர்காலம் நோக்கியது. அடிமைச் சங்கிலிகள் மிகப் பழமையானவை, மீண்டும் மீண்டும் உறுதி செய்யப்பட்டவை. அதனை உடைத்தெறியும் வழிமுறையோ மிகப் புதியது, அது இனிதான் செயல்படுத்தப்பட வேண்டும். அடிமைச் சங்கிலிகள் இறந்த காலத்தின் படைப்புகள், வெல்லுவதற்கான உலகமோ எதிர்காலத்திற்கானது. மார்க்சியம் சிக்கலடையும் இடம் இதுதான். ஆனால் அது தனது சிக்கலை அறிவாக்கத்தின் சிக்கலாக

மாற்றிவிடவில்லை, "இந்தக் கோட்பாடுகளின் நடைமுறைப் பயன்பாடு என்பது, இந்த அறிக்கையே குறிப்பிடுவதுபோல, எல்லா இடங்களிலும் எல்லாக் காலத்திலும், அந்தந்தக் காலகட்டத்தில் நிலவக்கூடிய வரலாற்று நிலைமைகளைச் சார்ந்ததாகவே இருக்கும்." மார்க்சியத்தின் தொடர் இயங்கியல் பன்மைத் தன்மை அடைவது இவ்வாறுதான்.

முற்றுப் பெறாத மனித நிலை

"ஒரு தனிமனிதர் இன்னொரு தனிமனிதரைச் சுரண்டுவதற்கு எந்த அளவுக்கு முடிவு கட்டப்படுகிறதோ, அந்த அளவுக்கு ஒரு தேசம் இன்னொரு தேசத்தைச் சுரண்டுவதற்கும் முடிவு கட்டப்படும். ஒரு தேசத்திலுள்ள வர்க்கங்களுக்கு இடையிலான பகைமை எந்த அளவுக்கு மறைகிறதோ, அந்த அளவுக்கு ஒரு தேசம் இன்னொரு தேசத்துடன் கொண்டுள்ள பகைமையும் முடிவுக்கு வரும்" *(கம்யூனிஸ்ட் கட்சி அறிக்கை).*

உலக அரசியலின் சிக்கல்களையும் வன்முறைகளையும் தனிமனிதர்களுக்கிடையிலான முரண், மோதல், சிக்கல்களில் தொடங்கி விளக்க முயற்சிக்கும் மார்க்சியம் தனிமனிதர்கள், தனிமனித மனம், தன்னிலைகள் பற்றிய கேள்விகளை மறுக்கிறது என்ற கருத்து தொடர்ந்து முன்வைக்கப்பட்டு வருகிறது. ஆனால் தனிமனிதர்கள் என்ற அடிப்படையான அலகை மார்க்சியம் பெரும் அமைப்புக்கு இணையாக விரிவுபடுத்தியிருக்கிறது, அதேபோல் மனிதநிலை பற்றிய முற்றுப் பெற்ற கற்பிதங்களையும், மூலமுழுமைக் கருத்தியல்களையும் அது தகர்த்திருக்கிறது. மனிதர்கள் பற்றிய கற்பிதங்களைத் தகர்ப்பதுடன் கற்பித அமைப்புகள் உருவாகும் முறைகளையும் அது அடையாளம் காட்டுகிறது. மனித இயல்பு, மனித இயற்கை என்ற முற்றுமுழுமைவாத வன்முறைக்கெதிரான உருவாக்கநிலை மற்றும் மையம் மறுக்கும் இயக்கநிலை மார்க்சியத்தின் அறிதல்முறைகளில் ஒன்று.

மனித இயல்பு, மனித இயற்கை, மனிதத் தன்மை என்ற மரபான விளக்கங்களை ஏற்காத ஒரு கருத்தியல் விடுதலை பற்றியும் மாற்றம் பற்றியும் கற்பிதங்களை ஏன் உருவாக்க வேண்டும்? மனிதர்கள் மீதான அடக்குமுறையும், மனித உடல்களின்

மீதான வன்முறையும் கற்பிதங்கள் அல்ல, அவை நிகழ்வுகள், புறநிலைச் செயல்பாடுகள். உடல்கள் இடப்படுத்தப்படுவதும், வகைப்படுத்தப்படுவதும் புனைவுகளில் தொடங்கி உயிர்த்திருத்தலின் மீதான அதிகாரமாக, ஆதிக்கமாக, அடக்குமுறையாக நிகழ்வுநிலை அடைகின்றன, அவை இயல்பின் பகுதியாக, நடப்பியலாக நிறுவப்படுகின்றன. அடக்குமுறைக்கும், அடிமைத்தனத்திற்கும் மூலப்பழமை சார்ந்த கற்பிதங்கள் அடிப்படையாக அமைவதைப் போல விடுதலைக்கான செயல்பாட்டில் புதிய உருவாக்கத்திற்கான கற்பிதம் ஓர் இயக்குசக்தியாக அமையலாம்; ஆனால் அது மாறுதல்களின் தொடக்கம் மட்டுமே. கற்பிதங்கள் இன்றி முதலாதிக்க அடக்குமுறைகளும் பேரதிகார அரசுகளும் அமைப்புகளும் இயங்குவதில்லை. எதிர்காலத்திற்கான உழைப்பு, எதிர்கால வளர்ச்சி, அனைவருக்குமான வளம் என்ற கற்பிதங்களின் வழியே போர்மைய அரசுகளும், வல்லாதிக்கங்களும் தம்மை உறுதிப்படுத்திக்கொள்கின்றன. ஆனால் கற்பிதங்களின் உருவாக்கத்தை விளக்கவும், அவற்றின் செயல்பாட்டைத் தகர்க்கவுமான முரண் கற்பிதங்களையே மார்க்சியம் உருவாக்குகிறது. அந்தக் கற்பிதங்கள் நிகழ்வுகளைச் சுட்டிக் காட்டிவிட்டு தம்மைக் கரைத்துக் கொள்கின்றன.

கற்பிதங்களின் வழியாக அடக்குமுறைகளும், வன்முறைகளும் நடப்பியலாக மாற்றப்படுகின்றன, செயல்படுத்தப்படுகின்றன எனில் அதிலிருந்து விடுபடும் ஆதல்நிலைக்கான, மாறுதலுறும் நிலைக்கான ஒரு மொழிச் செயல்வடிவம் தேவை என்பதையும் நாம் ஒப்புக்கொள்ள வேண்டும். மாறுபட்ட கற்பிதங்கள் விடுபட முனையும் தன்னிலைகளுக்கான புறநினைவுகள், அவை விடுதலைக் கருத்தியல்களின் இடைநிலைச் சொல்லாடல்களாக அமைகின்றன.

இருபதாம் நூற்றாண்டின் போராட்டங்கள் அதற்கு முன்பிருந்தது போல அமைப்பைக் கைப்பற்றும், அரசை-அரசியலைக் கைப்பற்றும் போர்களாக இல்லாமல் அமைப்பை மாற்றும், அரசியலை நிலைமாற்றும் போராட்டங்களாக அமைந்தன, அதாவது விடுதலைக்கான கருத்தியல், அறிவுமுறை, செயல்திட்டம் கொண்ட அடிப்படை மாறுதல்களை முன்வைத்து நிகழ்ந்துள்ளன. ஆதல் நிலைக்கும் அடிமைப்படுத்தும் நிலைக்கும், தன்னுருவாக்க நிலைக்கும் தன்னழிப்பு நிலைக்கும் இடையிலான போராட்டங்கள், இவை அனைத்தும் விடுதலைக் கருத்தியல்களை மையமாகக்கொண்டே நிகழ்ந்தன. ஆனால் அமைப்பு மாற்றம் நோக்கிச் செல்வதில் ஏற்பட்ட குழப்பங்கள் அவற்றை அடுத்த கட்டத்தை நோக்கிச் செலுத்தியுள்ளன.

இந்த அடுத்த கட்டத்தின் தொடக்கமாக சோஷலிச அரசுகளின் உருமாற்றமும், புதிய உலகமயமான முதலாதிக்கத் திரட்சியும் அமைந்தன. 1990-1991 காலகட்டத்தில் நிகழ்ந்த கம்யூனிசக் கட்சி அரசுகளின் நிலைமாற்றம் மார்க்சியத்தின் மீதான புதிய கேள்விகளை உருவாக்கித் தந்தது. இதனை மார்க்சியத்தின் அழிவு, கம்யூனிசத்தின் மறைவு என விளக்கவும் நிறுவவும் முயற்சிக்கும் கருத்தியல் துறைகள்தான் இப்போது புதிய உலகக் கோட்பாடுகள் என்ற பெயரில் விரிவடைந்துள்ளன. உலகமயமான மார்க்சிய-கம்யூனிசக் கருத்தியல் தொகுப்புகளை மக்களிடமிருந்து விலக்கி அரசுகள் சார்ந்ததாக அடையாளப்படுத்தி அவற்றிற்கு மாறான விடுதலையை அளிக்கும் புதிய உலக அமைப்பு, புதிய உலகக் கட்டமைப்பு பற்றி விளக்கும் தொழில்நுட்பச் சொல்லாடல்கள் பெருக்கப்பட்டுள்ளன. இவை தம்மை மார்க்சியம் கடந்த சிந்தனைகள் என விளக்க முயன்றாலும் மார்க்சியத்திற்கு முன்பான ஓர் உலக அமைப்பை உருவாக்குவதற்கான கருத்தியல் மையங்களையே கொண்டுள்ளன.

மார்க்சியம் மனித இயல்புக்கும், மனித இயற்கைக்கும் எதிரானது, முரணானது என்பதுதான் இவை தற்போது கண்டறிந்து கூறும் ஆகப்பெரும் எதிர்க் கருத்தியல். மனிதப் படைப்பாற்றல், மனிதப் பெருவிருப்பம் இரண்டுக்கும் எதிரானது மார்க்சிய-கம்யூனிச தத்துவம், அது மனிதர்களை உடல்சார் தேவைகளில் மையப்படுத்தி அடிமைப்படுத்துகிறது என மாபெரும் விளக்கத்தை அளிப்பார்கள் இன்னும் சிலர். இந்த வாதங்கள் அனைத்தும் மனிதநிலை, மனித இயல்பு, மனித சாராம்சம், மனித இயற்கை என்ற தொன்மக் கற்பிதங்கள் வழியாக மனித ஆன்மா, ஆன்ம ஈடேற்றம் என்ற புனித மூலவாதத்தை மீட்டெடுக்கும் சொல்லடுக்குகள்தான். "சமத்துவம்தான் அறம் (நீதி) என மனிதர்கள் நினைக்கிறார்கள், வெகுசனக் கூட்டத்தின் விருப்பத்தில் சமத்துவம் பெரும் இடம் வகிக்கிறது. சுதந்திரம் என்றால் ஒருவர் தான் விரும்புவதைச் செய்வது என அர்த்தம். அதுபோன்ற ஒரு மக்களாட்சியில் ஒவ்வொருவரும் தான் விரும்பும் வழியில் வாழ்வார்கள், யுரிபைடஸ் சொல்வதுபோல தமது கற்பனையில் தோன்றும்படி யெல்லாம் வாழ்வார்கள். ஆனால் இவை அனைத்துமே தவறானவை, அரசமைப்பு விதிகளின்படி வாழ்வதை அடிமைத்தனமென்று மனிதர்கள் நினைக்கக்கூடாது, அதுதான் அவர்களுக்கு மீட்சியளிக்கும் வழி" என்ற அரிஸ்டாடிலிய அரசியல் ஆன்மவாதம்தான் (அரசியல் நூல்) தற்போதுள்ள உலகமயமான முதலாதிக்க ஒன்றியங்களின் 'படைப்பாற்றல் நிறைந்த' மாற்றுச் சிந்தனை. மனிதர்கள் இயற்கையாகவே சுதந்திரத்தை விரும்புவதில்லை, மனிதர்கள் இயல்பாகவே

வன்முறை நிறைந்தவர்கள், அடக்குமுறைக்கான விருப்பம் சிலருக்கும் அடிமைப்படும் விருப்பம் பலருக்கும் இயல்பாகவே அமைந்துள்ளது என்பது போன்ற உயிரியல் உறுதிவாதங்கள் அனைத்தும் இந்த அரசியல் ஆன்மவாதத்தின் கண்டுபிடிப்புகள்தான். ஆனால் அரிஸ்டாடில் தனது அரசியல் மெய்யியலை கட்டமைப்பதே சமத்துவம்தான் அறம் என நினைக்கும் மனிதர்களுக்கு எதிராகத்தான். அவர்கள் காலத்திற்கு முன்பிருந்தே மக்களின் விருப்பத்தில் சமத்துவம் பெரும் இடம் வகித்து வருகிறது. அதற்கு முன்பிருந்த கவிஞர்களும், தத்துவவாதிகளும் மக்களின் சுதந்திர விருப்பத்தை இழிவானது என்றும் தீயது என்றும் விளக்கவே தம் வாழ்நாளைச் செலவிட்டிருக்கிறார்கள். அரசுகள் அனைத்தும் தம் படைகளை அந்த மக்களுக்கு எதிராகவே நிலைப்படுத்தி வந்துள்ளன. "அரசு அற்ற மக்கள் சமூகத்தில் பெண்களுக்கும் அடிமைகளுக்கும் இடையில் வேறுபாடு இல்லை, ஏனெனில் அவர்களுக்கிடையில் இயற்கையான ஆட்சிமுறை இல்லை, அவர்கள் ஆண்கள், பெண்கள் என அனைவரும் அடிமைகளே" என்பது அரிஸ்டாடிலிய அரசியல் வகைப்பாடு. இந்தச் சமூகங்களின் மீதான போர்களே நகர அரசுகளின் முழுநேர வேலையாக இருந்தன, அவர்களை அடிமைகளாக்கித் தம்வயப்படுத்தும் நகர அமைப்புகளே புனித அரசுகளாகப் பெருகின. இந்தப் போர்களைப் புனிதப்படுத்தும் அறிவே தத்துவங்களாக மாறின.

தொன்மையான அரசுகளையும், காலனியாதிக்க வன்முறைகளையும், தேசம் சார்ந்த நவீன முதலாளித்துவ அடக்குமுறை நிறுவனங்களையும் வழிநடத்தி வந்த இயற்கையான அடிமைநிலை, இயற்கையளித்த ஆதிக்கம் என்ற தன்மைய செயல்திட்டத்தையே உலகமயமான வளங்களின் மீதான, இனங்களின் மீதான ஆதிக்கத்தை நிறுவிக்கொண்டுள்ள அமைப்புகள் தமக்கான கருத்தியல் அடிப்படையாக முன் வைக்கின்றன. "இயற்கை சுதந்திரமான மனிதர்களின் உடலையும் அடிமைகளின் உடலையும் வேறுபடுத்திக் காட்டவே விரும்புகிறது. சிலரின் உடலைக் கடின உழைப்புக் கேற்றதாகவும் சிலரின் உடலைப் போர்க்கால, அமைதிக்கால அரசியலைச் செய்வதற்கேற்றபடியும் படைக்கிறது. சிலருடைய ஆன்மா சுதந்திரமுடையதாகவும் சிலருடைய உடல் சுதந்திரமுடையதாகவும் மாறி அமைவதுண்டு. கடவுள்களின் சிலைகளுக்கும் மனிதர்களின் உடல் தோற்றத்திற்கும் இடையில் வேறுபாடு உள்ளதுபோல மனிதர்களின் உடல்களுக்கிடையிலும் வேறுபாடுகள் உள்ளன என்பதை அறிந்துகொண்டால் அடிமைப்பட்ட வர்க்கம் ஆளும் வர்க்கத்தினும் கீழானது

என்பதையும் நாம் ஒப்புக்கொள்வோம். உடலிலேயே இத்தனை வேறுபாடுகள் இருக்கிறது என்னும்போது ஆன்மாவில் எத்தனை வேறுபாடுகள் இருக்கும்? உடலின் அழகைப் பார்க்க முடியும், ஆனால் ஆன்மாவின் அழகைப் பார்க்க முடியாது. அதனால் சில மனிதர்கள் இயற்கையாகவே சுதந்திரமானவர்களாகவும், மற்றவர்கள் இயற்கையாகவே அடிமைகளாகவும் படைக்கப்பட்டிருக்கிறார்கள், அதனால் அடிமைத்தனம் என்பது தேவையானது மட்டுமல்ல சரியானதும்கூட" (அரசியல் நூல்) என்ற அரிஸ்டாடிலிய அரசுமையவாத முடிவுதான் இன்றைய புதிய உலக அமைப்பிற்கான செயல்திட்டமும்கூட.

இந்தத் தொன்மையான ஆன்மவாத அரசியலுக்கு எதிரான, மாற்றான அமைப்பை இருபதாம் நூற்றாண்டின் தொடக்கத்தில் உருவான சோவியத் வகை சோஷலிசம் முதல் இன்றுள்ள சீன வகை வணிக, நுகர்பொருள் சோஷலிசம் வரை எதுவும் உருவாக்கவில்லை என்பதுதான் நம் காலத்திற்கான மார்க்சிய அறிதலாக மாறுகிறது.

இன்றுள்ள உலகமயமான போர் இயந்திர, வன்முறை அமைப்பை அமெரிக்க, ஐரோப்பிய ஒன்றியங்களுடன் சோவியத்-சீன வல்லாதிக்க அரசுகளும் இணைந்தே உருவாக்கின என்பதை மறுக்கவும், மறைக்கவும் மார்க்சியத்தைப் பயன்படுத்தும் யாரும் மார்க்சிய அறத்தை அழிக்கும் சக்திகளாகத்தான் இருக்க முடியும். ஏனெனில் தனிமனிதர் என்ற மையத்தைக் கலைத்து மாற்றியமைத்த மார்க்சியம் தனிமனித ஆதிக்கத்தின் கீழியங்கும் அரசுகளையும் மறுக்கிறது. மாபெரும் தலைவர்கள், மாமனித ஆளுமைகள், மிகைமனித உருவங்கள் அனைத்தையும் மறுப்பதில்தான் மார்க்சியம் மற்ற சாராம்சவாத, மனிதநேய-மாயாவாத அரசியல் கோட்பாடுகளில் இருந்து தன்னை வேறுபடுத்திக் கொள்கிறது.

அது தனிமனிதர்கள் தொடங்கி அரசுகள் வரையான எந்த வகைப் புனிதமயமாக்கத்திற்கும் எதிரானது. "தனிமனிதர் என்று நீங்கள் குறிப்பிடும்போது, முதலாளியைத் தவிர, நடுத்தர வர்க்கச் சொத்துடைமையாளரைத் தவிர, வேறெவரையும் குறிப்பிடவில்லை என்பதை நீங்கள் ஒப்புக்கொண்டாக வேண்டும். உண்மையில் இந்தத் தனிமனிதர் துடைத்தெறியப்படத்தான் வேண்டும்; இத்தகைய தனிமனிதர் உருவாக முடியாதபடி செய்யத்தான் வேண்டும்" (அறிக்கை) என்ற விளக்கமுறையில் எந்த வகையான தனிமனிதர் துடைத்தெறியப்பட வேண்டும், எந்த வகை தனிமனிதர் உருவாக முடியாத நிலை ஏற்படவேண்டும் என்பது பற்றிய மார்க்சிய கருத்தாக்கத்தை நாம் விரிவுபடுத்தும் போதுதான் பின்நவீன

மார்க்சியத்தின் இடமும் இயக்கமும் ஓரளவு விளக்கம் பெறும். தனிமனிதர் சார்ந்த இந்தச் சிக்கலைத்தான் புதிய உலக அமைப்பு தனக்கான களமாக மாற்றியிருக்கிறது.

'புதிய உலக அமைப்பு' சோஷலிச அரசுகளையும், பாட்டாளி வர்க்க அரசுகளின் பெருந்தொழில்களையும், உலகத் தொழிலாளர்களால் உருவாக்கப்பட்ட ராணுவங்களையும் தன்வயப்படுத்தப் பெரிதாக எதையும் செய்துவிடவில்லை. அது செய்ததெல்லாம் மார்க்சியத்திற்கு முன்பான, மார்க்சியத்திற்கு எதிரான 'தனிமனிதர்கள்' சோஷலிச அரசுகள் இருந்த நாடுகளில் மாறிவிடாமல் பார்த்துக் கொண்டது, தொன்மையான தனிமனிதர்களைப் புதிய வடிவத்தில் பெருக்கித் தந்தது. தனிமனிதர்களின் உலகம் என ஒன்றை அது உலக அளவில் காட்சிப்படுத்தியது.

"ஒரு தனிமனிதர் இன்னொரு தனிமனிதரைச் சுரண்டுவது"தான் உலக வன்முறைகளின் தொடக்கம் என்றால் ஒருவர் தனிமனிதராக இருப்பதும், அறிவதும், உணர்வதும்தான் அனைத்து அரசியலுக்குமான தொடக்கம். மார்க்சியம் அடையாளம் காட்டும், அறியத் தரும் தனிமனிதர்கள் யார் என்பதைப் புரிந்துகொள்வதற்கு முன் அதன் அறிதல்முறை தனிமனிதர்களை எதிலிருந்து விடுவித்தது, எங்கிருந்து வெளியே கொண்டுவந்தது என்பதை நாம் புரிந்துகொள்ள வேண்டும்.

பிளாட்டோவின் குடியரசும் அரிஸ்டாடிலின் அரசியலும் இணைந்து உருவாக்கிய மேற்கத்திய, வெள்ளையின அரசு என ஒன்று பல நூற்றாண்டுகளாக இருந்து வருகிறது. அந்த அரசியல் மூல ஆன்மவாதத்தை அடிப்படையாகக் கொண்டது. அது அறம், நீதி என்பவை பற்றி அதிகமாகப் பேசுவது, அறிவு, உயர்வு, படைப்பு என்பது பற்றி ஓயாமல் கதைசொல்வது. ஆனால் அதன் மையமாக உள்ளதோ நகர அரசு. அடிமைகள் அடிமைகளாக, பெண்கள் வலிமையற்றவர்களாக உள்ள ஓர் அரசு அது. அதனைச் சுற்றி எப்போதும் பகைவர்களின் படையெடுப்பு. அதனால் அந்த நகர அரசு போர்வீரர்களால் காக்கப்படுவது. போர்தான் அனைத்தும், போர்க்கால அரசு, போரற்ற காலத்தின் அரசு இரண்டையும் பாதுகாப்பதுதான் அரசியல் அறம்.

பிளாட்டோ உருவாக்கும் கற்பனையான குடியரசில் அடிமைகள் அவர்களின் அறத்தையும் போர்வீரர்கள், காவல்படையினர் அவர்களுக்கான அறத்தையும் பின்பற்றி வாழ வேண்டும். அரசுக்கான, போருக்கான மனித உடல்களை உருவாக்குவதும் பயிற்சியைத் தருவதும்தான் அறிவுத்துறைகள். அறியாமை நிறைந்த

மனம் குகையில் அடைபட்ட மனிதர்கள்போல உண்மையை அறியாமல் கிடக்கிறது. அதனை வெளியேற்றி உண்மை என்ற சூரியனை காணும் அறிவை வழங்குவதுதான் ஆன்மாவை அடையாளம் காண்பது. ஆன்மா ஏற்கெனவே அறிவு நிரம்பியது, அதன் கண்ணாக உள்ள அறிவை ஒளியின் பக்கம் திருப்ப வேண்டும். ஆன்மாவின் கண் விழித்த, உயர் ஆன்மாவைக் கொண்டவர்கள்தான் நீதியும் அறமும் நிறைந்தவர்கள். அவர்கள்தான் தத்துவ-மெய்யறிவு கொண்ட ஆட்சியாளர்களாக இருக்க முடியும். மற்றவர்கள் ஆளப்படுகிறவர்களாகவும், அடிமைகளாகவும் இருப்பதுதான் நியதி. ஆட்சி, அரசு, அரசியல், நகரம் என்ற கட்டமைப்பு ஓயாத போர் சூழ்ந்த உலகின் நடுவில் உள்ளது. அதனைப் பாதுகாப்பதுதான் வாழ்வு, அதன் விதிமுறைகளைப் பின்பற்றி வாழ்வதுதான் அறம், நீதி. அறம்-நீதி உள்ள வாழ்வை வாழ்பவர்களின் ஆன்மா மீண்டும் இன்பம் நிறைந்த வாழ்வைப் பெறும், அது தான் விரும்பிய உடலை அடைந்து மீண்டும் தன் வாழ்வைத் தொடங்க இயலும்.

அரிஸ்டாடிலின் அரசு இந்தக் கற்பிதங்களை விடுத்து நேரடியாகத் தன் விதியை முன் வைக்கிறது. “பிறப்பிலேயே சிலர் ஆள்கிறவர் களாகவும், மற்றவர்கள் ஆளப்படுகிறவர்களாகவும் படைக்கப் பட்டிருக்கிறார்கள். அதனால் சிலர் ஆள்வதும் மற்றவர்கள் அடங்கி நடப்பதும் அவசியமானது மட்டுமல்ல மீறமுடியாத விதியும்கூட.” அடிமைகளின் உழைப்பை அடிப்படையாகக் கொண்ட தம் காலத்தின் சமூக அரசியலை புனித விதியாக மாற்றும் இந்த உறுதிவாதமே மேற்குலகின் தத்துவ மரபாகத் தொடர்ந்து இருந்து வருகிறது. இந்த மூலமுழுமைக் கருத்தியலை ஏற்காத மார்க்சியம் தனிமனிதர்களின் இயல்பு, இயற்கையான மனித குணம் என்ற கருத்தாக்கத்தையும் ஏற்பதில்லை. அதன் அரசியல் திட்டத்தில் தனிமனிதர்களின் அதிகாரமும் ஆதிக்கமும் சர்வாதிகாரமும் இவ்வாறுதான் நிலைமறுப்புக்கு உள்ளாகிறது.

பாட்டாளிவர்க்க சர்வாதிகாரம் ஒரு கருத்தியல், கோட்பாட்டு நிறுவனமே அன்றி தனிமனிதர்களின் அதிகாரமாகவோ, உயர்வுற்ற மனிதர்களின் ஆதிக்கமாகவோ இருக்க முடியாது. மார்க்சியத்தின் அரசியல் திட்டங்களை தம் பெயரடையாளமாகக் கொண்ட அரசுகள், கட்சிகள் மார்க்சியத்தை உருவழிக்கும் இடம் இதுதான். சர்வாதிகாரம் கொண்ட கட்சிகளையும், அவற்றை ஆளும் தனிமனிதர்களையும் உருவாக்கி பாசிசத்தின் இணையமைப்புகளாக மாறிவிடுகின்றன. கம்யூனிசம் என்ற பெயரில் பிளேட்டோனிய போர் - அடிமைச் சமூகத்தையும், போர் ஆதிக்க அரசுகளையும் போர்மைய அரசியலையும் மறு உறுதி செய்தன. “பத்தொன்பதாம்

நூற்றாண்டின் சமூகப் புரட்சி கடந்த காலத்திலிருந்து தன் கவிதையை (அழகியலை) உருவாக்கிக் கொள்ள முடியாது. கடந்தகால வரலாற்றின் அறிவு மறுத்த நம்பிக்கைகள் அனைத்திலிருந்தும் விடுபடும் வரை அது தொடக்கம் பெறாது. கடந்த காலப் புரட்சிகள் உலக வரலாற்றை மீளுருவாக்கம் செய்து அதற்குள் தம்மை உள்ளடக்கிக் கொள்கின்றன. பத்தொன்பதாம் நூற்றாண்டின் புரட்சி மறைந்து போன தலைமுறைகளை அடக்கம் செய்யும் வேலையை மறைந்துபோன தலைமுறைகளிடம் விட்டுவிட்டு தமக்கான அர்த்தத்தை (உள்ளடக்கத்தை) தாமே உருவாக்கிக்கொள்ள வேண்டும்." இதற்கு மாறான புரட்சி ஆதிக்கம் நிறைந்த அரசையே உருவாக்கும், அப்போது "சமூகம் தனக்கான புதிய உள்ளடக்கத்தை, அர்த்தத்தைப் பெற்றுக் கொள்வதைவிட அரசு தனது மிகப் பழைய வடிவத்தை மீளப்பெற்றுக்கொள்கிறது, அந்த அரசு வெட்கமற்று, வெளிப்படையாக வாளினாலும், சிலுவையாலும் தன் அதிகாரத்தைச் செலுத்துவதாக இருக்கிறது (*The Eighteenth Brumaire of Louis Bonaparte,1852*)." வாளும் சிலுவையும் போர் மற்றும் பழமை வழிபாட்டின் வடிவங்கள், இவை பாசிசத்தின் அடிப்படைகள், இந்தப் பாசிசம் மிகத்தொன்மையான கட்டமைப்பின் இன்னொரு வடிவம். புதிய சமூக அமைப்புகள் மீண்டும் இவற்றையே உற்பத்தி செய்யும் என்றால் மனிதர்களின் இயல்பு இதுதான் என்ற முடிவுக்கு வரவேண்டியிருக்கும். மனிதர்கள் தம்மைப் புதுப்பித்துக்கொள்ள, முழுமையாக மாற்றியமைத்துக்கொள்ள இயலாது என்ற முற்றொருமைவாதத்தை ஏற்க வேண்டியிருக்கும். ஆனால் மார்க்சியம் முற்றொருமைகளை மறுப்பதில் இருந்துதான் தொடங்குகிறது, மனிதர்கள் தம்மை உருவாக்கிக் கொள்கிறார்களே தவிர கண்டறிவதில்லை என்பதிலிருந்துதான் அது மாற்றம் பற்றிய தனது கோட்பாட்டை முன்வைக்கிறது. படைப்புணர்வு, படைப்பாற்றல் என்பது என்னவாக இருக்க முடியும், மனிதர்கள் தமக்கானதைப் படைத்துக்கொள்வதுடன் தம்மையும் படைத்துக் கொள்வது, தமது அமைப்பை முழுமையாக மாற்றிக்கொள்வது. "மனிதர்கள் அறியப்படாத இயற்கைப் பொருள்களில் இருந்து புதியவற்றை உருவாக்கிக்கொண்டே இருந்தார்கள்." அவர்கள் மனிதர்கள் என்பதால் அவற்றை உருவாக்கவில்லை, உருவாக்கத்தின் வழியாகவே மனிதர்களாக மாறினார்கள், அந்த மாற்றம் தொடரும் என்றால் மார்க்சியம் அடையாளம் காட்டும் மனித அமைப்பும், மனித இருப்பும் உருவாகவே செய்யும். ஆனால் மாற்றம் என்பது ஆக்கம் மட்டுமல்ல, அழிவும் கூடத்தான். ஆக்கம், அழிவு இரண்டில் எதைத் தேர்வு செய்வது. மார்க்சியத்தின் அரசியல் அறமாகவும் அழகியலாகவும் மாறும் இடம் இதுதான்.

பால் உளவியல், பாலரசியல்

"**க**ம்யூனிச சமூகம் அல்லது சம உரிமைச் சமூக அமைப்பு உருவாவது இயற்கையிலேயே சாத்தியமில்லை. அது மனித இயல்பு அல்லது மனித உள்ளுணர்வுக்கு எதிரானது. மனிதர்கள் போட்டி, போராட்டம், ஆதிக்கம், அடிமைநிலை, அடக்குமுறை, மேலாதிக்கம், அடிபணிதல், கண்காணித்தல், தண்டித்தல், அச்சுறுத்தல், அடுக்கு நிலைப்படுத்தல் எனப் பலவிதமான செயல் உத்திகளின் கீழ்தான் சமூகமாக வாழ முடியும், மனிதர்கள் அப்படித்தான் வாழ விரும்புகிறார்கள். அதனால் விடுதலை, சமூகமாற்றம், புதிய அமைப்புகள் பற்றிய அரசியல் சொல்லாடல்களும் திட்டங்களும் முடிவுக்கு வந்துவிட்டன. விடுதலை பற்றிப் பேசும் தத்துவங்களால் இனிப் பயனில்லை. இனியான அரசியல் உலக வல்லரசுகளின் கூட்டமைப்பும் உள்நாட்டு அரசுகளின் கண்காணிப்பும் கொண்ட முதலாதிக்க அரசியலாகவே இருக்கும். வன்முறை, போர், அடக்குமுறை என்ற சொற்கள் இனியான அரசியல் கட்டமைப்பில் ஒழுங்கமைப்பு என்ற புதிய அர்த்தம் பெறும். உலக அளவிலான வளர்ச்சித் திட்டங்களும் தொழில்நுட்பக் கட்டுமானங்களும் முன்னோக்கிச் செல்வதற்குப் பலகட்ட காலனியாக்கம் மிகத் தேவையான செயல் நெறியாக ஏற்கப்படும். மக்கள்கூட்டங்களைக் கட்டுப்படுத்தி அடிபணியும் குழுக்களாக வகைபிரித்து வழிநடத்தும் அரசியல் தொழில்நுட்பம்தான் இனி உலக ஒழுங்காக அமையும்."

இந்த வாசகங்களை நான் மார்க்சியம் கற்கத் தொடங்கிய காலத்திலிருந்து ஒவ்வொரு நாளும் ஏதாவதொரு வடிவில் யாருடைய மொழி வழியாகவோ கேட்டுக்கொண்டே இருக்கிறேன்.

மார்க்சியத்தின் மீதும், புதிய அரசியல் மீதும் எனக்கு ஈடுபாடு உருவாகத் தொடங்கிய காலகட்டத்திலேயே நான் அதிகம் கேட்டது மார்க்சியம் தோல்வி அடைந்துவிட்டது, கம்யூனிசத்தின் வீழ்ச்சி தொடங்கிவிட்டது, மார்க்சியத்தின் சிக்கல் போன்ற பேச்சுகள்தான். அடக்குமுறை, சர்வாதிகாரம், மனித உரிமை மீறல்கள், சமூக அடிமைத்தனம், தனிமனித சுதந்திரத்தின் அழிவு என்ற கருத்துக்குறிகள் மார்க்சியம், கம்யூனிசம் பற்றிய எதிர்ப்பேச்சுகளின் பகுதியாக மாறியிருந்தன. மார்க்சியத்திற்கு எதிரான வாதங்கள் அறம், அன்பு, மனித இயல்பு, மனித விழுமியம் என்பதுபோன்ற கவித்துவ மொழியில் கட்டப்பட்டிருந்தன. மதங்களின் வழியாகத்தான் இனி விடுதலைகூட சாத்தியம், மதத்தை மறுக்கும் மார்க்சியத்திற்கு இனி எதிர்காலம் இல்லை என்ற மறுகண்டுபிடிப்பும் பரவலாகியிருந்தது. மார்க்சியத்தைக் கற்பதே அதன் சிக்கல்களையும், போதாமைகளையும் கற்பதுதான் என்ற நிலை தமிழ்ச் சூழலில் 1980-களின் தொடக்கத்திலேயே உருவாகிவிட்டிருந்தது. அதில் சிக்கியவர்களில் நானும் ஒருவன்.

ஆன்டி-மார்க்சிஸ்ட், ஆன்டி-மார்க்சியம், ஆன்டி கம்யூனிஸ்ட் என்ற தொடர்கள் பெருமைக்குரிய ஓர் அறிவுமுறையாக ஏற்கப்பட்டிருந்ததை அறிந்து நான் அப்போது குழப்பமடைந்தேன். ஏனெனில் எனக்கு நினைவுதெரிந்த நாளிலிருந்து நான் ஆன்டி கம்யூனிஸ்டாகத்தான் இருந்திருக்கிறேன், அப்படித்தான் நான் வளர்க்கப்பட்டிருக்கிறேன். ஆன்டி கம்யூனிஸ்டாக இருக்க ஒருவருக்கு எந்த முயற்சியும் பயிற்சியும் தேவையில்லை, அது சமூக இயல்பாக, மரபுத் தொடர்ச்சியாக வந்து வாய்த்துத் தன்பாட்டுக்கு நம்மை வழிநடத்திச் சென்றுவிடும், இதுதான் எனது பட்டறிவும்கூட.

மரபு, நம்பிக்கை, சாதி, குடும்ப உறவுகள், தனிமனித, குழு இயல்புகள், பாலடையாளம் அனைத்தும் நம்மை ஆன்டி-கம்யூனிஸ்டாகத்தான் உருவாக்கிப் பெருமையுடன் வளர்க்கின்றன. அவ்வகையில் நாம் ஒவ்வொருவரும் மிதவாத அல்லது தீவிரவாத ஆன்டி-கம்யூனிஸ்டுகளாக இருந்துகொண்டுதான் இருக்கிறோம். பிறகு எதற்கு அரசியல், பொருளாதாரம், உலக வரலாறு, பலதுறை அறிவியல், இலக்கியம், நவீன சிந்தனைகள் என எதையெதையோ கற்று ஒருவர் ஆன்டி கம்யூனிஸ்டாக மாற வேண்டும்? உண்மையாகவே நான் குழப்பத்தில் சிக்கிக்கொண்டேன்.

அந்தக் குழப்பத்துடன்தான் நான் மார்க்சியத்தைத் தொடர்ந்து கற்க நேர்ந்தது. அந்தக் குழப்பத்தின் இன்னொரு பெருங்குழப்பமாக வந்து சேர்ந்தது பிராய்டிய உளவியல், உளப்பகுப்பாய்வியல்,

பிராய்டிசம் என்ற பெயர்களைக் கொண்ட எதிர்ச்சொல்லாடல். இதனை ஏன் எதிர்ச் சொல்லாடல் என்று சொல்கிறேன் என்றால், எனது மார்க்சியப் புரிதல் மற்றும் புலன் முறையைத் தொடர்ந்து கேள்வி கேட்ட கருதுகோள்கள் பிராய்டியத்தின் வாசகங்களால் அமைந்தன. அதனை நானும் அனுமதித்தேன், ஏனெனில் அதனுடன் உரையாடுவதும், அதனைக் கலைத்துப் போடுவதும், தலைகீழாக்கம் செய்வதும் மிக இலகுவாக இருந்தது. அது மனிதர்களின் மனம் பற்றியும், அதன் முரண்கள், மோதல்கள் பற்றியும் தனக்கே உரிய கருதுகோள்களைக் கொண்டதாக இருந்து. அதுவும் மதம், ஆன்மா, தெய்விகம், முக்தி போன்ற ஆய்வறிவுக்கும் பகுத்தறிவுக்கும் அப்பாற்பட்ட கற்பிதங்களையும் கருதுகோள்களையும் ஏற்காத ஒன்றாக இருந்து.

கோபர்னிகன் ரெவல்யூஷன், நியூடனியன் ரெவல்யூஷன், டார்வினியன் ரெவல்யூஷன், மார்க்சியன் ரெவல்யூஷன் என்ற அறிவியல் சிந்தனைப் புரட்சிகளின் வரிசையில் பிராய்டியன் ரெவல்யூஷன் என்ற ஒன்றையும் மேற்கத்திய மரபு இணைத்துள்ளதாக ஒரு வாய்மொழி மரபு இருந்துவருகிறது. ஆனால் மார்க்சிஸ்டுகள் மிகவும் வெறுக்கும் பெயர்களில் ஒன்று சிக்மண்ட் ஃபிராய்ட் என்றும், மார்க்சிஸ்டுகள் என அறிவித்துக்கொண்டவர்கள் ஃபிராய்டிய அணுமுறையையும் விளக்க முறையையும் முற்றாக வெறுக்கிறார்கள் என்றும் பிறகுதான் தெரிய வந்தது. அகம், உளவியல், தனிமனித உள அமைப்பு, சமூக உளவியல், பாலியல் நடத்தை என ஏதாவது ஒரு சொல்லை உரையாடலில் கேட்டாலே முன்னோடித் தோழர்கள் அனைவரும் முகம் சுளித்து, அது எதிர்ப்புரட்சியின் மொழி என்று சொல்லி என்னை அதிலிருந்து மீட்க முயற்சி செய்தார்கள்.

பிராய்டியம் சொல்லும் உள்ளுணர்வு, மனித இயல்பு, அகத்தன்மை பற்றிய கருத்துகள்தான் முதல் கட்டத்தில் மார்க்சியச் சிந்தனை கொண்டவர்களிடம் எதிர்ப்புணர்வை உருவாக்கும். மனிதர்கள் உள்ளுணர்வையும், இயற்கைப் பண்புகளையும் கொண்டுதான் செயல்படுகிறார்கள் எனில் இன்றுள்ள ஆதிக்க, அடக்குமுறை, வர்க்கச் சமூகங்கள் அனைத்தும் உறுதியான மனித இயல்பின் அடிப்படையில் தான் கட்டப்பட்டன என்றும், அதனை மாற்ற இயலாது என்றும் ஒப்புக்கொள்ள வேண்டியிருக்கும்.

அடுத்து மார்க்சிய அணுகுமுறை கொண்டவர்களை அதிகம் எரிச்சலூட்டுவது பிராய்டியத்தின் பாலின்ப விழைவு மற்றும் பாலுணர்வு மையக் கோட்பாடு. இவை இரண்டையும் விட

பிராய்டியச் சொல்லாடலில் மையம் பெறும் தனிமனித மனம், தனிமனித அடையாளம், தனிமனிதருக்கும் சமூகத்திற்கும் இடையில் உள்ள முரண் என்ற கருத்துகள் அரசியல் கருத்தியல் கொண்ட யாருக்கும் உவப்பானதாக இருப்பதில்லை. இவற்றில் மனித இயல்பு, உள்ளுணர்வு என்ற கருத்துதான் எனக்கு அதிகச் சிக்கலுடையதாக இருந்தது.

மார்க்சியம் விளக்கும் மனித அடையாளம் சமூக-வரலாற்று உருவாக்கம். தனிமனிதர்கள் என்ற அடையாளமே சமூக உருவாக்கம்தான். அப்படியெனில் தனிமனித மனம் என்பதை மையமாக, அடிப்படையாகக் கொண்ட பிராய்டியத்துடன் உரையாடல் தேவையா என்ற கேள்வி எனக்குள் தொடர்ந்தது.

ஆனால் என்ன செய்வது, மார்க்சியத்தைப் புலன் முறையாக ஏற்றுக்கொண்ட பின் உரையாடலையும், முரண்வழி அறிதல் முறையையும் என்னால் தவிர்க்க முடியவில்லை. பிராய்டிய கேள்விகளுக்கு எனக்குத் தெரிந்த மார்க்சியத்தின் வழி பதில்களை உருவாக்கிப் பார்க்கத் தொடங்கினேன். அப்படியெனில் மார்க்சியக் கேள்விகளுக்கு பிராய்டியக் கருத்தமைவுகளின் அடிப்படையில் மறுப்போ, மாற்றோ சொல்ல ஒருவர் வேண்டும் இல்லையா? எங்கே போய் தேடுவது!

பிராய்டின் மனித நாகரிகமும் அதன் குறைபாடுகளும் (Civilization and its Discontents) நூல் கம்யூனிச சமூகம் அடிப்படை மனித உணர்வுகளுக்கு மாறானது, மனிதர்கள் வன்முறை, வன்மம், உடைமைகொள்ளுதல் என்ற பண்புகளின் அடிப்படையில்தான் இயங்குகிறார்கள் என ஒரு விளக்கத்தை மட்டும் தரும். அந்த நூலின் மையமான கருத்து பாசிசம் உருவாவது இயல்பானது, இலகுவானது. ஆனால் சமத்துவம், சுதந்திரம் போன்ற கருத்துகளின் அடிப்படையில் ஒரு சமூகம் அமைவது அவ்வளவு இலகுவானதில்லை என்பதுதான். இது மையமாகத் தோன்றினாலும் அதற்கெதிரான வாதங்களும் தரவுகளும் அதற்குள்ளாகவே இருக்கின்றன. மார்க்சியத்திற்குப் பிறகான சொல்லாடல், விளக்க முறை என்ற அளவில் பிராய்டிய கருத்தமைவுகள் ஒவ்வொன்றுமே மார்க்சியத்தை எதிர்நிலைப்படுத்தியோ, இடைக்குறிப்பாக வைத்தோதான் இயங்கமுடியும் என்பது ஒரு நடப்பியல் உண்மை. ஆனாலும் பிராய்டியத்தின் மொழியில் மார்க்சியத்திற்கான பதில்களைச் சொல்ல ஒருவர் தேவைதானே. வேறு வழியின்றி நானே அந்த இரண்டு கதாபாத்திரங்களையும் ஏற்று நடிக்கத் தொடங்கினேன். இந்த இரட்டைத் தன்மையை மிகையில் பக்தின் (Mikhail Bakhtin)

உரையாடல் உறவு (டயலாஜிசம்) என விளக்கியிருப்பதைப் பின்னாளில் அறிந்து கொண்டேன்.

ஆனால் அந்த நடிப்பு கொஞ்ச காலத்திற்குத்தான் நிலைத்தது. எரிக் ஃபுரோம் என்ற அறிஞரின் நூல்கள் சிலவற்றைக் கண்டறிந்தவுடன் அப்படியொரு ஆசுவாசம். புதுவையின் ரோமன் ரோலாந்த் நூலகத்தின் ரெபரன்ஸ் பகுதியில் இருந்த மனிதர் பற்றிய மார்க்சின் கோட்பாடு (1966) என்ற ஒரு நூலைத் தொட்டுத் தடவிப் படித்து ஏதோ கொஞ்சம் புரிந்துகொண்டபோது இனி நடிக்க வேண்டிய தேவையில்லை என்பது புரிந்தது. அதில் மார்க்சின் எக்னாமிக்ஸ் அண்ட் ஃபிலோசபிகல் மன்யூஸ்கிரிப்ட் முழுமையாக இணைக்கப்பட்டிருந்து, ஆனால் அப்போது துண்டுதுண்டான சில வார்த்தைகள் தவிர பெரிதாக எதுவும் எனக்குள் மாமிசமாக மாறவில்லை.

மனம், உடல், உலகம், சமூகம், வரலாறு, அரசியல், மனிதநிலை எனப் பலவற்றின் இணைவு பற்றிய சில மாற்றுப் புரிதல்கள் ஏற்கெனவே உருவாகியுள்ளன என்பதை மட்டும் அறிந்துகொள்ள முடிந்தது. மார்க்சியத்தை மாறுபடும் கேள்விகளால் பகுக்கவும் மாறுபடும் கேள்விகளை மார்க்சிய வயப்படுத்தவும் நாம் என்னவெல்லாம் செய்யலாம் என்பது ஓரளவு புரிந்த காலகட்டம் அது.

எனது சிந்தனை முறையில் சிக்கல்கள் உருவாகும்போதெல்லாம் சில அதிசயங்கள் நடக்கும். நான், எனது என்ற பிராய்டிய அடையாளத்தை இங்கு பயன்படுத்திதான் ஆக வேண்டும். அந்த நான் புத்தகங்கள், விவாதங்கள், உரையாடல்கள், எழுத்துகளின் இடையில் சிக்கிய நானாக இருக்கிறது என்பதை அறியும்போது மார்க்சிய நானாகவும் மாறித்தான் ஆக வேண்டும். அப்படிதான் மார்க்சிய - பிராய்டிய இணைமுரண் சிக்கல்களில் தடுமாறிக்கொண்டிருந்தபோது வில்ஹெம் ரீச் என்ற அறிஞர் முற்றிலும் வேறு வகையில் இந்தச் சிக்கலைக் கையாண்டி ருப்பதும் தெரியவந்தது.

பாலரசியல், பாலியலரசியல், அரசியல் வயப்பட்ட பாலியல், பாலுணர்வின் அரசியல் என்றெல்லாம் நான் சில தொடர்களை உருவாக்கிப் பேசிக்கொண்டிருந்தபொழுது வில்ஹெம் ரீச் (Wilhelm Reich) என்ற ஒரு யூத அறிஞர் "பொலிடிகல் சைகாலஜி அண்ட் செக்ஸ்-எகானமி" (அரசியல் உளவியலும் பாலினப் பொருளியலும்) என்ற ஒரு விளக்க முறையை உருவாக்கிக் காட்டியதுடன், மாஸ் சைகாலஜி ஆஃப் பாசிசம் (பாசிசத்துடன் இணையும் மக்கள் திரள்

உளவியல்) போன்ற பல நூல்களை எழுதிவிட்டு நாடு விட்டு நாடு சென்று அமெரிக்கச் சிறையில் உயிர்விட்டார் (1957) என்பது தெரியவந்தது.

இப்படிதான் சிலநாட்கள் உடல் அரசியல், நுண் அரசியல், அதிகார-ஆதிக்க உளவியல், பாலரசியல் என மார்க்சியத்திற்குள் இருந்தும், மார்க்சியத்தை விரிவுபடுத்தியும் பேச முடியுமா என நான் விவாதித்துக்கொண்டிருந்தபோது மிஷேல் ஃபூக்கோ என ஒரு பிரெஞ்சு அறிஞர் அதைப் பற்றி ஏற்கெனவே நிறைய எழுதிவிட்டு மறைந்துவிட்டார் எனத் தெரியவந்தது. *மேட்னஸ் அண்ட் சிவிலைசேஷன் (Madness and Civilazation)* என்ற ஒரு நூலை அதே நூலக அறையில் உப்புக் காற்றின் சுவையுடன் புரட்டிப் புரட்டிப் படித்து சில துண்டுச் செய்திகளை மட்டும் தெரிந்துகொண்டு குழம்பிக் கிடந்த நாட்களில் ஃபூக்கோ பற்றி வேறு எதுவும் எனக்குத் தெரியாது. அறிதொறும் அறியாமை காண்பதும் அறியாமையை அறிவாக உருமாற்றிக்கொள்வதும் வழுவல்ல கால வகையினானே என்ற மரபுப்படி ஹெர்பர்ட் மார்க்யுஸ் *‘ஈரோஸ் அண்ட் சிவிலைசேஷன்’* எழுதி விட்டதையும், ழான் ஃபிரான்ஸ்வா லியோதார் *‘லிபிடினல் எக்கானமி’* என்ற தலைப்பில் எழுதிவிட்டதையும்கூடத் தெரிந்துகொள்ள நேர்ந்தது.

அந்தோனியோ கிராம்சி, லூயி அல்துஸர், குளுத் லெவிஸ்-ஸ்த்ரோஸ், மிகையில் பக்தின், ழாக் லக்கான், ழாக் தெரிதா, ழீல் தெலுஸ் (தெலுஸ்-கொத்தாரி) என ஒவ்வொரு பெயரும் நூல்களாக வந்து சூழ்ந்தன. பிராய்டிய நானின் தொடர் கரைவு அது. அவை எல்லாமே மார்க்சிய அறிவாய்வு, அமைப்பியல் முறையுடன் உரையாடுபவை, மார்க்சியத்தின் இடைவெளிகளை அடையாளம் காட்டுகின்றவை, மார்க்சியப் புலனுடன் மற்றமைகள் பற்றிப் பேசுகின்றவை, மார்க்சிய முறையியலை விரிவுபடுத்தி அதனைத் தற்காலப்படுத்தும் சொல்லாடல்கள். இனிமேல் மாறுபடும் கேள்விகளுடன் மட்டுமல்ல உடன்படும் கேள்விகளுடனும்கூட எதையும் நான் தனியே சிந்தித்துக்கொண்டிருக்க வேண்டாம் என்ற முடிவுக்கு வந்துவந்த காலம் அது.

சிந்திப்பது என்பதே முதல்நூல், வழிநூல், சார்பு நூல்களின் வாசகங்களுக்கிடையில் அலைவதுதானே. எதைச் சொன்னாலும் அதனைப் ஃபிரெஞ்சிலோ, ஜெர்மனிலோ, ருஷ்ய மொழியிலே யாராவது முன்பே எழுதியும் பேசியும்தான் இருப்பார்கள், எதற்கு இனி வீண் வம்பு. அத்துடன் கம்யூனிசம் வீழ்ந்தது, மார்க்சியம் தோற்றது, வரலாறு முற்றுபெற்றது என உலக அறிஞர்களும்,

உத்தமச் சிந்தனையாளர்களும் அறிவித்து விட்டனர். அதனால் இடையீட்டுப் பிரதியாகவும், இணைநிலைப் பிரதியாகவும் மாறிவிடுவதுதான் தற்காலத்திற்கு உகந்த சிந்தனை முறை, தன்னிலிருந்து தப்பிப்பதற்கான ஒரே வழி என்று தெரிந்தது. தன் மையமற்ற தன்னிலை பற்றிப் புரிந்துகொண்டபோது ஒரு வழியாகத் தமிழின் பின்நவீன-பின்நவீனத்துவ எழுத்து-வாசிப்பு கொண்ட ஓர் உருவமாக மாறியிருந்தேன்.

இதில் மிக மிக ஆச்சரியமளிக்கும் சம்பவம் என்னவென்றால், மார்க்சியத்தை மாறுபடும் கேள்விகளுடன் அணுகும் அனைத்தையும் மார்க்சிய எதிர்ப்பு, மார்க்சிய மறுப்பு என்று அடையாளப்படுத்தி புரட்சிகர வசைபாடும் ஒரு குழு தமிழில் உருவாகியிருந்தது. மாறுபடும் கேள்விகள், புதிய அணுமுறைகள் என்றாலே அவர்கள் படைத்துக் கட்டிக் காத்துவரும் புரட்சிகர-கம்யூனிச உலகைத் தகர்ப்பதற்கான சதித் திட்டம்தான் என்ற இறைநம்பிக்கை அவர்களைப் பலவாறு புலம்ப வைத்தது. மாறுபடாத மார்க்சியம், மாற்றத்திற்குட்படாத மார்க்சியம் என ஒன்றைக் கட்டியெழுப்புவதுதான் எதிர்காலச் சந்ததிகளுக்கு ஏற்றது என நம்புகிறவர்களை நாம் குறைசொல்ல முடியாது. உண்மையாகவே நம்பிக்கையின் அடிப்படையில், உணர்வின் பெருக்கில் மார்க்சியத்தை முற்று முழுதான ஒரு நடைமுறைக் கருத்தியலாக ஏற்றுக்கொண்டு அதனைத் தம் வாழ்வின் அடையாளமாகக் கொண்டவர்களின் பதற்றத்தை, பாதுகாப்பற்ற நிலையை நாம் புரிந்துகொள்ளத்தான் வேண்டும்.

ஆனால் தலித்தியம், அம்பேத்கரியம் என இந்திய அளவிலும் பெண்ணியம், சூழலரசியல், இனவிடுதலை அரசியல், நுண்அரசியல், பாலரசியல், விளம்புநிலை அரசியல், பின்காலனியம் என உலக அளவிலும் உருவாகியுள்ள பின்நவீன உலகின் கருத்தியல் இயக்கங்களைப் புரிந்துகொள்ளாத யாரும் இனியான அரசியல் செயல்பாட்டுக் களங்களில் மட்டுமல்ல சொல்லாடல் களங்களிலும் இயங்கமுடியாது எனச் சொல்லும் யாரையும் "ஃபாசிஸ்ட்" எனச் சொல்லும் ஒரு மனத் தகவமைப்பை எவ்வாறு நாம் புரிந்துகொள்வது.

பின்நவீன மார்க்சியம் தன் போதாமைகளை, இடைவெளிகளை, மௌனங்களை ஒப்புக்கொள்வதில் தயக்கம் காட்டுவதில்லை. மார்க்சியச் சொல்லாடல், அதன் கருத்தியல் களம் உருவான காலகட்டத்தில் நிலவிய பொருள் மற்றும் தொழில்நுட்பக் கட்டமைப்புகள் முழுமையாக மாறிவிட்டன. உயர்தொழில் நுட்ப, நுண்தொழில் நுட்ப உலகக் கட்டமைப்பு உருவாகியுள்ளது. உலக

அரசியல் குழுமங்களும், போர்த்தொழில் வலைப்பின்னல்களும், முதலாதிக்க உத்திகளும் அளவற்ற ஆற்றலைத் தம்மிடம் குவித்து வைத்துள்ளன. வரலாற்றுச் சூழலும், பொருள்வயச் சூழலும் மாறும்போதும் மனித அமைப்புகள் விரிவுபடும்போதும் அதற்கு ஏற்பத் தனக்கான கருத்தியல் தளங்களை மார்க்சிய அறிவு விரிவுபடுத்திக்கொள்ள வேண்டும். அவ்வாறு உருவான ஓர் அறிவுத் தளம்தான் மார்க்சிய விளக்கத்தை ஏற்ற உளப்பகுப்பாய்வு முறை. இது அரசியல் உளவியல், உளவியலின் அரசியல் என்ற இணையமைப்பைக் கொண்டது. இந்த இணையமைப்பு பிராய்டியத்துடன் மட்டுமல்ல வேறு சில உளவியல் கருத்தமைவுகளுடனான உரையாடல், மறுப்பு, மாற்று, தலைகீழாக்கம், விரிவுபடுத்தல் என மறுவாசிப்புகளின் வழி உருவானது.

"கருத்துருவத் தொடர்ச்சியே பிரக்ஞை மற்றும் தன்னுணர்வின் நீட்சியாக அமைந்து ஒரு தனிமனிதரை மற்ற தனிமனிதருடன் இணைக்கிறது. ஒரு மனிதரின் தன்னுணர்வு மற்றவருடன் பரிமாற்றத்தைச் செய்துகொள்ளும் போக்கில்தான் மொழிக்குறிகள் உருவாகின்றன. தனிமனிதரின் பிரக்ஞை மற்றும் தன்னுணர்வு என்பதே மொழிக்குறிகளால் அமைந்ததுதான். கருத்துருவங்களால் (மொழிக்குறி வடிவங்களால்) நிரம்பிய நிலையைத்தான் பிரக்ஞை, தன்னுணர்வு என்று சொல்கிறோம், சமூகவயமான உறவியக்கத்தில்தான் மனம் என்பதே உருவாகிறது" (வொலஷினோவ், மார்க்சிஸம் அண்ட் த பிலாசஃபி ஆஃப் லாங்வேஜ்)[1] என மிகையில் பக்தின் (நிகலோவிச் வொலஷினோவ்) பிராய்டியத்தின் உள்ளமைந்த கட்டமைப்பை வெளியமைந்த கட்டமைப்பாக மாற்றினார்.

ழாக் லக்கான் உள்ளமைந்த அமைப்பான நினைவிலியின்வழி மொழி கட்டப்பட்டது, மொழி நினைவுள் அமைப்பாகச் செயல்படுகிறது என்ற பிராய்டிய விளக்கத்தை மேல்கீழாக, உள்வெளியாகத் திருப்பி நினைவிலிதான் மொழியால் கட்டப்பட்டது, மொழிதான் நினைவிலி என விளக்கினார். இயற்கையின் குறியமைப்பும் சமூக மொழியமைப்பும் இணைந்த புற அக உள அமைப்பு இது.

---

1. "This ideological chain stretches from individual consciousness to individual consciousness, connecting them together. Signs emerge, after all, only in the process of interaction between one individual consciousness and another. And the individual consciousness itself is filled with signs. Consciousness becomes consciousness only once it has been filled with ideological (semiotic) content, consequently, only in the process of social interaction." (Voloshinov, V. N. , Marxism and the philosophy of language, 1929).

"நினைவிலிநிலை (நினைவுள்நிலை, அன்கான்ஷியஸ்) மொழியைப் போல கட்டமைக்கப்பட்டுள்ளது. எந்த அனுபவத்திற்கு முன்பாகவும், எந்தத் தனிமனித பகுத்தறிதலுக்கு முன்பாகவும், சமூகத் தேவைகளுடன் மட்டும் உறவுடைய சமூகப் பொது அனுபவங்களுக்கு முன்பாகவும்கூட பதிந்தமைவது மொழியமைப்பு. அதுவே அறிவமைப்பை ஒருங்கிணைக்கிறது, மொழியமைப்பு நினைவுள்நிலையில் தனது முதல்கட்ட ஆற்றல் மண்டலத்தைப் படியவைக்கிறது. குலக்குறி மரபுகளின் செயல்பாடு பற்றி க்ளோத் லெவிஸ்த்ரோஸ் விளக்குவது இந்த மொழிச் செயல்பாட்டைப் பற்றியதுதான். தொடக்கநிலை வகைப்பகுப்புச் செயல்முறை என்ற சுருங்கிய வடிவில் அங்கு தோற்றம் தருகிறது.

மனித உறவியக்கங்கள் தெளிவாக நிறுவப்படுவதற்கு முன்பே குறிப்பிட்ட சில உறவமைப்புகள் உறுதிவடிவம் பெற்றுள்ளன. இந்த உறவமைப்புகள் இயற்கையிலேயே ஏதோ ஒரு வகையில் அமைந்துள்ள எதிரிணைப் பண்புகளில் இருந்து எடுத்துக்கொள்ளப்பட்டவை. இயற்கையே மொழிக் குறியமைப்புகளை வழங்குகிறது, (சிக்னிஃபையர்ஸ்). இந்தக் குறியமைப்புகளே மனித உறவுகளைப் படைப்புத் தன்மைகொண்டதாக ஒருங்கிணைக்கின்றன, அவற்றுக்குச் செயல்வடிவங்களைத் தருகின்றன, அவற்றுக்கு உருவமளிக்கின்றன" (ழாக் லக்கான், 1977). [2]

லூயி அல்துஸர் விளக்கிய 'ஐடியலாஜிகல் ஸ்டேட் அப்பரட்டஸ்' என்ற கருத்தியல் வழி பிராய்டியம் உருமாற்றம் செய்யப்பட்டது, அது ஒரு வகை சிதைவாக்க விளக்கமாக அமைந்தது.

---

2. "The unconscious is structured like a language... Before any experience, before any individual deduction, even before those collective experiences that may be related only to social needs are inscribed in it, something organizes this field, inscribes its initial lines of force. This is the function that Claude Levi-Strauss shows us to be the truth of the totemic function, and which reduces its appearance-the primary classificatory function. Before strictly human relations are established, certain relations have already been determined. They are taken from whatever nature may offer as supports, supports that are arranged in themes of opposition. Nature provides-I must use the word-signifiers, and these signifiers organize human relations in a creative way, providing them with structures and shaping them."

(Jacques Lacan, The Four Fundamental Concepots of Psycho-Analysis, 1977).

"கருத்தியல்களே தனிமனிதர்களை சமூகத்தன்னிலைகளாக உருவாக்குகின்றன, அல்லது பொருள்படுத்துகின்றன: தனிமனிதர்கள் ஒவ்வொருவரும் தாங்கள் பிறக்கும் முன்பே ஒரு சமூகமனிதராக (சமூகத்தன்னிலையாக) இருக்கிறார், இது அனைவருக்கும் தெரிந்த ஒரு வெளிப்படையான நடப்புண்மை. ஏற்கெனவே நிறுவப்பட்டுள்ள மனிதத் தன்னிலை என்ற வரையறைகளால் அமைந்த 'கருத்துநிலை'க் கட்டமைப்புதான் தனிமனிதர்கள் என ஃபிராய்ட் விளக்குகிறார். குழந்தைப் பிறப்பு என்ற மகிழ்ச்சியான நிகழ்வு பற்றிய எதிர்பார்ப்பை சூழ்ந்திருக்கும் கருத்தியல் சடங்குகளை வைத்தே இதனை விளக்குகிறார். பிறக்கப் போகும் குழந்தையை பற்றிய எதிர்பார்ப்புகள் எந்த அளவுக்கு எந்த எந்த வடிவில் உள்ளன என்பதை அனைவரும் அறிவோம்.

ஒரு குழந்தை பிறப்பதற்கு முன்பே அது ஒரு சமூகத் தன்னிலையாகவே உள்ளது, அது கருவில் உருவான உடனேயே குறிப்பிட்ட குடும்ப மதிப்பீடுகள் சார்ந்து இவ்வாறுதான் இருக்க வேண்டும் என்ற எதிர்ப்பார்ப்பும் தொடங்கிவிடுகிறது. இந்தக் குடும்ப மதிப்பீடுகள் தமக்கே உரிய தனித்தன்மையுடன் கட்டமைக்கப்பட்டவை என்பதை நான் விளக்கத் தேவையில்லை. மிகமிக இறுக்கமான, வெறித்தனமான மதிப்பீடுகளால் ஏற்கெனவே உருவாக்கித் தரப்பட்டுள்ள தன்னிலைக்குள் தனது இடத்தைப் புதிய ஒரு தனிமனிதர் கண்டடைய வேண்டும். முன்பே உருவாக்கப்பட்ட சிறுவன், சிறுமி என்ற பால்நிலை அடையாளத்திற்குள் தம்மைப் பொருத்திக்கொள்ள வேண்டும். குழந்தை வளர்ப்பு, கல்வி சாரநத அததனைச சடங்குகளிலும் படிந்துள்ள மதிப்பீடு சார்ந்த கட்டுப்பாடுகளும் முன்நிபந்தனைகளும் ஏற்படுத்தும் விளைவுகள் நன்கு தெரிந்ததுதான். பாலுறுப்பு நிலை மற்றும் அதற்கு முன்பான பாலுணர்வுத் தன்மைகள் பற்றி ஃபிராய்ட் விளக்கியதுடன் இது தொடர்புடையது, அந்தக் கட்டுப்பாடுகளின் விளைவான அழுத்தமே இங்கு நினைவுள் என அறியப்படுகிறது" (லூயி அல்துஸர், *1970*).[3]

---

3 "Thus ideology hails or interpellates individuals as subjects. : That an individual is always-already a subject, even before he is born, is nevertheless the plain reality, accessible to everyone and not a paradox at all. Freud shows that individuals are always 'abstract' with respect to the subjects they always-already are, simply by noting the ideological ritual that surrounds the expectation of a 'birth', that 'happy event'. Everyone knows how much and in what way an unborn child is expected.

இந்தக் கருத்தியல்களை நாம் தமிழில் விரிவாகப் பேச வேண்டியுள்ளது, அதாவது தமிழ்ச் சொல்லாடலாக மாற்றி, தமிழ்ப் புலனாக உள்வாங்கிப் பேச வேண்டியுள்ளது. அந்தப் பேச்சை தொடர்வதற்கு முன் ஃபிராய்ட் தன் நிலைப்பாட்டையும் புரிதலையும் மாற்றிக்கொண்டு சமூகவயமான மனிதர்கள் பற்றிப் பேசத்தொடங்கிய போது பிராய்டியம் மார்க்சிய அமைப்பியலின் ஒரு பகுதியாக மாறியதை இங்கு பதிவு செய்ய வேண்டும்.

பின்வரும் இரு முற்கோள்கள் தம்மளவில் இணைப்பைக் கொண்டவை. இவை இரண்டும் நமது உரையாடலைத் தொடர்வதற்கான முற்கோள்களும்கூட. பிராய்டியம் மார்க்சிய உளப்பகுப்பாய்வுக்கு உட்படும் நிகழ்வு இது.

முற்கோள்- 1

"பொருள்முதல்வாதக் கருத்தமைப்புப்படி உற்பத்தியும், மறு உற்பத்தியும் வரலாற்றைக் கட்டமைக்கும் மிக அடிப்படையான இரண்டு காரணிகள். இவற்றிலும் இருவகைத் தன்மைகள் உள்ளன. உணவு, உடை, வாழிடம் போன்ற வாழ்வாதாரப் பொருள்களை உற்பத்தி செய்தல் ஒருபுறம், தம் இனத்தைப் பெருக்குவதற்கான உயிர் உருவாக்கம் இன்னொரு புறம். ஒரு குறிப்பிட்ட வரலாற்றுக் காலகட்டத்தில் ஒரு குறிப்பிட்ட நாட்டின் மனிதர்கள் எந்த எந்தச் சமூக நிறுவனங்களின் கீழ் வாழ்கிறார்களோ அவையெல்லாம் உழைப்பு, குடும்பம் என்ற இரண்டு உற்பத்தி உறவுகளினால்தான் கட்டமைக்கப்படுகின்றன."

Before its birth, the child is therefore always-already a subject, appointed as a subject in and by the specific familial ideological configuration in which it is 'expected' once it has been conceived. I hardly need add that this familial ideological configuration is, in its uniqueness, highly structured, and that it is in this implacable and more or less 'pathological' (presupposing that any meaning can be assigned to that term) structure that the former subject to-be will have to 'find' 'its' place, i.e. 'become' the sexual subject (boy or girl) which it already is in advance. It is clear that this ideological constraint and pre-appointment, and all the rituals of rearing and then education in the family, have some relationship with what Freud studied in the forms of the pre-genital and genital 'stages' of sexuality, i.e. in the 'grip' of what Freud registered by its effects as being the unconscious." (Louis Althusser, Lenin and Philosophy and other Essays, 1971).

"மனிதர்களே பயன்படும் பொருள்களாக மாறினார்கள், அவர்களின் உற்பத்தி ஆற்றல் பயன்படும் பொருளாக மாறியது, மனிதர்களை அடிமைகளாக மாற்றினால் அதனைத் தன் உடைமையாக மாற்றமுடியும் என்ற நிலை உருவானது. மனிதர் தமக்குள் பரிமாற்றத்தை செய்துகொள்ளத் தொடங்கிய நிலையிலேயே மனிதர்களையும் பரிமாற்றம் செய்துகொள்வது தொடங்கிவிட்டது. ஆற்றலுடைய மனிதர்கள் அடங்கியிருக்க வேண்டிய நிலை ஏற்பட்டது, அவர்களின் விருப்பத்தை மீறியே அது நடந்தது" பிரடெரிக் எங்கெல்ஸ் *(குடும்பம், தனிச்சொத்து, அரசு ஆகியவற்றின் தோற்றம், 1884, MECW 26).*

முற்கோள்-2

"விலங்கு நிலையில் இருந்து மாறுபட்டு, முன்னேற்றமடைந்த, நாகரிகமடைந்த மனிதச் சமூகம் உருவான நிலையை இரண்டு கட்டங்களாக நாம் விளக்கலாம். இயற்கையின் ஆற்றலைக் கட்டுப்படுத்தி மனிதத் தேவைகளை நிறைவேற்றுவதற்கான வளங்களாக அவற்றை மாற்றும் திறனையும் அறிவையும் பெருக்கிக்கொண்டதை முதல் கட்டமாகக் கூறலாம், உற்பத்தியான இயற்கை வளங்களை மனிதர்கள் தமக்குள் பங்கிட்டுக்கொள்வதற்குத் தேவையான அனைத்து வகையான விதிமுறைகளையும் கட்டுப்பாடுகளையும் உருவாக்கிக் கொண்டதை இரண்டாவது கட்டம் எனக் கூறலாம்.

இந்த இரண்டு நிகழ்வுகளும் தனித்தனியாக நடந்தவை அல்ல. இருக்கக் கூடிய வளங்களைக் கொண்டு மனித உயிரியல்-உள்ளுணர்வுத் தேவைகள் நிறைவேற்றப்படும் என்ற அடிப்படைப் புரிதலின் மீதுதான் மனிதர்கள் தமக்குள்ளான சமூக உறவைக் கட்டியெழுப்பிக் கொள்கிறார்கள். ஒவ்வொரு தனிமனிதரும் மற்ற ஒருவரின் வளமாக, சொத்தாகப் பயன்பட முடியும். உழைப்பைத் தரக்கூடிய மனித உடல் அல்லது பாலின்பப் பொருளாகப் பயன்படுத்தப்படும் உடல் என இரண்டு வகையில் சொத்தாக உடைமையாக மாறமுடியும். சமூக அமைப்பு அனைத்து மனிதர்களின் நலன்களுக்குமானது என்ற ஒரு பொது நம்பிக்கை இருந்தபோதும் ஒவ்வொரு தனிமனிதரும் (உள்ளுணர்வின்) அடிப்படையில் சமூக அமைப்பு மற்றும் அதன் விதிமுறைகளுக்கு எதிரானவர்கள்தான்.

மனிதர்கள் தனித்தனி உயிர்களாக வாழ முடியாது என்பது உண்மை, அதே சமயம் சமூக அமைப்பிற்காகத் தனிமனிதர்கள் தம் உள்ளுணர்வுகளைத் தியாகம் செய்ய வேண்டியிருப்பதாகவும்

உணர்கிறார்கள். அதனால் சமூகம் தனிமனிதர்களிடமிருந்து தொடர்ந்து தன்னைக் காத்துக்கொள்ள வேண்டிய நிலையிலிருக்கிறது. மனித வளங்களைப் பகிர்ந்தளிப்பது மட்டும் அதன் நோக்கமல்ல, அந்தப் பங்கீட்டு முறையைத் தொடர்ந்து பாதுகாக்கவும் வேண்டும்.

மனிதர்களின் உள்ளியல்பான வெறுப்புணர்வின் அழிவுத் தன்மையிலிருந்து இயற்கையைக் கட்டுப்படுத்தும் திறனைத் தொடர்ந்து பாதுகாப்பது, உற்பத்தி செய்யப்பட்ட வளங்களைப் பாதுகாப்பது எனச் சமூக அமைப்பு இரண்டு வகைப் பாதுகாப்புகளை மேற்கொள்ள வேண்டியுள்ளது, அதன் விதிமுறைகள், நிறுவனங்கள், சட்டங்கள் அனைத்தும் இதற்கானதாகவே உள்ளன.

மனிதப் படைப்புகள், உருவாக்கங்கள் அனைத்தும் மிகச் சாதாரணமாக அழிக்கப்படலாம். மனித அறிவால் உருவாக்கப்பட்ட அறிவியல், தொழில்நுட்பங்கள் அனைத்தும்கூட மனிதர்களின் உள்ளியல்பாக உள்ள (சமூகத்தின் மீதான) வெறுப்பு உணர்வினால் உருவாகும் அழிவுத் திட்டங்களுக்குப் பயன்படுத்தப்படலாம்" - சிக்மன்ட் ஃபிராய்ட் (The Future of an Illusion, 1928).

உள்ளுணர்வின் அரசியல், மார்க்சிய உளவியல்

மனித சாராம்சத்தை மதத்தின் சாராம்சத்துடன் கலந்து குழப்பிவிடும் தத்துவ வீண்வாதிகள் மீது கார்ல் மார்க்ஸ் கொண்டிருந்த கோபம் அதிகம். அவர்களைப் பற்றி நேர்ப்பேச்சில் மிகக் கடுமையான சொற்களில் அவர் பேசியிருக்கக்கூடும். தன் தோழர் எங்கெல்சுடன் அவர்களைப் பற்றிப் பேசும்போது எரிச்சல் நிறைந்த வசைமொழிகளை இறைத்திருப்பார் என நினைக்கிறேன். ஆனால் எழுத்தில் நல்ல பிள்ளை போலத் தன் மறுப்புகளை மட்டுமே பதிவு செய்வது அவர் வழக்கம். “மனித சாராம்சம் என அறியப்படும் ஒன்று ஒவ்வொரு தனித்த மனிதரிடமும் உள்ளார்ந்து இருக்கின்ற அரூபமான ஒரு பண்பு நிலையல்ல. நிகழ்நிலையில் அது சமூக உறவமைப்புகளின் கூட்டிணைவாகும்” எனத் தன் எதிர்கால அரசியல் பொருளியல் ஆய்வுகளுக்கான அடிப்படைகளில் ஒன்றைப் பதிவு செய்து (1845) மார்க்சிய உளப்பகுப்பாய்வியலுக்கான அடிப்படையையும் உருவாக்கித் தருகிறார். மார்க்சியத்தை மீண்டும் மீண்டும் கற்பதும் புரிந்துகொள்வதும் புதிய புலனறிதலாக மாறுவதை ஒவ்வொரு முறையும் உணர்வதற்குக் காரணமான பல வரிகளில் இதுவும் ஒன்று. இந்தக் கருத்தாக்கம் பின்னாளில் அமைப்பியல், மொழியியல் உரையாடல்கள் பலவற்றின் முற்கோளாக மாறியது.

ஆன்மா என ஒன்றை முன்னிருப்பாகக் கொண்ட மதங்களை மட்டுமல்ல, இயற்கைப் பண்பு, உள்ளியல்பு, உள்ளுணர்வு, உயிரியல் உந்தம் என்ற கருத்தாக்கங்களால் மனித உளவியலையும் மனச் செயல்பாட்டையும் விளக்க முயலும் பிராய்டிய விளக்க முறையையும் அடிப்படை நீக்கம் செய்துவிடுகிறது இந்தக் கருதுகோள். “மத உணர்வை வரலாற்று நிகழ்வுப் போக்கிலிருந்து பிரித்தெடுத்து அதனைத் தன்னிலையான ஒன்றாக நிறுவி, அருவமாகத் தனித்தியங்கும்

ஒரு மனித நிலையை முன்னுறுதி செய்துகொள்ள" முயல்கிறவர்களும் "உள்ளியல்பான, மொழிகடந்த, பொதுமைப்பட்ட பண்பு நிலைகளைக் கொண்ட பல தனிமனிதர்கள் இயற்கையான முறையால் ஒன்றிணைக்கப்பட்டு உருவான இனம் என்ற கூட்டுநிலைதான் மனித சாராம்சத்தை நிறுவுகிறது" என உறுதிப்படுத்த முயல்கிறவர்களும் "மத உணர்வு என்பதே ஒரு சமூக வரலாற்று உருவாக்கம்" என்பதை அறியாதவர்களும் "தனிமனிதர் எனத் தத்துவங்களால் அறியப்படும் எந்த ஒருவரும் மெய்யாகக் குறிப்பிட்ட ஒரு சமூக வடிவத்தின் உள்ளமைந்த பகுதி" என்பதைப் புரிந்து கொள்ள முடியாதவர்கள். இவர்கள் இனி மனிதர்கள் பற்றிய ஆய்வைச் செய்ய முடியாது என அறிவிப்பதுதான் மார்க்சிய உளவியல். நனவிலி மனம், பாலின்பத் தன்னிலை, பால்விழைவு (அன்கான்ஷியஸ், லிபிடோ) என்ற கருத்தமைவுகள் வழி மனிதர்களை மறுவரையறை செய்ய முயன்ற பிராய்டிய முறையியலை அது உருவாகும் முன்பே கேள்விக்குட் படுத்திவிட்ட மார்க்சிய வாக்கியங்கள் இவை. மார்க்சியம் மதம் சார்ந்த உணர்வுநிலை பற்றிச் சொல்வது பிராய்டிய உளவியலுக்கும் பொருந்தும் எனப் பின்னாளில் மிகையில் பக்தின் (வொலஷினோவ்) நிறுவியதன் பின் அது மொழியியல், குறியியல், அமைப்பியல் சிந்தனைகளைப் புதிய மொழியில் பேச வைத்தது. ஆனால் பிராய்ட் அடையாளம் காட்டிய 'அன்கான்ஷியஸ் (நனவிலி), கான்ஷியஸ் (நனவு)' உறவு மொழியின் அடிப்படைச் செயல்பாட்டையும் பண்பையும் விளக்குகிறது என பக்தின் ஒப்புக்கொண்டார். "மொழிச் செயல்பாட்டுக்கும் மனித நடத்தை மற்றும் செயல்பாடுகளுக்குள் நிகழும் சிக்கலான இணைப்பு-முரண் உறவுகளை ஆய்வு செய்து அதனை உளவியல்-உளப்பகுப்பாய்வு முறையாக மாற்றியதே" பிராய்டின் பங்களிப்பு என அவர் அடையாளம் காட்டினார்.

"மார்க்சியம் மனம், அகச் செயல்பாடு, உளச் செயல்கள் என எதையும் மறுப்பதில்லை. அவை நிகழ்வு மெய்கள் என்பதையும் மறுப்பதில்லை, ஆனால் அவை மொழியின் வழி நிகழும் உள்ளமைந்த பேச்சு, வெளியமைந்த பேச்சு என்ற வடிவில் அமைகின்றன எனச் சொல்கிறது. அனைத்துவிதமான மனிதச் செயல்பாடுகளும் சமூக உந்துதலின் வழியும், சமூகச் சூழலின் வழியும்தான் நிகழ்கின்றன. மொழியின்றி மனித மனம் இல்லை, மொழியோ தனித்த மனிதர்களின் உள் மன உருவாக்கம் இல்லை, அது சமூக வரலாற்று இயக்கத்தால் உருவானது. மொழியில் நுழையும்போதே தனிமனிதர்கள், உயிரியல் மனிதர்கள் என்ற நிலை கரைந்து சமூக மனிதநிலை உருவாகி விடுகிறது. நாம் மனித நிலை, மனிதப் பண்பு எனச் சொல்வதெல்லாம் மொழிவழி அமைந்த சமூகமனித நிலையைத்தான். இயற்கை மற்றும்

சமூகச் சூழலமைப்பில் மனிதர்கள் இயங்கும் முறையும் அவர்களின் நடத்தைமுறையும்தான் உளவியலின் அடிப்படை” என பக்தின் மார்க்சின் வாக்கியங்களைச் சற்றே விரிவுபடுத்தி விளக்கினார்.

இவற்றிற்கு முன்விளக்கமாக, அடிப்படைக் கருத்தாக்கமாக அமைவது “உடைமை, பொருள்வளம், உற்பத்தி இவை அனைத்தும் மொழியைப் போன்றே செயல்படுகின்றன, அவை தனிமனிதர்களின் உருவாக்கம் அல்ல” என்ற மார்க்சின் அறிவிப்பு. “ஒரு சமூகத்தின் இயற்கையான உறுப்பினர் என்ற வகையில்தான் தனிமனிதர்கள் ஒரு மொழியைத் தமக்கானது எனக் கண்டு அத்துடன் இயல்பாகத் தம்மை உறவுபடுத்திக் கொள்கிறார்கள். தனிமனிதர் உருவாக்கும் மொழி என்ற கருத்தே பொருளற்றது. அதே போலத்தான் உடைமை, பொருள்வளம் போன்றவையும். மொழி ஒரு சமூகத்தின் உற்பத்தி என்பதுடன் இன்னொரு வகையில் மொழிதான் சமூகத்தின் இருப்பே. சமூகம் தனது இருப்பைப் பொருள்படுத்தும் வடிவம் மொழிதான்” *(கார்ல் மார்க்ஸ்).*[1]

பிராய்டியத்தின் அடிப்படைகளில் ஒன்றான நினைவிலி, உள்மனம் என்பதை தலைகீழாக்கம் செய்துவிட்ட மார்க்சிய உளவியல் லிபிடோ, ஈரோஸ் என்ற பாலின்ப அக விழைவு, உள்ளார்ந்த பாலிச்சை, மறைந்துறையும் பாலின்ப வேட்கை போன்ற கருத்தியலையும் தலைகீழாக்கம் செய்கிறது. மனித இச்சை, வேட்கை *(டிசையர்)* என்ற செயல்பாடு, அழுத்தம் என எதுவும் இல்லை என்பதல்ல மார்க்சிய பாலியல் உளவியல். அது உயிரியல் அடிப்படையில் இயங்குவது என்பதையும் மறுப்பதில்லை. ஆனால் பிராயட் குறிப்பிடும் “சமூக விதிகளால் அமுக்கப்படும், உருவற்ற கற்பனைகளால் இயக்கப்படும், தனிமனிதர்களின் மூளைக்குள் அடைபட்ட பாலிச்சை” என ஒன்று இல்லை எனச் சொல்கிறது. சமூக அமைப்பிற்காக ஒவ்வொரு தனிமனிதரும் தியாகம் செய்ய வேண்டிய அளவுக்கு உள்ளிருந்து உருவாகி, உள்ளடங்கியதாய், கொந்தளிக்கும் உள்ளுணர்வாய் உடன்பிறந்த ‘பாலிச்சை’ என

---

1. “With regard to the individual, for instance, it is evident that he himself relates to his language as his own only as the natural member of a human community. Language as the product of an individual is an absurdity. But this is equally true of property. Language itself is just as much the product of a community as in another respect it is the being of the community, its articulate being, as it were.” (Outlines of the Critique of Political Economy 1857-58, MECW, 28: 414)

ஒன்றும் இல்லை எனச் சொல்கிறது. அதாவது "சமூகத்தின் மீது மனிதர்கள் உள்ளார்ந்து வெறுப்பு கொள்ளும் அளவுக்கு" உள்ளிருந்து இயக்கும் 'பாலிச்சை, மையவிசை' என ஒன்று இல்லை எனச் சொல்கிறது.

இந்தக் கற்பிதப் பாலிச்சையும் ஆன்மா, மதம், இறைமை, போன்றே சமூக, வரலாற்று, மொழிவழி உருவாகி வடிவமைந்த ஓர் உளவியல்பு நிலைதான் என்கிறது மார்க்சிய உளவியல். மனிதர்களின் உயிரியல் பாலியல்பு உளவியல் பாலியல்பாக மாறுவது புனைவுகள், குறியீடுகள், காட்சிகள், பிம்பங்கள், கற்பனைகள், கதைகள், கவிதைகள் வழியான பெருக்கச் செயல்பாடு என்கிறது லக்கானிய உளப்பகுப்பு முறை.

இதனை இன்னொரு வகையில் சொல்லலாம். "சமூகம் பாலியலை ஒடுக்குவதில்லை, சமூகம்தான் பாலியலைப் பெருக்குகிறது. உடல்பால் செயலைப் பாலின்பச் செயல்களாக பாயச் செய்கிறது. அதன் புனைவுகள் எல்லையற்ற இச்சைகளை உருவாக்கித் தருகிறது. அது உருவாக்கும் இச்சைகளின் வழியேதான் போதாமை, கிட்டாமை, குறைவுணர்வு என்பவை உருவாக்கப்படுகின்றன." இதனைப் பெண்ணிய மொழியில் "பெண்மை, பெண்நிலை என்பது பிறப்போ, உயிரியல் அடையாளமோ அல்ல, அது சமூக, வழக்காற்று, அரசியல், வரலாற்று உருவாக்கம்" என்பதுடன் நேரடியாகப் பொருத்திப் பார்க்கலாம்.

இச்சையில் உள்ளுணர்வின் ஒரு கூறு இருக்கலாம். ஆனால் 'இச்சைக்கான பொருள்', ஆப்ஜக்ட் ஆஃப் டிசையர் நிச்சயம் வெளியில் உள்ளது, அது சமூக, வரலாற்று, மொழிக்குறிகளின் தொகுப்பு. மார்க்சின் கணக்குப்படி "உற்பத்தி செய்யப்பட்ட பின்தான் ஒரு பொருள் நுகர்வுக்கு உரியதாக, நுகர்வின் தேவையை உருவாக்குவதாக உள்ளது." பால் உளவியலின் மிக அடிப்படையான ஊடக உளவியலின் உள் கட்டமைப்பை விளக்கும் மார்க்சிய கணக்கீடு இது, "பொருளுற்பத்தி தான் குறிப்பிட்ட வகையிலான நுகர்வுப் பயன்பாட்டை உருவாக்கி நுகர்தல் முறையை உற்பத்தி செய்கிறது. ஒரு தேவையை உருவாக்கி, நுகர்தலை ஊக்குவித்து பயன்கொள்வதற்கான திறனையும் அதுதான் உற்பத்தி செய்கிறது."[2]

---

[2] "Production, on the other hand, produces consumption by creating the definite mode of consumption, and also by creating the incentive to consumption, the very capacity to consume, as a need." (Economic Manuscripts of 1857-1858, MECW, 28: 31)

பொருளுற்பத்தியைக் குறியமைப்பின் உற்பத்தியுடன் இணைக்கும்போது வேட்டைக்கான களம், இச்சைக்கான பொருள் எனத் தொடர்ச்சிகளை உருவாக்கும்.

ஒரு சமூகத்தின் பாலியல்பும், இச்சைகளும், பாலியல் போதாமைகளும், மீறல்களும், பாலொழுக்கமும், பாலியல் குற்றங்களும் ஒவ்வொரு காலகட்டத்திலும் அதன் அரசியல், பொருள்வள அதிகார அமைப்புகளாலும் போர்முறை வரைபடங்களாலும்தான் கட்டப்படுகின்றன. உற்பத்தி, உற்பத்தி முறை, பரிமாற்றம், விநியோகம், உபரி மதிப்பு, வளப்பெருக்கம், வளக்குவிப்பு என்ற தொடர் செயல்பாட்டின் இணையமைப்புகளாகப் பாலியல் விதிகளும், புனைவுகளும், இச்சைவடிவங்களும், மீறல்களும் அமைகின்றன. இதனைத்தான் பாலரசியல் என்றும் பாலியல் அரசியல் என்றும் மார்க்சிய உளவியலாளர்கள் குறிப்பிடுகின்றனர். பிராய்டியம் இந்தத் தளத்தில்தான் தன் பங்கை அதிகமாகச் செய்துள்ளது. அதாவது "உழைப்பைத் தரக்கூடிய உடல்", "பாலின்பப் பொருளாகப் பயன்படுத்தப்படும் உடல்" என்ற வகைமையை அது அடையாளம் காட்டியதுடன் "தனிமனிதர்களின் பாலின்ப இச்சைகளை, பாலியல் வேட்கைகளை" சமூக, அரசியல், அதிகார, போர் இச்சைகளாக உருமாற்ற முடியும் என்றும் பாலியல்பின் வகைமைகளைத் திரித்தும் பெருக்கியும் பாசிசம் போன்ற அழிவுத் திட்டங்களுக்குப் பயன்படுத்த முடியும் என்றும் தரவுகளுடன் விளக்கிக் காட்டியது. இதன் தொடர்ச்சியாக அமைந்ததுதான் வில்ஹெம் ரீச் விளக்க முயன்ற விடுதலைக்கான பாலியல்பு நிலை, ஒடுக்கமற்ற, புனைவுகள் மறுத்த பாலின்ப உறவுகள் பற்றிய அரசியல் திட்டம். பிராய்டிய உளவியலின் நோக்கம் நோயற்ற மனம், வலியற்ற நடத்தை, துயரங்களில் உழலாத மனம் கொண்ட மனிதர்களை உருவாக்குவதுதான் என்பதை யாரும் மறுக்க முடியாது.

மனப்பிறழ்வுகளுக்கும் மனச்சிதைவுகளுக்கும் மட்டுமல்ல, உடல் நோய்களுக்கும்கூட தனி மனிதர்களின் மீது நிகழ்த்தப்படும் மொழிவழி, நடத்தைவழி வன்முறைகளும் அடக்குமுறைகளும்தான் காரணம் என்பதை பிராய்டியம் விரிவாகவே விளக்குகிறது. ஆனால் அதன் தொடக்கமும் முடிவும் தனிமனிதர், குடும்பம், பாலிணை உறவுகள் என்ற வட்டத்திற்குள் முற்றுப் பெற்றுவிடுவதான ஒரு தோற்றத்தை அது உருவாக்கியிருந்தது. அதனை பிராய்ட் ஒரு கட்டத்திற்குப் பிறகு மீறியபோதும் அரசியல், சமூக, வழக்காற்று, அதிகார உறவுகளுக்கும் மனித உளவியலுக்குமான உறவை விளக்க முடியாமல் தேங்கிப் போயிருந்தார். அவருக்குத் தனி

மனிதர்கள் இயற்கையிலேயே பாசிசமும், வன்முறையும் கொண்ட "அடிப்படையில் சமூக அமைப்பு மற்றும் அதன் விதிமுறைகளுக்கு எதிரானவர்கள்" என்ற எண்ணமும் தொடர்ந்து இருந்துவந்தது. மாற்றுச் சமூக அரசியல் திட்டங்கள் பற்றி அவர் மிகுந்த அவநம்பிக்கை கொண்டிருந்தார். அவரது உளவியல் அவர் காலத்தின் போர்-பாசிச அடக்குமுறை அரசியலின் விளைவால் உருவான உளவியல்தான் என்பது சொல்லித்தான் தெரிய வேண்டும் என்பதில்லை. மார்க்சிய அரசியலும் அரசும் உருவாகிப் பரவலாகிக்கொண்டிருந்த 1917-39 காலகட்டத்தில் அதைவிட வலிமையாக, கடுமையாக பாசிசமும் பரவலாகிக் கொண்டிருந்தபோது மனிதர்களின் இயற்கையான பண்பு, உள்ளுணர்வு என்பதற்கெல்லாம் என்ன அர்த்தம் என்று ஆய்வு செய்திருப்பாரேயானால் மார்க்சிய சமூக அரசியல் உளவியல் தளத்தையும் பிராய்ட் புரிந்துகொண்டிருக்கக்கூடும்.

போர் மிகவும் தொன்மையானதும், மனித உடல் கூறுடன் உறவுடையதுமாக இருக்கலாம். ஆனால் உலகப் போர்கள் ஆயுதப் பெருக்கம், அரசு அமைப்புகள், தொழில்நுட்பங்களின் விளைவுகள் என்பதை மதங்களை மாயை-பொய்மை என்று சொன்ன பிராய்டியம் ஒப்புக்கொண்டது. அதே போல்தான் பாலின்ப விழைவு உயிரியல்-உடலியல் செயல்பாட்டின் ஒரு விளைவாக இருக்கலாம், ஆனால் பாலியல் சிக்கல்களும், பாலிச்சைப் பெருக்கங்களும் நுகர்வு விதிகள் மற்றும் குறியீட்டுப் பொருள்களின் விளைவுகள் என்பதை இன்றைய பிராய்டியம் ஒப்புக்கொள்கிறது.

அது மாறாத மனிதப் பண்பு, இயற்கை இயல்பு, உள்ளுணர்வு என்ற ஆண்மையக் கருத்தியலைத் தனக்குள்ளாகவே மறுத்துள்ளது. "நல்ல சூழலில் வளர்க்கப்பட்ட பகுத்தறிவின் உயர்ந்த பண்புகள் கற்பிக்கப்பட்ட புதிய தலைமுறையினர், சமூக ஒன்றியத்தினால் கிடைக்கும் நற்பேறுகளை வாழ்வில் அனுபவப்பூர்வமாக உணர்ந்து வளர்வதனால் சமூகநலனுக்காகத் தம்மை அளிப்பார்கள். சமூகம் தங்களின் சொத்து என்ற உணர்வு அவர்களுக்கு உருவாகும், அப்போது சமூகத்திற்காகத் தம் உள்ளுணர்வு இச்சைகளைத் துறக்கவும் சமூகத்தைப் பாதுகாக்கத் தம் உழைப்பைத் தரவும் தம்மைத் தயார்படுத்திக் கொள்வார்கள். இதனை அவர்கள் அடக்குமுறை, கட்டாயம் எதுவும் இன்றியே செய்யக்கூடிய பக்குவத்தை அடைவார்கள். இதுபோன்ற மனித சமூகத்தை எந்த ஒரு பண்பாடும் இதுவரை உருவாக்கவில்லை, ஏனென்றால் எந்த சமூகப் பண்பாடும் இதற்குத் தேவையான நடைமுறையை உருவாக்கிக்கொள்ளவில்லை. குறிப்பாக, குழந்தைப் பருவத்திலிருந்து நற்பண்புகளை வளர்க்கும் முறை எந்தக் கலாச்சாரத்திலும் இல்லை. பலவிதமான மனித

உள்ளுணர்வுகளின் தன்மை மற்றும் வடிவம் குழந்தைப் பருவத்தின் அனுபவங்களால்தான் மாற்றமடைகின்றன, தமக்கான இறுதி வடிவத்தைப் பெறுகின்றன என்ற உண்மை உளவியலின் கண்டுபிடிப்புகளால் உறுதி செய்யப்பட்டுள்ளது" (Sigmund Freud, The future of an illusion, 1928).

இதனைத்தான் மார்க்சியம் வேறு விதமாகச் சொல்கிறது, அரசியல், சமூக அமைப்பின் வழி மனிதர்களை விளக்குகிறது. மனிதர்களின் பண்பு வரலாற்றின் வழியாக சேகரமான, கூட்டிணைவு என்கிறது. அதனை விளக்குவதும் புரிந்துகொள்வதும் மட்டுமல்ல மாற்றவும் முடியும் என்று சொல்கிறது.

"சூழ்நிலைமைகள், வளர்ப்பு ஆகியவற்றால் உருவாக்கப்படுபவர்கள் மனிதர்கள். எனவே, பல்வேறு மாறுபாடுகள் கொண்ட மனிதர்கள் வேறுபட்ட சூழ்நிலைமைகளாலும் மாறுபட்ட வளர்ப்பு முறையாலும் உருவாக்கப்பட்டவர்கள் என்று சொல்லும் இயக்கமற்ற பொருள் முதல்வாதக் கோட்பாடு, மனிதர்கள்தாம் சூழ்நிலைமைகளை மாற்றுகிறார்கள் என்பதையும், கற்பிக்கிறவனுக்கே கற்க வேண்டிய தேவை இருக்கிறது என்பதையும் மறந்துபோனது. எனவேதான் சமுதாயத்தை இரண்டு பகுதிகளாகப் பிரித்து ஒன்றை மற்றதைவிட மேம்பட்டதாகக் காட்டுகிற நிலைப்பாட்டை இக்கோட்பாடு அடைகிறது. சூழ்நிலைமைகளின் மாற்றமும் மனிதச் செயல்பாடும் ஒருங்கிணைந்தே நிகழ்வதைப் புரட்சிகரமான செயல்பாட்டின் வழியாக அறிந்து கொள்ளமுடியும், பகுத்தறிவு சார்ந்து புரிந்துகொள்ளவும் முடியும்" *(கார்ல் மார்க்ஸ், 1845).*

மையம் தகர்ந்த உலகம்

சோஷலிசம், கம்யூனிசம், மார்க்சியம், மார்க்ஸ் என்ற சொற்களுக்கிடையில் உள்ள உறவுகளும் ஊடாட்டங்களும் நம்மை அலைக்கழிக்கின்றன. சோஷலிசம், கம்யூனிசம் என்ற கோட்பாடுகள் அல்லது கனவுத் திட்டங்கள் மார்க்சுக்கும் மார்க்சியத்திற்கும் முன்பே இருந்தவை. கம்யூனிசம் ஓர் அரசியல் சக்தியாக, அரசுகளை அச்சுறுத்தும் ஆற்றலாக உருவாகிப் பெருகிப் பரவிக்கொண்டிருந்த காலகட்டத்தில்தான் மார்க்ஸ்-எங்கெல்ஸ் என்ற இரு பெயர்கள் அதனுடன் இணைகின்றன. கம்யூனிசம் தனது போக்கில் மேலெழுந்து, பரவித் தனக்கான வடிவத்தை அடைவதற்கான வரலாற்று நிலைக்களன்கள் உருவாகியிருந்த அந்தக் காலகட்டத்தில் அதனை விஞ்ஞானத்தன்மைகொண்ட, அறிவியல் அடிப்படையிலான ஒரு கருத்தியல் அமைப்பாக மாற்ற அந்த இரண்டு சிந்தனையாளர்கள் முயற்சி செய்கிறார்கள்.

எந்த ஆயுதத்தைக் கொண்டு முதலாளித்துவ வர்க்கம் நிலப்பிரபுத்துவத்தை வீழ்த்தியதோ அதே ஆயுதங்கள் அப்போது முதலாளித்துவ வர்க்கத்துக்கு எதிராகத் திருப்பப்பட்டிருந்தன. முதலாளித்துவ வர்க்கம் தன்னை அழித்தொழிக்கப்போகும் ஆயுதங்களை உருவாக்கியிருந்ததோடு மட்டுமின்றி அந்த ஆயுதங்களைக் கையாளக்கூடிய நவீன உழைக்கும் வர்க்கமாகிய பாட்டாளி வர்க்கத்தையும் உருவாக்கியிருந்தது. முதலாளி வர்க்கம் தனக்குச் சவக்குழி வெட்டுகிறவர்களைத் தானே உருவாக்கிக்கொண்டிருந்தது. முதலாளித்துவத்தின் வீழ்ச்சியும் பாட்டாளி வர்க்கத்தின் வெற்றியும் தவிர்க்கமுடியாத வரலாற்று நிகழ்ச்சிகளாக அப்போது மாறியிருந்தன. இந்த வரலாற்று நிலைமைகள் ஒருவகையில் திட்டமிடலாகவும் மற்றொரு வகையில் கனவாகவும் இருந்தன.

உழைப்புக்கும் சமூக வரலாற்றுக்கும் இடையிலான உறவு நிறுவப்பட்ட உண்மையாக இருந்தாலும் உழைக்கும் மக்களின் திரட்சி பாட்டாளி வர்க்கம் என்ற அடையாளத்தை அடைவதும், அது அரசியல் சக்தியாக மாறுவதும் ஒரு கருத்தியல் நிலையாகவே அமைந்தது. முதலாளித்துவ வர்க்கம் தன்னைக் கருத்தியல் நிலையில் வர்க்கமாகவோ, அமைப்பாகவோ உணர்வதைவிடத் தன்னை ஓர் அதிகாரமாக, ஆதிக்கமாக, உறுதிசெய்யப்பட்ட கட்டமைப்பாக வைத்துக் கொண்டிருக்கிறது. அனைத்து வகையான சமூக அரசியல் கட்டமைப்புகளையும் தனதாக வைத்துக்கொண்டிருப்பதால் தன்னை நிரந்தரமான ஒன்று என நிறுவிக்கொள்கிறது. இந்த இருவகை முரண்களுக்கு இடையில்தான் கம்யூனிஸ்டுகள் என்ற செயல்படும் ஓர் அமைப்பு உருவாகிறது. அறிக்கை எழுதப்பட்ட காலத்தில் கம்யூனிஸ்டுகளின் உடனடி நோக்கம் பாட்டாளிகளை ஒரு வர்க்கமாக அணிதிரட்டுவது, முதலாளித்துவ மேலாதிக்கத்தை வீழ்த்துவது, பாட்டாளி வர்க்கம் தன் அரசியல் அதிகாரத்தை வென்றெடுப்பது.

கம்யூனிசம் ஒரு செயல்திட்டம் என்றால் அதற்குத் தேவையானது அறிவியல் அடிப்படையா, அறிவை மறுக்கும் அதிகார வலிமையா என்ற கேள்வி மார்க்சியத்தின் முதல் கட்ட முரணாக நிற்கிறது. கம்யூனிசம் அறத்தின் அடிப்படையில் உருவாகும் ஓர் அமைப்பு என்றால், அதற்கு எதிரான கொடுங்கோன்மை அரசுகள், முதலாளித்துவம், பாசிசம் போன்ற ஒடுக்குதல் அமைப்புகளை அது எவ்வாறு எதிர்கொள்ளும்? அறம், அறிவு இரண்டுக்கும் எதிரான அந்த அமைப்புகள் வன்முறை, வலிமை, அடக்குமுறை என்ற அழித்தொழிப்பு உத்திகளின் மேல் கட்டப்பட்டவை. அவை தம்மைத் தாமே உறுதிப்படுத்திக்கொண்டு, தமக்குள் உள்ளடங்கியவற்றைத் தமக்கானதாக வைத்துக் கொள்வதும், தமக்குள் அடங்க மறுப்பவற்றை அழித்தொழிப்பதையும் செய்கின்றன.

அப்படியெனில் அதற்கு எதிரான அழித்தொழிப்புதான் வர்க்கப் போராட்டமாக, வர்க்கப் போராக வடிவம் கொள்கிறது. இந்த வர்க்கப் போராட்டத்திற்கும், வர்க்கப் போருக்கும் வரலாற்று, சமூகவியல் நியாயத்தை வழங்கும்போது பாட்டாளி வர்க்கம், கம்யூனிஸ்ட் கட்சி இரண்டும் உருவாகின்றன. பாட்டாளி வர்க்கம், கம்யூனிஸ்ட் கட்சி இரண்டும் உருவாகியிருந்த அந்தக் காலகட்டத்தில், முதலாளித்துவம் தனக்கான அழிவைத் தானே விரைவுபடுத்திக் கொண்டிருக்கிறது என்ற கம்யூனிஸ்ட் கட்சி அறிக்கை (1847) எழுதப்படுகிறது.

மோதல், போர், அழித்தொழிப்பு, கட்டழித்தல், மறுகட்டமைப்பு, புத்தாக்கம் எனத் தொடர்ச்சியான செயல்திட்டங்கள் இதன் தவிர்க்கமுடியாத பகுதிகளாக ஏற்கப்படுகின்றன. இழப்பதற்கு ஒன்றுமற்ற நிலையில் இருந்து ஒரு புதிய உலகை வென்றெடுக்க அழைக்கும் அந்தச் செயல்திட்டம் ஒரு பெருங்கனவை அளித்துப் போர் செய்வதற்கான வேகத்தை, வலிமையை, பிடிவாதத்தை நடத்தை முறையாக ஏற்க அறிவுறுத்துகிறது. இதுதான் மார்க்சியத்தின் மையம் எனில் மார்க்ஸ், எங்கெல்ஸ் இருவரும் அதன் ஒரு பகுதியாக மாறியதுடன் அவர்கள் சார்ந்த சொல்லாடல் முற்றுப் பெற்றிருக்க வேண்டும். அதாவது சொல்லாடல் முடிந்து, செயல்நிலை, களநிகழ்வு தொடங்கியிருக்க வேண்டும். அதாவது மார்க்சியம் என ஒன்று உருவாகியிருக்கத் தேவையில்லை. ஏனெனில் கம்யூனிஸ்டாக மாறிய, பாட்டாளி வர்க்கப் புரட்சியில் தன்னை இணைத்துக்கொண்ட பல்லாயிரக்கணக்கான நபர்களில் ஒருவராகிவிட்ட கார்ல் மார்க்ஸ், கம்யூனிஸ்ட் கட்சி அறிக்கைக்குப் பின் அதனை மீளாய்வு செய்யும் விதமாக மற்றவற்றை எழுதியிருக்கத் தேவையில்லை, அதற்கான பிற ஆய்வுகளிலும் ஈடுபட்டிருக்கத் தேவையில்லை.

கம்யூனிசத்திற்கும், இயக்கவியல் பொருள்முதல்வாதத்திற்கும் மேலும் விளக்கமோ, விரிவோ தேவையில்லை. அரசியல் பொருளாதாரம் பற்றிய ஆய்வுகள் தம்மளவில் முற்றுப்பெற்றுவிட்டன. அக்காலகட்டத்தின் உலகமும், வரலாறும் விளக்கப்பட்டுவிட்டது, இனி செய்ய வேண்டியதெல்லாம் அதனை மாற்றுவது மட்டும்தான். மாற்றுவதற்கான வழிமுறையும் கண்டறியப்பட்டுவிட்டது. இனிச் செய்ய வேண்டிய தெல்லாம் அதனை நடைமுறைப்படுத்துவது மட்டும்தான்.

ஆனால் மார்க்ஸ் அதற்குப் பிறகுதான் தனது அரசியல் பொருளாதாரம் பற்றிய ஆய்வைத் தொடங்குகிறார். அது மட்டுமல்ல, அறிவியல், சமூகவியல், வரலாறு, மானுடவியல், உலக அரசியல் என மார்க்சின் அனைத்து ஆய்வுகளும் அதற்குப் பிறகுதான் விரிவடைகின்றன. அவை பற்றிய பொருளுரைப்புகள், மறுத்துரைப்புகள், ஏற்புகள் அனைத்தும் இணைந்தும் முரண்பட்டும் உருவான பன்முகத்தன்மை கொண்ட ஒரு கருத்தியல் தொகுதியான மார்க்சியம், கட்சி அறிக்கைக்குப் பிறகுதான் உருவாகிப் பெருக்கமடைகிறது. அதாவது கம்யூனிஸ்ட் கட்சிக்குப் பிறகான, கட்சி கடந்த ஒரு கருத்தியல் களம்தான் இன்றுள்ள மார்க்சியமாக நமக்குக் கிடைக்கிறது.

கம்யூனிசம் அறிவிக்கப்பட்டபின், கம்யூனிசத்தின் செயல் திட்டம், திட்டவரைவுகள், விளக்கங்கள் அனைத்தும் முழுமையாக

வரையறுக்கப்பட்டபின் உருவான கேள்விகளின் தொகுப்பையே இன்று மார்க்சியம் என நாம் அறிகிறோம். அதனால்தான் சோஷலிசம், கம்யூனிசம், மார்க்சியம், மார்க்ஸ் என்ற சொற்களுக்கிடையில் உள்ள உறவுகளும் ஊடாட்டங்களும் நம்மை அலைக்கழிக்கின்றன.

"உயர்வான ஒரு சமூகப் பொருளாதாரப் பார்வையில் இயற்கையை, நிலத்தைத் தனி உடைமையாகக் கொள்வது ஒரு மனிதர் மற்றவரைத் தனக்கான தனி உடைமையாகக் கொள்வதைப் போல மிக அபத்தமான செயலாகத் தோற்றம் தரும். ஒரு சமூகம், ஒரு தேசம், அல்லது பல சமூகங்களின் ஒன்றியம் என எதுவும் உலகையும் நிலத்தையும் தன் சொத்தாக, உடைமையாகக் கொள்ளமுடியாது. அவர்கள் அதனைப் பயன்படுத்துகிறார்கள், அதிலிருந்து பயன்பெறுகிறார்கள், அதன் பாதுகாவலர்களாக இருக்கிறார்கள். அதனை இன்னும் மேம்பட்டதாக மாற்றித் தனக்குப் பின்வரும் தலைமுறையினருக்கு அதனை அவர்கள் அளிக்க வேண்டும்" (மூலதனம் மூன்றாம் பாகம்). என அறிவிக்கும் மார்க்சியத்தின் மையம் என ஒன்றைக் காண்பதென்றால் "இதுவரை நிலவிவந்த போராட்டங்கள், போர்கள், அடக்குமுறைகள், வன்முறைகள், துயரங்கள் எதுவும் அற்ற ஒரு சமூக வாழ்வை உருவாக்குவதும், அதனை உருவாக்குவதற்கான வழிகளைக் காண்பதும்" எனச் சுருக்கமாகச் சொல்லிவிடலாம். ஆனால் அந்த மையத்தை அடைவதற்கான வழிமுறைகளில் உள்ள சிக்கல்கள் பற்றி விரிவாக விளக்கும்போது அது பன்முகப்பட்ட, மையம் தகர்ந்த மாற்று உலகத்தை நோக்கிச் செல்கிறது.

மார்க்சிய ஆய்வுகள், விளக்கங்கள், பொருளுரைப்புகள் அனைத்தையும் நுணுகித் தேடிப் பார்க்கும்போது நிலம், மனித உடல் என இரண்டு பருப்பொருள்கள் மீண்டும் மீண்டும் பல்வேறு உருவகங்களாகப் பரவிக்கிடக்கின்றன. உடல் மையமான, நிலம் சார்ந்த வாழ்வை விளக்க மார்க்சியம் மூலதனம் என்ற கருதுகோளைப் பயன்படுத்துகிறது. மூலதனம், முதலாதிக்கம், தனி உடைமை என்ற செயல்படும் சக்திகள் மனித நிலையை அதற்கு முற்றிலும் எதிரான துயரமும், வன்முறையும் நிறைந்ததாக மாற்றிவிடுகின்றன என்பதையே மார்க்ஸ் பல ஆயிரம் பக்கங்களில் எழுதிச் செல்கிறார்.

மார்க்சியத்தின் உடல் அரசியல், உயிர் அரசியல் மிக நுட்பமடையும் தளம் இது. இன்புறுதல், இன்பத்தைப் பகிர்ந்து வாழ்தல் என்பதைக் கற்பித நிலையில் இருந்து பருண்மையான, உடல் சார்ந்து, அறிவின்வழி அறியக்கூடியச் செயலாக மாற்றுவது பற்றி அது விவரிக்கிறது. மனித இருப்பு, மனிதர்களின் வெறும் இருப்பே இன்பியலும், இன்புறுதலும் சார்ந்தது என்ற நுண் கருதுகோள்

மார்க்சியத்தில் உள்ளூடிச் செயல்பட்டபடி உள்ளது. இதுநாள் வரையில் நிலவி வந்துள்ள சமுதாயத்தின் வரலாறு அனைத்தும் வர்க்கப் போராட்டங்களின் வரலாறே என அறிவிக்கும்போது அது மனித இருப்பு பற்றிய ஓர் அடிப்படையான கேள்வியை முன்வைக்கிறது. போராடுவதற்கும், போர் செய்து மாய்வதற்குமானதா இந்த மனித உடலும், மனித வாழ்வும். இதுவரையிலான வரலாறு இவ்வாறு இருந்துவிட்டபோதும், புதிய உலகம் ஒன்றை, புதிய வரலாற்றை நம்மால் உருவாக்க இயலும் என அறிவிக்கிறது.

இந்த அறிவிப்பை அறிவியல் அடிப்படை கொண்டதாக மாற்றும் முயற்சியில்தான் மார்க்சின் கருத்தியல் சொல்லாடல் பன்மைத் தன்மையை அடைகிறது. அதுவரை ரகசியமான கனவாக, மறைவான கற்பனையாக இருந்த ஒன்றைப் புற உலகின் பருண்மையாக, அறிவின் வழிப்பட்ட நிகழ்வியலாக மாற்றும் முயற்சியில் மார்க்சியம் தன் களங்களை விரிவாக்கிக் கொள்கிறது.

அதுவரை ரகசிய சங்கமாக இயங்கிவந்த கம்யூனிஸ்ட் தொழிலாளர்களின் சர்வதேச அமைப்பான கம்யூனிஸ்ட் லீக் தனக்கான கொள்கை அறிக்கையை உருவாக்க முன் வந்தபோது மார்க்சியம் தனக்கான செயல்திட்டத்தையும் உருவாக்கிக் கொண்டது. மார்க்சியம் கம்யூனிசத்தை ரகசிய அமைப்பிலிருந்து வெளியேற்றி உலகச் சொல்லாடலாக மாற்றியது. ரகசியங்கள் அற்ற நேரடித் தன்மையைக்கொண்ட பேச்சின்வழி தனக்கான அறிவியலை அது கண்டடைய முயற்சித்தது, அதனால் அது தனக்குள் முரண்களையும், சிக்கல்களையும் அனுமதித்தது. அது போருக்கான அழைப்பாகவும், போர்களின் முடிவாகவும் ஒரே சமயத்தில் இயங்குவதைப் புரிந்துகொள்ள அதன் பன்மையான முரண்களையும், அது கையாளும் சிக்கல்களையும் புரிந்துகொள்ள வேண்டும்.

“முதலாளித்துவ உற்பத்தி உயிருள்ள மனித ஆற்றலை வீணடிக்கிறது, தசையையும் குருதியையும் மட்டும் அது வீணடிப்பதில்லை, மூளையையும் நரம்பு மண்டலத்தையும் நாசம் செய்கிறது” *(எக்கனாமிக் மன்யுஸ்கிரிப்ட், 1861-63)* என்று சொல்லும் மார்க்சியத்தின் உடல் மைய அரசியலுக்கும் “அனைத்துவிதமான உற்பத்திக் கருவிகளின் அதிவேக மேம்பாட்டின் மூலமும், பிரமாண்டமான தகவல்தொடர்புச் சாதனங்களின் உதவியுடனும் முதலாளித்துவ வர்க்கம் அனைத்துத் தேசங்களையும், மிகவும் அநாகரிக நிலையில் உள்ள தேசங்களையும் கூட, நாகரிக அமைப்புக்குள் இழுக்கிறது. பயன்பாட்டுப் பொருள்களின் மலிவான விலையைத் தனது வலிமையான ஆயுதமாகக்கொண்டு முதலாளித்துவ வர்க்கம் சீனப் பெருஞ்சுவர்

போன்ற தடைச் சுவர்களை எல்லாம் தகர்த்தெறிந்து, அந்நிய நாட்டினர் மேல் அநாகரிக மக்களுக்கு உள்ள முரட்டுப் பிடிவாதமான வெறுப்பைக் கைவிட்டுப் பணிந்துபோகக் கட்டாயப்படுத்துகிறது. அதனை ஏற்காவிடில் அழிய நேருமென்ற அச்சத்தின் காரணமாக அனைத்துத் தேசங்களும் முதலாளித்துவ உற்பத்தி முறையைத் தழுவிட நிர்ப்பந்திக்கிறது. நாகரிகம் என்று தான் கருதுவதை அனைத்து தேசங்களும் ஏற்கும் நிலையை உருவாக்கி அவை தாமாகவே முதலாளித்துவ நிலைக்கு மாறக் கட்டாயப்படுத்துகிறது. சுருக்கமாகச் சொல்வதென்றால், தன்னைப் போலவே அமைந்த தனது மறுஉருவமாக உள்ள ஓர் உலகைப் படைக்கிறது" (அறிக்கை) என உலகமயமாக்கலின் வன்கொடுமை வரலாற்றை ஐரோப்பிய மையப் பார்வையில் விவரிக்கும் மார்க்சியத்திற்கும் இடையில் உள்ள முரண்களை வாசிக்கும்போது நம் காலத்திற்கான மார்க்சிய வாசிப்பைத் தொடங்குகிறோம். அந்த வாசிப்பு மையம் தகர்ந்த மாற்று உலகங்களை அடையாளம் காட்டுவது, மார்க்சியத்தின் மையத் தகர்ப்பு மார்க்சியத்திற்குள்ளாகவே இருக்கிறது, மையத் தகர்ப்பு அதனைப் பன்மையானதாக்குகிறது.

முழுமையை மறுப்பது முற்றுப் பெறாதது

1

முழுமை, முற்றொருமை பற்றிய கருத்துருவங்களும் கற்பிதங்களும் மனித சமூகங்களுக்கு இழைத்த கொடுமைகளின் வரலாற்றை மனித வன்முறைகளின் வரலாறு என்றும் மனிதத் துயரங்களின் வரலாறு என்றும் நாம் கணிக்க முடியும். முழுமை அல்லது மூலவடிவம் என்பது தோற்றம், முற்றுண்மை பற்றிய அப்பாலைக் கற்பிதங்களை இறைமையாக்கம் செய்கிறது. அதிலிருந்து விலகிய, வீழ்ச்சியடைந்த, குறைவுபட்ட நிலையாக மனித வாழ்வையும் மனிதச் செயல்பாடு களையும் வரையறை செய்கிறது. இந்தக் குறைவு பட்ட, வீழ்ச்சியடைந்த நிலையிலிருந்து மாறி மீண்டும் முழுமையை அடைவது அல்லது முழுமையின் முன் தன்னை ஒப்படைப்பதுதான் வாழ்வு என ஒரு செயல்திட்டத்தை அக்கருத்தியல் உருவாக்குகிறது. மனிதர்களின் முற்றர்த்தம், மூலப்பண்பு என்ற கற்பிதங்களின் வழியாக மனித வாழ்வின் சாராம்சம், மனித நிலையின் மையப் பொருள் எனச் சிலவற்றை உறுதி செய்கிறது.

சாராம்சவாதமும் இறைமைவாதமும் இணையும்போது உலகம் மற்றும் மனிதர்களின் படைப்பு பற்றிய தொன்மங்கள் உறுதியடைந்த புனைவுகளாக, மாற்றமுடியாத உண்மைகளாக மாறுகின்றன. இந்தப் புனைவின்வழி உருவாகும் கதையாக்கங்களும் அதன் வடிவ மாறுபாடுகளும் மதம், சமயம் என்ற சமூக வழக்காற்று வடிவங்களாக மாறிவிடுகின்றன. மதம் வழக்காறு வடிவம் என்ற நிலையை அடையும்போது அறிதல்முறை, பொருள்படுத்தும் முறை, அறிவுரு வாக்கம் என்ற மனித மொழிச்செயலின் பகுதியாக மாறிவிடுவதால் பண்பாடு-கலாசாரம் என்ற குறியமைப்பின் இணையமைப்பாகவும் மாறிவிடுகிறது.

பண்பாடு, மதம் என்ற இணைப்பு சமூக அமைப்பின் இயக்கத்தைக் கட்டுப்படுத்தும் அரசு, ஆளுகை, படையமைப்பு, போர் இயந்திரங்கள் என்ற விரிவான கட்டமைப்புகளாக மாறுகின்றன. இந்தக் கட்டமைப்பின் உள்ளீடாக அமைவது மனித உடல் என்ற உற்பத்தி இயந்திரம், அதன்வழி உருவாகும் பொருள் வளம், பொருள்வளத் திரட்சியால் அமையும் மூலதனம் மற்றும் பொருளியல் கருவிகள். இந்த வலைப்பின்னலைத்தான் மார்க்சியம் அரசியல் பொருளாதாரம் என அடையாளப்படுத்துகிறது.

அரசு, வளமை, பொருளியல், உற்பத்தி உறவுகள் அனைத்திற்கும் அடிப்படையாக அமைவது உற்பத்திக் கருவியாக உள்ள மனித உடல்களின் மீதான கட்டுப்பாடு, அதிகாரம், ஆதிக்கம், அடக்கும் உரிமை. அதிகாரத்தின் வழியான அடக்குமுறையை உருமாற்றி, எளிமைப்படுத்தி உடல்களின் மீதான ஒழுங்கமைப்பாக, ஒழுக்கவியல் விதிகளாக மாற்றும்போது அரசமைப்பை ஏற்ற தனிமனித உடல்கள் உருவாகிவிடுகின்றன. உடல்கள் தம்மை இடப்படுத்திக் கொள்வதற்கும், இயக்கத்தில் வைத்துக்கொள்வதற்கும் இறைமை மைய விதிகளின்வழி உருவானவைதான் இந்த ஒழுங்கமைவுகள் என்ற நிலை ஒரு முற்றுண்மையாக நிறுவப்படுகிறது, இந்த முற்றுண்மை புனித முழுமையின் ஒரு பகுதியாக அடையாளப்படுத்தப்படுகிறது.

இந்த முற்றுண்மைக்கும் முழுமை நிலைக்கும் எதிரான போராட்டம் பொருள்முதல்வாதம், பொருண்மைசார் கருத்தியல், பொருள்மைய மெய்யியல் என்ற வடிவங்களில் உலகின் சில பகுதிகளில் இரண்டாயிரத்து ஐநூறு ஆண்டுகளுக்கும் மேலாக நிகழ்ந்தபடி உள்ளது. அந்த நெடிய போராட்டத்தின் ஒரு பகுதியாக மார்க்சியம் தன்னை இணைத்துக் கொண்டு அவற்றைக் கடந்த புதிய இயக்க வடிவத்தைப் பெறுகிறது. அதற்கு முன்பிருந்த பொருள்மைய கருத்தியல்கள், பொருண்மை மெய்யியல் அனைத்தையும் மறுஆய்வு செய்து புதிய அறிவியல் மெய்காண் முறைகளுடன் இணைந்த பன்மை இயங்கியல் வடிவம் ஒன்றை உருவாக்கிக் கொள்கிறது. இந்த இயங்கியல் முழுமை மற்றும் முற்றுண்மை மறுக்கும் தன்னுருவாக்க இயங்கியல், தன் விளக்க இயங்கியல். இந்த இயங்கியல்தான் இருபதாம் நூற்றாண்டின் அறிவியல், மெய்யியல், நவீன கருத்தியல், பின்நவீன அறிதல் முறைகள் மற்றும் ஆய்வறிவு முறைகள் அனைத்திற்கும் அடிப்படையாக, ஆற்றலுடைய தொடக்கமாக அமைகிறது.

இருபதாம் நூற்றாண்டின் அறிவுவிளக்க முறையை மாற்றியமைத்த ழாக் தெரிதா தன் டிகன்ஸ்ட்க்ரஷன் என்ற சிதைவாக்க, தகர்ப்புருவாக்க

இயங்குமுறை மார்க்சியத்தின் தொடர்ச்சியே என அறிவித்தார். "மார்க்சியத்திற்கு முன்பான ஓர் உலகில் டிகன்ஸ்ட்க்ரஷன் அணுகுமுறையை நினைத்துக்கூட பார்த்திருக்க முடியாது, அதற்கான சாத்தியமே இருந்திருக்காது. என்னைப் பொருத்தவரை, அடிப்படைகளைக் கேள்விக்குட்படுத்தும் ராடிகல் செயல்பாடு என்ற வகையில்தான் டிகன்ஸ்ட்க்ரஷனுக்கு அர்த்தமும் மதிப்பும் இருக்கிறது. அதனை மீறி அதில் ஒன்றும் இல்லை, அதுவும்கூட மார்க்சியத்தின் ஒரு குறிப்பிட்ட மரபைச் சார்ந்ததுதான், மார்க்சியத்தின் குறிப்பிட்ட உணர்வெழுச்சியின் பகுதிதான்."¹ என்ற தெரிதிய அறிவிப்பு பின்நவீன உரையாடல்கள், ஆய்வுகள் அனைத்தையும் மார்க்சிய மையத் தகர்ப்பின் விரிவுகள் என்பதை ஒப்புக்கொண்டது.

பின்நவீன, நவீன சிந்தனைகள் மட்டுமின்றி தற்கால உலகின் மக்கள்மைய, மனிதவயச் சொல்லாடல்கள், கதையாடல்கள் அனைத்திலும் மார்க்சியம் ஒரு பகுதியாக மாறியிருக்கிறது. ஒவ்வொருவரும் விரும்பினாலும் விரும்பாவிட்டாலும், அறிந்திருந் தாலும் அறியாவிட்டாலும் இன்றைய மனிதர்கள் மார்க்சியத்திற்குப் பிறகான மார்க்சியத்தின் தொடர்ச்சியான ஒரு மனித நிலையின் 'பகுதிகளாக' மாறியிருக்கின்றனர். "இன்றைய உலகின் அத்தனை ஆண்களும் பெண்களும், அவர்கள் விரும்பினாலும் இல்லையென்றாலும் ஏதோ ஒருவகையில் மார்க்ஸ், மார்க்சியத்தின் வழித் தோன்றல்கள்தான்"² என்ற தெரிதாவின் அறிவிப்பு மார்க்சியத்தில் உள்ள பன்மை அறிவையும், மையம் மறுக்கும் ஆய்வு முறையையும் முன்னிலைப்படுத்தி அதன் படைப்புருவாக்கத் தளங்களை அடையாளம் காட்டுகிறது.

மார்க்சியத்தை அடிப்படையாகக்கொண்ட அரசியல் செயல்திட்டமும், அரசுருவாக்கச் செயல்பாடும் அதன் பன்மைக் களங்களில் ஒன்று. அது அரசு, ஆட்சி இரண்டையும் தகர்ப்புருவாக்கம் செய்கிறது. அதன் தகர்ப்புருவாக்கம் மனித அமைப்புகளின் புனைவுக் கட்டமைப்பையும் அவை மாற்றத்திற்கும் மறு ஆக்கத்திற்கும் உரியவை என்பதையும் விளக்கிக் காட்டுகிறது.

---

1 "Such a deconstruction would have been impossible and unthinkable in a pre-Marxist space. Deconstruction has never had any sense or interest, in my view at least, except as a radicalization, which is to say also in the tradition of a certain Marxism, in a certain spirit of Marxism." (Jaques Derrida, Specters of Marx, 1994: 133).

2 "Whether they wish it or know it or not, all men and women, all over the earth, are today to a certain extent the heirs of Marx and Marxism." (மேலது: 131)

மார்க்சியத்தின் முற்றுப் பெறாத உரையாடலும், முழுமையடையாத தன் விளக்க முறையும், தொடர்ச்சியான மறுப்புரைகளும் அதனை நம் காலத்தின் உரையாடலாகவும் அறிவுருவாக்க முறையாகவும் மாற்றுகிறது. மார்க்சியத்தில் உள்ள முற்றுண்மைக்கு எதிரான கலகமும், முழுமையை மறுக்கும் இயக்கமும் பின்நவீன அறிவாய்வுகளின் முன்புலமாக அமைகிறது.

2

கார்ல் மார்க்ஸ் தன் வாழ்நாள் முழுக்க ஒரே ஒரு நூலையே தொடர்ந்து எழுதிக்கொண்டிருந்தார். மறுபடி மறுபடி அதனையே எழுதிக்கொண்டிருந்தார். அந்த நூலை அவர் முற்றுப்பெறாத ஒரு நூலாகவே விட்டுச் சென்றார். தன் வாழ்வின் ஒவ்வொரு நாளையும் அந்த நூலின் பக்கங்களாக மாற்றிக் கொண்டிருந்த அவருக்கு அதற்கு முன்பிருந்த அனைத்து நூல்களையும் கற்கவேண்டிய தேவை இருந்தது. மூலதனம் நூல் (தாஸ் கேப்பிடல்) அவரது மொத்த வாழ்நாளையும் எடுத்துக் கொண்டது. அது தனி ஒரு நூல் என்று குறிப்பிடப்பட்டாலும் அதுவரை இருந்த நூல்கள் அனைத்துடனும் உரையாடலைச் செய்த நூல். அதில் அதுவரை இருந்த நூல்கள் அனைத்துக்குமான விளக்க உரைகளும், மறுப்புரைகளும், பொழிப்புரைகளும், விரிவுரைகளும் பரவிக்கிடந்தன. அது ஒரு மூளையமைப்பைப் போலப் பல பிரதிகளின் தொகுப்பாக இருந்தது, பல சொல்லாடல்கள், கதையாடல்களின் களமாக இருந்தது. அது முற்றிலும வேறு ஓர் அறிவுத்துறையை, மெய்யறிவு முறையை உருவாக்க முயன்றது. அதேசமயம் அதனை முற்றுப் பெறாத ஒரு தொடர் எழுத்தாகவே வைத்துக் கொண்டிருந்தது.

ஹெகல், புருனோ, புருதோன், ஃபாயர்பா எனப் பலருக்கான மறுப்புரைகளை முழு நூல் அளவுக்கு எழுதிய மார்க்ஸ் தன் ஆய்வு முறையையே எதிர்க்கருத்தியல் முறையில் அமைத்துக் கொண்டார். மறுப்புரைகளை எழுதும்போதே தனக்கான ஆய்வுக் குறிப்புகளை அவர் உருவாக்கிக்கொண்டார். தனது பல்கலைக்கழகப் பட்டத்திற்கான ஆய்வுரையில் டெமாக்ரடிஸ், எபிக்யூரஸ் தத்துவங்களில் இயற்கை பற்றிய கருத்துகளை ஒப்பிட்டு எழுதிய காலத்திலிருந்து *(1840-41)* பொருள்முதல்வாதம், பொருண்மை நோக்கு பற்றிய தன் கருத்துகளை உருவாக்கத் தொடங்கினார். *காண்ட்ரிபூஷன் டு த கிரிடிக் ஆஃப் ஹெகல்ஸ் பிலாசபி ஆஃப் லா (1843)* என்ற ஆய்வில் அரசு, சட்டம், வரலாறு என்பவை பற்றிய தன்

பார்வையைப் பதிவு செய்கிறார். எக்கனாமிக் அண்ட் பொலிடிகல் மனுஸ்கிரிப்ட்-1844 ஒரு தனி நூலாக இருந்தாலும் அதனைத் தனது குறிப்புகளின் தொகுப்பு என்று அடையாளப்படுத்தினார். 1847-இல் "பாவர்டி ஆஃப் பிலாசஃபி", புருதோனின் நூலுக்கு எழுதிய மறுப்புரையாக அமைந்தாலும் "வர்க்க வேறுபாடுகளை அழிக்கும் வர்க்கப் போராட்டம்" பற்றிய அறிவிப்பாக அமைந்தது. மார்க்சின் ஒவ்வொரு வாசிப்பும், ஒவ்வொரு குறிப்பும் புதிய ஒரு கருத்தியலை நோக்கியதாக இருந்தாலும் அதற்கும் மேலான தரவுகளை நோக்கிய காத்திருப்பாகவும் அமைகிறது.

தனது காலத்தின் அறிவியல் கண்டுபிடிப்புகள், அறிவியல் கோட்பாடுகள், மானுடவியல் விளக்கங்கள் அனைத்தையும் உடனுக்குடன் தன் அறிவின், ஆய்வுமுறையின் பகுதியாக மாற்றிக்கொள்ளும் மார்க்ஸின் எழுத்து முறை தன்னளவில் தொடர் செயலாக மேலும் மேலும் விளக்கங்களைக் கோருவதாக அமைந்துவிடுகிறது. மனித நேயம், மனித மாண்பு என்ற அருவமான கருத்தில் தொடங்கி மனித மெய்மை பற்றிய பழமையான கேள்விகளின் வழியாக அந்நியமாதல் பற்றிய விளக்கங்களைக் கடந்து அரசியல், பொருளாதார இயங்கியல் விளக்கங்களை விரிவுபடுத்தி அதற்கும் அப்பால் அறிவியல் வழிப்பட்ட மனித நிலை பற்றிய கேள்விகள் வரை தன்னை ஆய்வின் களமாகத் தொடர்ந்து வைத்துக் கொண்ட மார்க்ஸ் நவீன கருத்தியல் பரிசோதனையின் குறியீடாக மாறுகிறார்.

1858-இல் அரசியல் பொருளாதாரம் பற்றிய ஆய்வுரை (தாஸ் காப்பிடல்) நூலை வெளியிடுவதற்கான ஏற்பாடு நடக்கிறது. ஆனால் 1859-இல் மார்க்ஸ் தனது "எ கான்ட்ரிபியூஷன் டு த கிரிடிசிஸம் ஆஃப் பொலிடிகல் எகானமி" என்ற நூலை "தாஸ் காப்பிடல்" நூலின் முதன் பாகம் என்ற அறிவிப்புடன் வெளியிடுகிறார். 1867- இல் தாஸ் காப்பிடல் முதல் தொகுதி வெளிவரும்போது "அறிவியலின் ஒவ்வொரு துறையிலும் தொடக்கம் மிகக் கடினமானது" என அதன் காலதாமதத்திற்குக் காரணம் தருகிறார். அதன் முன்னுரையில் அரசியல் பொருளாதாரம் பற்றி தனது ஆய்வுரை இன்னும் மூன்று தொகுதிகளாக வெளிவரும் எனக் குறிப்பிடுகிறார். மார்க்ஸின் திட்டப்படி நான்கு தொகுதிகளாக வெளிவர வேண்டிய ஆய்வு நூல் அவரது வாழ்நாளில் ஒரு தொகுதியாக மட்டும் வெளிவருகிறது.

"ஒரு முழு உடலை ஆய்வு செய்வது இலகுவானது, ஆனால் உயிரணு ஒன்றை ஆய்வு செய்வது மிகக் கடினமான வேலை" என்று தனது ஆய்வின் சிக்கலை மார்க்ஸ் விளக்குகிறார். மார்க்ஸ்

தன்னை மட்டுமின்றித் தன் துணைவியார், பிள்ளைகள், நண்பர்கள் என அனைவரையும் தன் எழுத்துச் செயலின் பகுதியாக, ஆய்வுச் செயலின் அங்கமாக ஆக்கிக்கொண்டதுடன் தன் உடல் இருப்பு முழுமையும் தனது வாசிப்பு-எழுத்துச் செயலின் களனாக மாற்றிக் கொள்கிறார். ஆனால் 1867-க்குப் பிறகு *"அரசியல் பொருளாதாரம் பற்றிய ஆய்வுரை"* நூலின் அடுத்த பாகங்களின் பக்கங்களை யாருக்கும் வாசிக்கத் தரவில்லை. அந்த நூலை மார்க்ஸ் எழுதிக்கொண்டே இருக்கிறார், ஆனால் அதனைத் தனது கருத்தியல் துணைவரான பிரடெரிக் எங்கெல்சுக்குக்கூட அறிவிக்காமல் முற்றுப்பெறாத குறிப்புகள் என்ற வடிவிலேயே வைத்திருக்கிறார். "அது ஓர் அச்சுறுத்தும் கொடும் கனவாக என்னை அழுத்திக் கொண்டிருக்கிறது" *(1866)* எனத் தன் ஆய்வு பற்றி எங்கெல்சிடம் முறையிடும் மார்க்ஸ், தனது ஆய்வுரையை முழுமையாக மாற்றியெழுதும் திட்டத்துடன் இருந்தார். அல்லது அதனைப் புதிய விளக்கங்களுடன் திருத்தியெழுதும் திட்டத்துடன் இருந்தார். மார்க்ஸ் விட்டுச் சென்ற குறிப்புகளைத் தொகுத்தும், பகுத்தும், வரிசைப்படுத்தியும் *தாஸ் காப்பிடல்* இரண்டாம் தொகுதியையும் *(1885)* மூன்றாம் தொகுதியையும் *(1894)* வெளியிடும் எங்கெல்ஸ் அந்தப் பணி முடிந்த அடுத்த ஆண்டு மறைகிறார்.

அரசியல், பொருளாதாரம் பற்றி மார்க்ஸ் எழுதிக்கொண்டிருந்த அதே காலகட்டதில் எங்கெல்ஸ் தம் காலத்தில் தொடர்ச்சியாக உருவாகி வந்த அறிவியல் அடிப்படைகளை, புதிய விளக்கங்களைத் தமது கோட்பாடுகள், ஆய்வுமுறைகளுடன் இணைத்து அதற்கேற்ப புதிய கேள்விகளை உருவாக்கி அதற்கான விளக்கங்களை அளிக்க முயற்சி செய்கிறார். இந்தப் புதிய அறிவியல் விளக்கங்கள் மார்க்ஸின் அரசியல் பொருளாதாரம் பற்றிய கருத்துரைகளில் புதிய சிக்கல்களையும் இடைவெளிகளையும் உருவாக்குகின்றன. அதன் தொடர்ச்சியாக மார்க்ஸ்-எங்கெல்ஸ் இணைந்த மார்க்சிய அறிதல் முறையில் மெய்நிலை பற்றிய புதிய விளக்கங்கள் தேவைப்படுகின்றன.

எங்கெல்ஸ் எழுதிய *'டூரிங்குக்கு மறுப்புரை' (1878)*, *'குடும்பம், தனிச் சொத்து, அரசு ஆகியவற்றின் தோற்றம்' (1884)*, முற்றுப் பெறாத குறிப்புகளாக நின்ற *'இயற்கையின் இயக்கவியல்' (1876-82)* மட்டுமின்றி மார்க்ஸ்-எங்கெல்ஸ் இணைந்து எழுதி நூலாக வெளிவராத *'ஜெர்மானிய கருத்துருவங்கள் பற்றிய ஆய்வுரை' (1845-46)* போன்ற நூல்கள் "ஐடியாலஜி" என்ற கற்பிதங்களுக்கு மாறாக அறிவியல் உண்மைகள் மற்றும் மெய்நிகழ்வுகள் வழி அரசியல் பொருளாதாரத்தை விளக்க முயன்றன. இயற்பியல், வேதியியல்,

உயிரியல், மின்னியல், அணுவியல், மானிடவியல் போன்ற நவீன சோதனைமுறை ஆய்வுகள் மற்றும் தரவுகள் வழியிலான புதிய அறிவைக் கொண்டு மனித இருப்பையும், வாழ்வின் இயக்கத்தையும் விளக்க முயன்ற மார்க்சியத் தளம் அப்போது உருவாகியிருந்தது. இந்த அறிவியல்வழிப்பட்ட புதிய மனித நிலையை விளக்குவதில் மார்க்சியம் சந்திக்கும் சிக்கல்களுக்கும் மார்க்ஸ் தன் நூலை முற்றுப் பெறாத உரையாடலாக, குறிப்புரைகள், மறுப்புரைகளாக விட்டுச் சென்றதற்கும் உள்ள உறவு நம் கவனத்திற்கு உரியது.

"இதுவரை மனிதர்கள் தம்மைப் பற்றித் தாம் என்னவாக இருக்கிறோம், என்னவாக இருக்க வேண்டும் என்பது பற்றிய பிழையான கருத்துகளையே உருவாக்கி வந்துள்ளனர். கடவுள் பற்றிய கருத்தின் அடிப்படையிலேயே தமக்குள்ளான உறவுகளை அமைத்துக் கொண்டனர். அவர்களின் மூளை உருவாக்கிய கருத்துகள் அவர்களின் கட்டுப்பாட்டை மீறிச் சென்றுவிட்டன. தமது படைப்பின் முன் தாங்களே மண்டியிட்டு நிற்கவேண்டிய நிலை மனிதர்களுக்கு ஏற்பட்டுவிட்டது. அந்தக் கொடிய கற்பனை உருவங்களிடமிருந்து, பொய்யான கற்பிதங்களிலிருந்து நாம் மனிதர்களை விடுவிக்க வேண்டும். அந்தக் கற்பிதக் கொள்கைகளுக்கு எதிராக நாம் புரட்சி செய்ய வேண்டும்" என்று புதிய தத்துவவாதிகள் சொல்லடுக்குகளை உருவாக்கிக் கொண்டிருந்ததை மார்க்சியம் கடுமையாகக் கேலிசெய்து அரசியல் சமூகப் புரட்சியே மனிதர்களின் வரலாற்றையும் அவர்களின் இருப்பையும் மாற்றக்கூடியது என அறிவிக்கிறது. (ஜெர்மானிய கருத்துருவங்கள் பற்றிய ஆய்வுரை). இந்தப் புரட்சிகர அரசியலின் அடிப்படையாக வரலாற்றுப் பொருள்முதல்வாதமும், இயங்கியல் பொருள்முதல்வாதமும் அமைகிறது என்பதுதான் மார்க்சியத்தின் வாதம்.

கருத்துகளை மாற்றியமைக்கும் கருத்துகள், மனித பிரக்ஞையில் ஏற்படும் மாற்றங்கள் என்ற நிலையில் இருந்து பொருண்மைகளை, அமைப்புகளை மாற்றியமைக்கும் அறிவியல் மெய்நிலைகள் பற்றிப் பேசும் மார்க்சியம் "எந்த ஒரு பொருளும் பிரபஞ்சத்தில் இயக்கமற்று இருப்பதில்லை. அசைவற்றுத் தோன்றும் பொருள்கள் தமது அணு நுண்ணளவில் இயங்கிக்கொண்டுள்ளன. அத்துடன் உலக இயக்கத்துடன் சேர்ந்து இயங்கிக் கொண்டுள்ளன, உலகின் இயக்கம் பெருமண்டல இயக்கத்தின் ஒரு பகுதியாகிவிடுகிறது. நுண் அளவிலும் பெருமண்டல அளவிலும் ஓயாத இயக்கங்களின் தொகுதிதான் இந்த இயற்கையின் வெளி" என இயக்கக் கோட்பாட்டின் வழியாக மனித மையச் சிந்தனையை மறுத்துவிடுகிறது. "உயிருள்ள உடலானது அல்புமின் (கருப்புரதம்) சேர்மத்தின்

ஒரு குறிப்பிட்ட அமைவுவிகித வடிவம்தான், இந்த அமைவு வேதிப்பொருள்களின் ஓயாத புதுப்பித்தல், வெளியேற்றம் என்னும் தொடர்செயல்களால் அமைகிறது” என உயிரின் புனிதப் புதிரை மறுத்துவிடுகிற மார்க்சியம், “மூளையில் நிகழும் மூலக்கூறுகள், வேதிப்பொருள்களின் இயக்கம்தான் சிந்தனை என்பதை நாம் என்றாவது ஒருநாள் நிறுவிக்காட்ட முடியலாம். அப்படி நிறுவிக்காட்டுவது சிந்தனையின் உள்ளீடான தன்மையை (அதன் சாராம்சத்தை) இல்லையென்று ஆக்கிவிடுமா என்ன?” என்று முற்றுப்பெறாத ஒரு கேள்வியையும் முன் வைக்கிறது.

3

“மதம் மனிதர்கள் தம்மைத் தாமே கண்டடைவதற்கான ஒரு முயற்சி. மனிதர்கள் இந்த உலகத்திற்கு அப்பாற்பட்ட, உருகடந்த ஓர் இருப்பல்ல. மனிதர்கள் என்பது மனிதர்களின் உலகம், அரசு, சமூகம். அந்த அரசுகளும் சமூகங்களும் உருவாக்கியவைதான் மதங்கள், அவை மனித உலகம் பற்றிய தலைகீழான பிரக்ஞை. மதங்கள் உலகம் பற்றிய மனிதர்களின் பல பொதுக்கோட்பாடுகளின் தொகுப்புகள். மனித சாராம்சம் என உறுதியாக ஏதும் இல்லாததால் கற்பனையால் கட்டப்பட்ட மனித சாராம்சமாக மதம் அமைகிறது. மதங்கள் தம்மில் கொண்டுள்ள துயரங்கள் உண்மையான துயரங்களின் ஒரு வகை வெளிப்பாடாகவும் அதேசமயம் உண்மையான துயரத்தின் மீதான எதிர்ப்பாகவும் உள்ளது. மதம் ஒடுக்கப்பட்ட மனித உயிர்களின் பெருமூச்சு, இதயமற்ற உலகின் இதயம், ஆன்மாவற்ற வாழ்நிலையின் ஆன்மா. அது மக்களுக்கான அபினி. மாய இன்பமாக உள்ள மதங்களைக் கைவிடுவது என்பது மனிதர்களுக்கான உண்மையான மகிழ்ச்சியை உருவாக்குவதற்கான கோரிக்கை. மாய இன்பங்கள் தேவைப்படாத சமூக அமைப்பை உருவாக்குவதன் மூலம் மதங்களை நாம் கைவிட முடியும். உண்மைக்கு அப்பாலான உலகு மறைந்துபோன நிலையில், இந்த உலகின் உண்மையை நிறுவிக் காட்டவேண்டியதுதான் வரலாற்றின் பணி” (*ஹெகலின் சட்டமுறையின் தத்துவம் பற்றிய விமர்சனத்திற்கான பங்களிப்பு, MECW:3*) என விளக்கும் மதம் பற்றிய மார்க்சிய அணுமுறையில் தொடரும் முற்றுப் பெறாத தன்மை விரிவான ஆய்வுக்கு உரியது.

அரசுகளும் சமூகங்களும் உருவாக்கிய அமைப்பு மாய இன்பங்களைத் தருகிறது, உண்மையான இன்பம், மகிழ்வு தரும் சமூக அமைப்பு

இனி உருவாக்கப்பட வேண்டும் என்று விளக்கமும் "மனித சாராம்சம் என உறுதியாக ஏதும் இல்லாததால் கற்பனையால் கட்டப்பட்ட மனித சாராம்சமாக மதம் அமைகிறது" என்ற விளக்கமும் ஒன்றுடன் ஒன்று முரண்படுகின்றன. ஆனால் உண்மையான மனித சாராம்சம் என எதுவும் இல்லை என்ற அறிவிப்பின் வழியாக மனிதர்களைத் தன்னுருவாக்க நிலைக்குள் நகர்த்தி முடிவற்ற சுதந்திரத்தைக் கற்பிதம் செய்கிறது. இந்த உலகின் உண்மையை நிறுவிக்காட்டுதல் என்பது மனித உடலை மையப்படுத்திய மெய்மை உருவாக்கமாக மீறுகிறது. மார்க்சியத்திற்குப் பிறகான மனித உருவாக்கம் உடல்-உயிர் அரசியலாகவும் துயர் நீக்க அரசியலாகவும் மாறுவதற்கு இந்த அறிதல்முறையே அடிப் படையாகிறது. இதனை வளர்த்தெடுக்கத் தவறிய நவீன அரசியலே உடல் மறுப்பு அரசியலாக உயிர் அழிப்பு அரசியலாக வடிவம் கொள்கிறது.

"இறப்பு எப்பொழுது தொடங்குகிறது என்பதை நிச்சயித்துக் கூறுவது இயலாத ஒன்று. இறப்பு ஏதோ ஒரு குறிப்பிட்ட கட்டத்தின் ஒரு குறிப்பிட்ட காலப்பொழுதில் நிகழும் செயலில்லை, அது காலத்தின் போக்கில் நிகழும் தொடர் செயல் என்பதை உடற்கூறியல் விளக்கிக் காட்டுகிறது. ஒவ்வொரு உயிருள்ள உடலும் ஒவ்வொரு நொடியிலும் வெளியிலிருந்து சில பொருள்கூறுகளைத் தனக்குள் எடுத்துக்கொள்கிறது, சில பொருள்கூறுகளை வெளியேற்றுகிறது. அதன் உயிரணுக்களில் சில அழிகின்றன, சில புதிதாக உருவாகின்றன, குறிப்பிட்ட காலத்திற்குப் பிறகு ஓர் உடலில் இருந்த உயிரணுக்கள் அத்தனையும் முழுமையாக மாறிவிடுகின்றன, அந்த உடல் முற்றிலும் வேறு உயிர்ப் பொருள் தொகுதிகளால் அமைந்த புதிய ஒன்றாக மாறிவிடுகிறது. அதனால் ஒவ்வோர் உயிர்ப்புள்ள உடலும் தானாக உள்ள அதே நிலையில் தானல்லாத வேறு ஒன்றாகவும் இருக்கிறது" (டூரிங்குக்கு மறுப்புரை, MECW:25) என்ற உயிர் வேதியியல் அடிப்படைகொண்ட மார்க்சிய விளக்கம் மனித உளவியலில் இன்றுள்ள முழுமை-மையம் கற்பிதங்களைக் கலைத்துவிடும் ஒன்று. தான் மற்றும் தானல்லாத ஒன்று என்ற நிலையில் உள்ள சிக்கலான இணைப்பு புறத்தில் உள்ள மொழி மற்றும் வரலாறு, கதையாக்கம் வழியாகத் தொடரும் தன்னிலைகளை அடையாளம் காட்டுகிறது. உடலை மையமாகக் கொண்டாலும் உடல் கடந்த மனித நிலை அதாவது குறியீட்டு, கற்பித, புனைவு வழிப்பட்ட மனித நிலையைத் தடம் காட்டுகிறது. இதனை வேட்கை மற்றும் விழைவுகளின் இயக்கத்துடன் இணைக்கும்பொழுதுதான் என்பதை ஓயாமல் உருவாக்கும், உறுதிப்படுத்தும் சுதந்திரத்திற்கான அரசியலாக வடிவம் கொள்கிறது.

"ஒவ்வோர் உயிர்ப்பொருளும் தன் நிலையில் இருந்து மாறி வேறு வகை வேதிச் சேர்மங்களாக மீறுவதையே இறப்பு என்கிறோம். அந்த வகையில் உயிர் அல்லது ஆன்மா அழியாத ஒன்றாக இருக்கிறது எனக் கொண்டால், மனிதர்கள் மட்டுமல்ல, ஒவ்வோர் உயிரியும் அழிவற்ற ஆன்மாவையே கொண்டுள்ளன. உயிர் வாழ்தல் என்பதே இறப்பை நிகழ்த்தும் தொடர்ச் செயல்பாடு என்றுதான் அர்த்தப்படுகிறது" *(இயற்கையின் இயக்கவியல், MECW:25).* பிறப்பு, வாழ்தல், இறப்பு என்பதன் முழுமையற்ற-முடிவற்ற தன்மையை விளக்கும் இந்த அறிதல் முறை மனித இருப்பின் அறிய இயலாத தன்மையை, அறிதல் கடந்த தன்மையை மொழியமைப்பிற்குள் கொண்டுவந்து மனித மெய்நிலை, மனித நிகழ்நிலை இரண்டையும் மனிதப் பொருள் குறிப்பு முறையின் (பொருள்படுத்தும் முறை மற்றும் மொழிவழி மனம்) உருவாக்கமாக அடையாளம் காட்டுகிறது. மார்க்சியத்தின் தெளிவான அரசியல் சொல்லாடலுக்குள் மனித இருப்பு பற்றிய அர்த்தமின்மையைக் கண்டு திரும்பும் இந்தத் தளங்களே மாற்று அர்த்தங்களைப் பற்றியும் மாறுபட்ட புனைவுகளைப் பற்றியுமான சாத்தியங்களை அடையாளம் காட்டுகின்றன.

பன்மைகள் பற்றியும் வேறுபாடுகள் பற்றியுமான உண்மைகளை "இந்த உலகில் நிறுவிக் காட்டவேண்டியதுதான் இனி வரலாற்றின் பணி" என்ற முற்றுப்பெறாத நிலையுடன் மார்க்சியம் இணைவதைத் தடுப்பது அதனை முழுமையானதாகவும் முற்றுப் பெற்றதாகவும் விளக்கும் மையவாதம்.

மையம் கலைந்த மாற்றங்களின் தொகுதி

1

தொன்மங்களையும் முற்றுப் பெற்ற நம்பிக்கைகளையும் மறுத்து புதிய உலகியலுக்கான கேள்விகளைத் தொடங்கிவைத்த கருத்தியலாகவும் அறிதல் முறையாகவும் அமைந்த மார்க்சியம் மாறுபடும் கேள்விகளின் தொகுதி. மாறுபடும் கேள்விகளை உருவாக்கியதுடன் அவற்றுக்கான பதில்களையும் வழங்கி மாற்றங்களுக்கான ஓர் அறிவுத்துறையை உருவாக்கியது. மாறுபடுவதற்கான தர்க்கங்களையும், மாற்றுவதற்கான உரிமைகளையும் நியாயப்படுத்துவதன் வழியாக அது மாற்றத்திற்கான ஓர் அழகியலையும் அடையாளம் காட்டியது. கம்யூனிசம், சோஷலிசம் என்ற சமூக-அரசியல் திட்டத்திற்கான முறையியலை விளக்கிச் சொல்லுகிறது என்பதால் மார்க்சியமும் கம்யூனிசமும் ஒற்றைக் கருத்தியல்களாக அடையாளம் பெறுகின்றன. அதுவரையிலான அறிவியல், தொழில்நுட்பம், உலகியல் அறிவு அனைத்தையும் தனது விளக்க முறையின் அடிப்படைகளாக அமைத்துக்கொண்டதால் அறிவியல் அடிப்படையிலான சோஷலிசம் எனத் தன்னை அது அடையாளப்படுத்திக் கொள்கிறது.

கற்பிதங்களால் அமைந்த கருத்தியல்கள், கருத்தாக்கங்கள் (ஐடியா, ஐடியாலஜி) என்பதற்கு மாறான அறிவியல் வழிப்பட்ட கோட்பாடு என்று மார்க்சியம் தன்னை விளக்குகிறது. சயின்டிபிக் சோஷலிசம் எனத் தனது சோஷலிச முறையை அறிவியல் அடிப்படை கொண்டதாக அது அறிவிக்கிறது. அதன் தொடர்ச்சியாக கம்யூனிசம், சோஷலிசம் என்ற அரசியல் கோட்பாடுகள் மார்க்சியத்துடன் ஒன்றுகலந்த குறிப்பீடுகளாக மாறியுள்ளன. அதனால் மார்க்சியத்தை மறுப்பதும், மார்க்சியத்தைத் தகர்ப்பதும் சோஷலிச, கம்யூனிச அமைப்புக்கான அடிப்படைகளைத் தகர்ப்பதுதான்

என்ற முடிவுடன் இருபதாம் நூற்றாண்டின் மாறுதல்களை மறுக்கும் அறிவுத்துறையினர் செயல்பட்டனர். மார்க்ஸ் என்ற பெயரும் மார்க்சியமும் சுதந்திரம், சமத்துவம், சமநீதி கொண்ட அரசியல் கோட்பாட்டுக்கும் உளஅமைப்புக்கும் அடையாளமாக மாறிய நிலையில் ஆன்டிமார்க்சிஸம் என்ற கருத்தியல் போக்கு ஆன்டிகம்யூனிசம் என்ற திட்டத்திற்கான முன் நிபந்தனையாக மாறியது.

இதற்கு எதிர்நிலையில் மார்க்சியத்தை முற்றுமுழுதான, முடிவுற்றதான உறுதிக் கோட்பாடு எனவும், எந்தவித மாற்றத்திற்கும் உட்படத் தேவையற்ற, எந்தவிதமான கேள்விகளுக்கும் அப்பாற்பட்ட முற்றுண்மைகளின் தொகுப்பு என்றும் இயக்கம் மறுத்த, புனித உருப்படுத்தும் போக்கும் உருவானது. இவை இரண்டும் இணைந்தே இன்றுள்ள அரசு மற்றும் ஆதிக்க மையவாதம் கொண்ட மேலாதிக்க அமைப்புகளை உருவாக்கின. மார்க்சியம் ஒரு மாற்றத்தின் தொடக்கம், அது தன் காலத்தின் அறிவியல் மற்றும் உலகியல் மெய்யறியும் முறையை அடிப்படையாகக் கொண்டு தனது விளக்க முறையை, பொருள்படுத்தும் முறையை, மாற்றுக் கருத்தியலைக் கட்டியது (1848). அதற்குப் பின் வந்த 170 ஆண்டுகளில் அறிவியலும், அரசியல் அமைப்புகளும், தொழில்நுட்பங்களும், போர் இயந்திரங்களும் அடைந்துள்ள மாற்றங்கள் மார்க்சிய விளக்கத்திற்கு உட்படாத பெரும் சிக்கல்களை, அதன் கருத்தியல் கருவிகளால் அடையாளம் காணப்படாத கட்டமைப்பு மாற்றங்களைக் கொண்டுவந்தன.

உலகளாவிய முதலாளித்துவ அமைப்பு உலகளாவிய பாட்டாளி வர்க்க ஒருங்கிணைப்பைக் கொண்டுவரும். அதனால உலகப் பாட்டாளி வர்க்க அரசியல் உருவாகும் என்ற கணிப்பு முற்றிலும் பொய்யாகிப் பெருமுதலீட்டு கூட்டமைப்புடன் பங்குதாரர்களான தேசியப் பாட்டாளிகளின் கூட்டமைப்புகள் உருவாகிக் கறுப்பின, சிறுநில மக்களைக் கொள்ளையிடும் உலகச் சுரண்டல் அமைப்பாக மாறியது. அத்துடன் பாட்டாளி வர்க்கம் தனக்குள்ளான பெண் பாலினச் சுரண்டலைச் சந்தை அழகியலாக வளர்த்துக் கொண்டதுடன் நிலம்சார், இனம்சார், குடிமரபு மக்களை அடிமைப்படுத்திய பலகட்டச் சுரண்டலைத் தனது உலகமயமான தாராளவாத ஜனநாயகமாக உறுதிப்படுத்திக் கொண்டது.

மார்க்சியத்தின் வரலாற்றுப் பொருள்முதல்வாதமும், வர்க்க முரண்கள் வழியான வர்க்கப் போராட்டம் என்ற கருத்தமைப்பும் பொய்த்துப்போன தளம் இது. முதலாளித்துவத்திற்குள்ளான இனவெறி, நிறவெறி, பாலினச் சுரண்டல்களை சோஷலிசம் என்ற

பெயரில் அமைந்த பேரரசுகள் அப்படியே தமக்குள் எடுத்துக் கொண்டதுடன், அதன் அடிப்படையிலான உலக வயப்பட்ட போர் இயந்திரங்களை உருவாக்கி உலக அரசியலை நிலம்சார் வளங்களின் மீதான ஓயாத கொள்ளையாகவும் மாற்றின. போர் இயந்திரம், போர்வயப் பெருந்தொழில் நுட்பமே உலக அரசியல் என்ற நிலையும் இதனால் உருவானது. கம்யூனிசத்தின் வீழ்ச்சி என ஒன்று இருக்கும் என்றால் அது உண்மையாக நிகழ்ந்த களம் இதுதான். இன்றுள்ள உலக அமைப்பு பெரும் வளர்ச்சி, பெரும் வளம், பெரும் நுகர்வு என்ற மைய கட்டமைப்புக்கும் (வெள்ளைமைய ஏகாதிபத்தியம், சந்தை வல்லரசு) உயிர்வாழ்தல், உயிர்தப்பி இருத்தலையே வாழ்வாகக்கொண்டுள்ள நிலவியல் மக்களைக்கொண்ட பலபடித்தான விளிம்புநிலைகளுக்கும் இடையிலான அச்சுறுத்தும் சமநிலையாக, அழுத்தப்பட்ட ஒருங்கிணைப்பாக மாறியிருக்கிறது.

அப்படியெனில் மார்க்சியம் தன் செயல்தகவை இழந்துவிட்டதா, அல்லது அதன் கருத்தியல் மதிப்பு அழிந்துவிட்டதா என்ற கேள்வி முன்னெழலாம். ஆனால் அது எப்படி முற்று முழுதான கோட்பாடு இல்லையோ, அதேபோல் அது முற்றுமுழுதாக செயல் தகவற்றுப் போகக்கூடியதும் இல்லை. ஏனெனில் மார்க்சியம் தன்னளவில் அளித்த விளக்கங்கள், தெளிவுகள், தீர்வுகள் அனைத்தும் செயல்தகவு அற்றதாக மாறினாலும் அதற்குப் பின்வரும் அனைத்து அறிதல்முறைகளுடன் தன்னை இணைத்துக்கொள்ளும் இயந்திரவியல் கூறுகள் அதில் உள்ளன. அது தற்கால அறிவு, அறிதல் முறைகள், கோட்பாடுகளின் செயல் பாட்டில் இணைந்து இயக்க வடிவம் பெறுவதற்கான உள் கட்டமைப்பைக் கொண்டுள்ளது.

மார்க்சியம் என்ற கோட்பாட்டு, அறிவாக்க முறை இரண்டு தனிமனிதர்கள் உருவாக்கிய சிந்தனைத் தொகுப்பு அல்ல, ஒரு காலட்டத்தின் மாற்று இயக்கப் போக்குகள் உருவாக்கிய அறிவுமுறையின், ஆய்வுமுறைகளின் தொகுப்பு. அது தனக்குள் முடிவுகளை மட்டும் பதிவு செய்யவில்லை, மாறுபட்ட கேள்விகளையும் பதிவு செய்துள்ளது. அதேபோல் அதிலிருந்து மாறுபடும் கேள்விகளுடன் இணைந்து வேறோர் அமைப்பாக மாறுவதற்கு உகந்த வடிவத்தையும் கொண்டுள்ளது. அறிவியல் கண்டுபிடிப்பு பற்றி மார்க்ஸ் தெரிவிக்கும் கருத்து மார்க்சிய சிந்தனைமுறைக்கும் பொருந்தும், “தற்கால அறிவியல் வளர்ச்சி கொண்டுவந்த பொருள் வடிவ வெகுமதிகள் அதிகம். ஜேம்ஸ் வாட் கண்டுபிடித்த நீராவி இயந்திரம், மனிதர்கள் தோன்றிய காலத்தில் இருந்து உருவாக்கிய அறிவியல் கண்டுபிடிப்புகள்,

அதற்காகச் செலவிட்ட சக்திகள் அனைத்தையும்விட அதிகமான மாற்றத்தை இந்த ஐம்பது ஆண்டுகளில் கொண்டு வந்திருக்கிறது." *(பொருளாதார, தத்துவ கையெழுத்துப்படிகள் 1844)*. தொடக்க கட்ட நீராவி இயந்திரத்தின் செயல்வடிவம் இன்றுள்ள பல வகையான இயந்திரங்களின் உள் கட்டமைப்பிலும் படிந்திருப்பது போல மார்க்சியம் இன்றுள்ள மாறுதல்களுக்கான, விடுதலைக்கான கருத்தியல்கள் அனைத்திலும் ஏதோ ஒரு வடிவில் படிந்து போயிருக்கிறது. ஒரு நீராவி எந்திரம் உலக வரலாற்றின் போக்கை மாற்றியது எப்படி என விளக்க முயலும் மார்க்சியம் அதற்குப் பின் வந்த ஒவ்வொரு இயந்திரமும், இயந்திரவியலும் உலக வரலாற்றை, மனிதக் கட்டமைப்பை இன்றுவரை மாற்றிக்கொண்டே இருக்கின்றன என்பதையும் ஏற்கக்கூடியது என்பதால், நம் காலத்தின் அத்தனை கேள்விகளுடனும் அது தன்னை ஏதோ ஒருவகையில் உறவுபடுத்திக் கொள்கிறது. இந்த உறவு இன்றுள்ள கேள்விகளையும், சிக்கல்களையும் முழுமையாக விளக்குவதற்கானது என்பதைவிடவும் அதற்கு முன்பாக அளிக்கப்பட்ட விளக்கங்களின் போதாமைகள், இடைவெளிகள், மௌனங்கள் பற்றிய உரையாடலுக்கானதாக மாறுகிறது. இந்த உரையாடல்களையும், ஆய்வு முறைகளையும் மார்க்சியம் ஏற்பதற்கான இணைப்புகள் உள்ளனவா, அல்லது புதிய கேள்விகளை மறுத்து முற்றொருமையெனத் தன்னை அது அறிவித்துக் கொள்கிறதா என்பதைச் சரி பார்ப்பதுதான் மார்க்சியம் பற்றிய இன்றைக்கான புதிய வாசிப்புகள்.

மார்க்சியத்தின் போதாமைகள் பற்றிப் பேசுகிற கருத்தியல்கள் என நான் அடையாளம் காணக்கூடியவை பெண்ணியம், கறுப்பின அரசியல், இனவிடுதலை அரசியல், பின்காலனிய அரசியல், புவிச்சூழலரசியல் போன்றவை. மார்க்சியத்தைப் பொருளாதார மையவாதம் என்றும், அரச அதிகாரவாதத்திற்கும், சர்வாதிகாரத்திற்கும் அதிக முக்கியத்துவம் தரும் பெருங்கட்டமைப்புவாதம் என்றும் அடையாளப்படுத்துகிறது பின்நவீனக் கருத்தியல். இன அடையாளம், பாலினச் சமத்துவம் பற்றி மார்க்சியம் பேச்சு மறுத்த புறக்கணிப்புடன் அமைதி காக்கிறது என்றும், முதலாளித்துவ அமைப்பைவிட நவீன அறிவியல் சார்ந்த, இயந்திரமயமான உற்பத்திப் பெருக்கத்திற்கு அதிக முக்கியத்துவம் தருகிறது என்றும் குற்றச்சாட்டை முன்வைக்கிறது சூழலியல் பெண்ணியம். இவை முற்றிலுமாக மார்க்சிய அறிதல் முறையை மறுப்பவை இல்லை, மாறாக மார்க்சிய அமைப்பில் ஆண்மையத் தன்மையும், அரசு மையத்தன்மையும், வெள்ளைமையவாதமும், ஐரோப்பியமையப் பார்வையும் உள்ளூடி இருக்கிறது என்றும் இந்தத் தன்மைகள் மார்க்சியத்தை பன்மைக்கெதிரான மையத்தை நோக்கி

செலுத்துகின்றன என்றும் விளக்கம் தருகின்றன. இவற்றுடன் பாபாசாகேப் அம்பேத்கரின் சிந்தனைகள் மார்க்சியத்தை மதிப்பீடு செய்து, சாதியத்தால் கட்டப்பட்ட இந்தியச் சமூகத்தில் அதன் போதாமையை விளக்குகிறது, அத்துடன் பௌத்தத்தை அரசியல் வயப்படுத்தி மார்க்சியத்தைவிட நீடித்த மாற்றத்தைக் கொண்டுவரும் நெறியாக அதனை விளக்குகிறது. அம்பேத்கரின் சிந்தனைமுறை மார்க்சியத்திற்குப் பிறகான விடுதலைக்கருத்தியல்களின் ஒரு வகை. அது இந்தியச் சூழலை உள்ளூடி விளக்குவது. அதிகம் விவாதிக்கப்படவும் சரிபார்க்கப்படவும் வேண்டியது. ஆனால் அதனை மார்க்சிய நிறுவனங்களும் அமைப்புகளும் செய்யத் தவறியதுடன் அதனைப் புரிந்துகொள்ளவும் மறுத்துள்ளன. இவற்றுடன் எனது மார்க்சிய வாசிப்பில் பின்நவீன பன்மெய் அறிதலும், மையமறுப்பும் இணைகின்றன.

2

“மதம், சமூகத் தகுதி, சொத்துடைமை எல்லாமே அதிகாரத்திற்கும், ஆதிக்கத்திற்குமான அடிப்படைக் காரணங்களாக உள்ளன. இவைதான் ஒரு மனிதர் மற்றவரின் சுதந்திரத்தை ஒடுக்குவதற்கு வழியமைக்கின்றன. இதில் ஒன்று ஒரு காலகட்டத்திலும் மற்றொன்று வேறொரு காலகட்டத்திலும் மேலாதிக்கம் கொண்டதாக இருக்கலாம், இதுதான் வேறுபாடு. சுதந்திரம்தான் குறிக்கோள் என்றால், ஒரு மனிதன் மற்றொரு மனிதனின் மீது கொண்டிருக்கிற மேலாதிக்கத்தை அழிப்பதே சுதந்திரத்தின் பொருள் என்றால், பொருளாதாரச் சீர்திருத்தம் மட்டுமே நாம் மேற்கொள்ள வேண்டிய ஒரே சீர்திருத்தம் என்று வலியுறுத்த முடியாது என்பது மிக எளிதாக நமக்குப் புரியவரும். ஒரு குறிப்பிட்ட காலகட்டத்தில் ஒரு குறிப்பிட்ட சமூகத்தில், அதிகாரத்துக்கும் ஆதிக்கத்துக்குமான அடிப்படைகளாக சமூக அமைப்பும் மதமும் இருந்தால் அப்போது நாம் மேற்கொள்ள வேண்டிய சீர்திருத்தம் சமுதாயச் சீர்திருத்தமும் மதச் சீர்திருத்தமுமே ஆகும்” *(பாபாசாகேப் அம்பேத்கர், சாதி ஒழிப்பு).*

மார்க்சியத்தின் மொழியமைப்பு இரட்டைத் தன்மை கொண்டது. அதனை எழுதும் ஆண் அடையாளமும், அதன் கருத்தியலான சமத்துவமும் இணைந்த மொழியமைப்பு. மார்க்ஸ்-எங்கெல்ஸ் எழுத்துகள் ஆண்வயத்தன்மை கொண்டவை. ஆனால் அதன் அரசியல் அரசு மற்றும் ஆண்மைய மறுப்பைக் கொண்டவை. இயற்கை, உடலியல், உயிரியல் இயல்புகளால் மனிதப் பண்புகள், மனித

அடையாளங்கள் உருவாவதில்லை. சமூக உற்பத்தி உறவுகள், அரசியல் கட்டமைப்புகளால்தான் மனித அடையாளங்கள் உருவாகின்றன என்ற அடிப்படையைக் கொண்ட மார்க்சியம் பாலடையாளங்களை ஆண், பெண் என மேல், கீழாகவோ உயர்வு, தாழ்வாகவோ விளக்க முடிவதில்லை. அது பெண் மீதான ஆணின் உழைப்புச் சுரண்டலே முதல் கட்டச் சுரண்டல் என்கிறது, அத்துடன் குடும்ப அமைப்பு ஆணாதிக்க அமைப்பின் தொடக்கம் எனக் கூறுகிறது.

குடும்பம், தனிச் சொத்து, அரசு ஆகியவற்றின் தோற்றம் (1884) என்ற நூல் முழுமையான பெண்ணிய அணுகுமுறையில் எழுதப்பட்டதில்லையென்றாலும் வரலாற்றின் ஆண்மையத் தன்மையை உடைக்கிற கருத்தியல் கட்டமைப்பைக் கொண்டது. குடும்பத்தில் நிலவிய உழைப்புப் பிரிவினையின் விரிவாகவே தனிச் சொத்துடைமையும் அதனைக் காக்கும் அரசும் வடிவம் கொண்டது என விளக்கும் இந்நூல், தாய்வழி உரிமை, பெண்வழி மரபுகள் பற்றிய விளக்கங்களின் வழியாக ஆண்மைய, ஆண்முதன்மைக் கருத்தியலை ஆதிக்க-அரசு அமைப்பு என்பதுடன் இணைத்துத் தகர்க்கிறது. மார்க்ஸ் தனது தொடக்க கட்ட எழுத்தான பொருளாதார, தத்துவ கையெழுத்துப்படிகளில் (1844) பெண்கள் சமூக உடைமைகளாக, குழு உடைமைகளாக மாற்றப்பட்டதன் வரலாற்றைக் குறிப்பிட்டு அப்பொழுது இருந்த சமூகச் சொத்து ஆண்களின் சொத்துதான் என விளக்குகிறார். "மனிதர்களுக்கிடையிலான இயற்கையான, நேரடியான, தேவையான உறவு ஆண், பெண்களுக்கிடையிலான உறவுதான்" எனத் தொடங்கி மனித உறவுகளைச் சீர்ப்படுத்துவதற்கு அரசியல் புரட்சி தேவை என விவரித்துச் செல்கிறார். ஆனால் பெண்ணிலையின் தனி அடையாளம் பற்றிய புரிதல் அதில் இல்லை. கம்யூனிஸ்ட் கட்சி அறிக்கையில் பெண்களைப் பொதுவான உடைமையாக்குவது பற்றிய கேள்வியிலும் இந்தக் கருத்து வெளிப்படுகிறது. "முதலாளித்துவவாதி தன் மனைவியை வெறும் உற்பத்திக் கருவியாகவே பார்க்கிறான்" என்றும் கம்யூனிசத்தின் உண்மையான நோக்கம் "பெண்கள் வெறும் உற்பத்திக் கருவிகளாக இருக்கும் நிலையை ஒழித்துக் கட்டுவதுதான்" என்றும் விளக்கம் தருகிறது. இந்த விளக்கம் பெண்ணியத்தின் மொழியில் அமைந்ததில்லை, ஆண்மையத் தன்மை கொண்ட அரசியலில் பெண்களுக்கான சமத்துவம் பற்றியே சொல்கிறது. ஆணாதிக்கத்தைத் தகர்ப்பதும் அரசுகளை அழிப்பதும் உறவுடைய வளர்ச்சிப் போக்குகள் என்ற உட்பொருள் 'அரசு உதிர்தல்' பற்றிய மார்க்சியக் கருத்தில் உள்ளது. ஆனால் புரட்சிகர அரசியல் ஆண்வயமானதாகவே தொடர்ந்து விளக்கப்படுகிறது.

பாரிஸ் கம்யூனில் பெண்களின் பங்கெடுப்பைக் கண்டபின் பெண்கள் இன்றி புரட்சிகள் வெற்றியடையாது என்ற கருத்தைச் சொல்லும் மார்க்ஸின் குரல், புரட்சிகர அரசியல் அற்ற பெண்நிலை பற்றிய மௌனத்தைத் தொடர்கிறது. முதலாளித்துவ சமூகத்தில் பெண்கள் வீடு சார்ந்த உழைப்பு, தொழிற்சாலை உழைப்பு என்ற இரண்டுவகைச் சுரண்டலுக்கு உள்ளாகிறார்கள் என்று மார்க்சியம் ஒப்புக்கொள்கிறது. பெண்களின் உழைப்பு மட்டுமின்றி அவர்கள் உடலும் சுரண்டலுக்கும் அடிமைப்படுத்தலுக்கும் உள்ளாகும் கொடிய அமைப்புதான் முதலாளித்துவ அமைப்பு என்றும் மார்க்சியம் விளக்குகிறது. ஆனால் மனம், அறிவு, தன்னடையாளம் பற்றிய பெண்ணிலை பற்றி விளக்க அதற்கு மொழியில்லை. உயிரியல் சாராம்சவாதத்தையும், நிர்ணய வாதத்தையும் ஏற்காத மார்க்சியத்தில் பாலின ஆதிக்கத்திற்கான தர்க்கம் உடைந்துபோகிறது. இந்தத் தகர்வை முன்புலமாக வைத்துப் பெண்ணியம், பெண்ணரசியல் தன்னை விரிவுபடுத்திக் கொள்கிறது; அதற்குப் பெண்மொழிதான் அடிப்படையாக மாறியது.

மார்க்ஸ், எங்கெல்ஸின் அரசியல் மொழி பெண்ணிலையை இரண்டாம் அடையாளமாகக் காட்டுகிறது என விளக்குகிறது பெண்ணியப் பகுப்பாய்வு. அதில் உள்ள பெண் அரசியலும் இரட்டை நிலை கொண்டதாக விளக்கம் பெறுகிறது. கருத்தியலாளர்களான அவர்கள் வாழ்வில் பெண்களின் இடம் பற்றிய பெண்ணிய வாசிப்புகள் மார்க்ஸின் பெண் மக்கள் இருவர் தற்கொலை செய்து கொண்டது பற்றியும், ஹெலன் தெமூதின் அடையாளமற்ற வாழ்வு பற்றியும், எங்கெல்சின் பெண் துணைகள் பற்றியும் அளிக்கும் விளக்கம் பின்னாட்களில் மார்க்சிய கட்சிகளில் ஆண்மையத் தன்மையும், ஆணாதிக்கமும் பெருகியதற்கான காரணங்களைக் கண்டறிந்து விளக்குகின்றன.

உலக அளவிலான பாட்டாளி வர்க்க அரசியலே ஆண் முதன்மையும் ஆண் தலைமையும் கொண்டதாக மாறிய வரலாற்றை அவை நிலைத்தகர்ப்பு செய்கின்றன. ஐக்கிய அமெரிக்க அரசில் இதுவரை பெண் குடியரசுத் தலைவர் யாரும் உருவாகவில்லை என்பது போலவே சோவியத் அரசிலும் பெண் தலைமைகள் உருவானதில்லை என்ற வரலாற்று உண்மை மார்க்சியத்தின் ஆண்வயத் தன்மையின் வெளிப்பாடு எனப் பெண்ணியம் விளக்கும். பெரும் பொருளாதார அரசியலும், போர்வய அரசியலும் ஆணாதிக்க, ஆண்மைய நிறுவனங்களாகவே இருக்கும் என்ற பெண்ணிய விளக்கத்திற்குப் பிறகான இன்றுள்ள ‘மார்க்சியப் பெண்ணியம்’ ஆண்நிலை தகர்ந்த அரசியலாக மாறுகிறது. அரசு, அதிகாரம், மூலதனம் அனைத்தும்

ஆணாதிக்க, ஆண்மைய, அடக்குமுறை நிறுவனங்களே என்பதை ஏற்கும் மார்க்சியம் பெண்ணியத்தின் பகுதியாக என்றும் இருக்கும்.

கம்யூனிஸ்ட் கட்சி அறிக்கையில் வர்க்க முரண், வர்க்கப் போராட்டம், வர்க்கப்போர் விளக்கப்பட்ட அளவுக்குக் கறுப்பின மக்களின் அடிமை வாழ்வு பற்றியோ கறுப்பின உடல்களின் மீதான உற்பத்தி வன்முறை பற்றியோ, ஆப்பிரிக்க, ஆசிய இன மக்களின் மீதான ஏகாதிபத்தியச் சுரண்டல் பற்றியோ விளக்கப்படவில்லை. அறிக்கையில் மட்டுமின்றி மார்க்ஸ், எங்கெல்ஸ் எழுதிய பிற வரலாற்று, அரசியல் ஆய்வுரைகளிலும் இன, நிற அடக்குமுறைச் சுரண்டல் முழுஅளவில் முன்னிலைப்படுத்தப்படவில்லை. காலனியச் சுரண்டல் பற்றியும் அமெரிக்க அடிமை முறை பற்றியும் பின்னாட்களில் கவனம் செலுத்திய மார்க்ஸ் அவற்றைத் துணைக் குறிப்புகளாக மட்டும் மாற்றிக்கொள்கிறார். *'பிரிட்டிஷ் ரூல் இன் இன்டியா'* (1853) கட்டுரைகளில் கிழக்கிந்தியக் கம்பெனி இந்தியாவிலும் ஆசிய நாடுகளிலும் நிகழ்த்திய ஆக்கிரமிப்புகள், போர்கள், காலனியாதிக்க அடக்குமுறைகள் பற்றிய மார்க்ஸின் மதிப்பீடும், அளவீடும் ஐரோப்பிய பகுத்தறிவு மரபின் பார்வையில் அமைந்த விளக்கங்கள். பிரிட்டன் இந்தியச் சமூகத்தையும், அதன் புராதன அமைப்பையும் தகர்த்தது என்றாலும் அது அச்சமூகத்தை மாற்றியமைத்த புரட்சியையும் செய்துள்ளது என்ற மதிப்பீடு ஐரோப்பிய மையவாதத் தன்மை கொண்டது. இந்த வெள்ளையின மையவாதப் பார்வை உலகம் முழுமைக்குமான அரசியல் மாற்றம் பற்றியும், உலகமயமான புரட்சி பற்றியும் ஒரு கற்பிதத் திட்டத்தை முன்வைக்கிறது. முதலாளித்துவம், முதலீட்டு ஆதிக்கம் முழுமையான வளர்ச்சியடைந்து அதில் உருவாகும் முரண்களும் மோதல்களும் புரட்சிகர மாற்றங்களைக் கொண்டுவரும் என்ற மார்க்சிய கருத்தாக்கம் இனங்களுக்கிடையிலான வன்முறை நிறைந்த முரண்களைக் கணக்கில் கொள்ளவில்லை. இது மார்க்சியத்தின் மிக அடிப்படையான உள் முரண்.

நவீன அரசுகள், ஐரோப்பிய தேசியம் அனைத்தும் பதினைந்தாம் நூற்றாண்டிலிருந்து நிகழ்த்தப்பட்ட இனப்படுகொலைகள், நிலவளக் கொள்ளைகள், அடிமை அரசியல் என்ற பெரும் வன்முறைகளால் உருவானது என்ற வரலாற்றை அறிந்த மார்க்சியம், ஐரோப்பியச் சமூகங்களை வளர்ச்சி அடைந்த, முற்போக்குச் சக்திகள் கொண்ட சமூகங்களாகவும் மற்ற சமூகங்களைப் பிற்பட்ட, கொடுங்கோன்மை கொண்ட, புராதனச் சமூகங்களாகவும் (ஏன்சியன்ட், பார்பேரியன், டெஸ்பாட்டிக்) வகைப்படுத்திய முறை நவீன இன மேலாதிக்கம், உலகக் கொடுங்கோன்மை, போராதிக்க அரசுகள் பற்றிய

மௌனத்தை மார்க்சிய அரசியலில் உருவாக்கியது. வளர்ச்சி, மாற்றம், சமூகப் புரட்சிகள் அனைத்தும் சோவியத் அல்லது சீனப் பெருங்கட்டமைப்பு மாதிரிகளில்தான் அமைய முடியும் என்ற கருத்தியலை உறுதி செய்தது. ஒற்றைப் போக்கு கொண்ட அரசியல் வகைமாதிரிகளை உருவாக்கி, விடுதலைக் கருத்தியல்களை ஒரு மையப்படுத்திய போக்கும் இதனால் உருவானது.

"அமெரிக்கக் கண்டத்தில் தங்கம், வெள்ளி இருப்பது கண்டுபிடிக்கப்பட்ட பின் அங்குள்ள பல இனங்கள் முழுமையாக அழிக்கப்பட்டன, பல இனங்கள் அடிமைகளாக மாற்றப்பட்டனர், பூர்வகுடி மக்கள் சுரங்களில் புதையுண்டு மடிந்தனர். கிழக்கிந்தியத் தீவுகள் கொள்ளையிடப்பட்டன, அங்கிருந்த மக்களினங்கள் அடிமைப்படுத்தப்பட்டன. ஆப்பிரிக்க மக்களின் நிலங்கள், வளங்களைக் கொள்ளையிடுவதற்கான போர்க்களங்களாக மாற்றப்பட்டன. கறுப்பின மக்கள் வேட்டையாடப்பட்டனர். இவையெல்லாம் இணைந்துதான் வண்ணமயமான முதலாளித்துவ உற்பத்திமுறையைத் தொடங்கி வைத்தன. இன்றுள்ள திரட்சியடைந்த முதலாளித்துவ வளங்கள் உருவானதன் மூல வரலாறு இதுதான். ஐரோப்பிய நாடுகள் உலகம் முழுதுமுள்ள பிற மக்கள் வாழும் பகுதிகளையெல்லாம் தமது வர்த்தகக் கொள்ளைக்கான போர்க்களங்களாக மாற்றிக் கொண்டதன் தொடர்ச்சியாக உருவானவைதான் இன்றுள்ள உலக முதலாளித்துவ வளங்கள். உலக நாடுகளைக் கொள்ளையிடும் போட்டியில் ஐரோப்பிய நாடுகள் ஒன்றுடன் ஒன்று போரிட்டுக் கொண்டன (கார்ல் மார்க்ஸ், நவீனகால அரசியல் வரலாறு பற்றி மூலதனம் நூலில்).

"மனித உடல்கள் கொள்ளையடிக்கப்பட்டுத் திருடிக் கொண்டு வரப்பட்டு அடிமைகளாக மாற்றப்பட்டனர். மனிதர்களைக் கடத்திவரும் கொள்ளைக்காரர்கள் பயிற்சியளிக்கப்பட்டு உருவாக்கப்பட்டனர். மனிதர்களைக் கடத்தும் கொள்ளையர்கள், மொழிபெயர்ப்பு செய்யும் ஆட்கள், அடிமைச் சந்தையில் விற்பவர்கள் எல்லாம் சேர்ந்து உருவானதுதான் அடிமை வர்த்தகம். இதில் உள்நாட்டு சிற்றரசர்கள் பெரிய பங்கு வகித்தனர். சிறுவர்களும் இளைஞர்களும் கடத்திவரப் பட்டனர், அடிமைகளை ஏற்றிச் செல்லும் கப்பல்கள் வரும்வரை அவர்கள் இருண்ட பாதாளச் சிறைகளில் அடைத்து வைக்கப்பட்டனர்." (கார்ல் மார்க்ஸ், மூலதனம்).

"அடிமை முறைதான் முதலாளித்துவத் தொழில் துறையின் அடிப்படை. அடிமை முறை இன்றிப் பருத்தி இல்லை, பருத்தி இன்றி நவீன ஆலைத்தொழில் இல்லை. அடிமை முறையே காலனிய நாடுகளின் வளம் அனைத்திற்கும் காரணம், காலனிய

அரசுகளே உலக வர்த்தகத்தை உருவாக்கின, உலக வர்த்தகமே பெருந்தொழில் உற்பத்திமுறையை உருவாக்கியது" என்ற வரலாற்று உண்மையை அறிந்த மார்க்சியம் அதனை அரசியலாக மாற்றுவதற்கு முன்வரவில்லை.

காலனிய அரசுகள், காலனிய ஆட்சிகள், காலனி நாடுகளின் வன்முறைகளை, சுரண்டல்களைப் பட்டியலிடுவதிலும், இந்தியச் சமூகத்தை பிரிட்டன் சுரண்டுவதைப் புள்ளி விவரங்களுடன் விளக்குவதிலும் மார்க்ஸ் காட்டும் கவனம் இன, நிலச் சமூகங்களின் தன்வய மாற்றங்கள் மீதும், தனித்த அரசியல் மீதும் குவியவில்லை. "அடிமையாக இருப்பதில் இருந்து விடுபட பாட்டாளியாக மாறுவது, பிறகு தனியுடைமையை ஒழித்து பாட்டாளி வர்க்கம் முழு விடுதலை பெறுவது" என்ற நேர்ப்போக்கு முறையில் கறுப்பின, இனக்குழுச் சமூகங்கள் சந்திக்கிற பெரும் சிக்கலை விளக்குவதில் மார்க்சியம் மௌனமாகவே உள்ளது. பின்காலனிய அரசியலும், கறுப்பின அரசியலும், இந்திய அம்பேத்கரிய அரசியலும் முன்வைக்கும் கேள்விகளை மார்க்சியம் தனது உள் முரண்பாட்டில் இருந்து விளக்க வேண்டிய நிலையில் உள்ளது.

மார்க்சியத்திற்குள் உருவான பசுமை அரசியல் (கிரீன் மார்க்சிஸம்) இதுவரை நிகழ்ந்த மார்க்சிய வளர்ச்சிப் போக்கில் மிக ஆக்கபூர்வமான ஒரு படிநிலை. உற்பத்திப் பெருக்கம், நவீன தொழில் வளர்ச்சி, உயர்தொழில் நுட்பங்களின் புரட்சிகர பங்களிப்பு பற்றிய மார்க்சிய பொது மதிப்பீடு முதலாளித்துவத்தின் அழிவுத் திட்டத்தின் ஒரு பகுதியாக மாறியிருந்த நிலைமையைப் பசுமை மார்க்சியமும், சூழலியல் பெண்ணியமும் மாற்றியமைத்துள்ளன. இயற்கையின் உள்ளடங்கிய ஒரு பகுதியாக இருக்க வேண்டிய மனித சமூகங்கள் இயற்கை மற்றும் மனிதர்கள் என்ற எதிரிடையாகச் செயல்படுவதன் அழிவை மார்க்சியம் தனது அறிதலின் பகுதியாக ஏற்றுள்ளதால் பசுமை அரசியலும் மார்க்சியமும் தமக்குள் ஒரு தொடர்ச்சியைக் கொண்டுள்ளன.

"உழைப்பு மட்டுமே அனைத்து வளங்களுக்கும் அடிப்படையல்ல, இயற்கையும் உழைப்பும் இணைந்துதான் உற்பத்திப் பொருளாகிறது" என இயற்கை-உழைப்பு உறவை விளக்கிய மார்க்சியம், "உலகை, நிலத்தைத் தனிமனிதர்கள் தமது உடைமையாகப் பார்ப்பதும், சில தனிமனிதர்கள் பிற தனிமனிதர்களைத் தமது அடிமைகளாகப் பார்ப்பதும் உயர்வான ஒரு சமூகப் பொருளாதார மதிப்பீட்டின்படி அபத்தமானது என்று விளங்கும்" என்றும் "ஒரு சமூகம், ஒரு தேசம், பல சமூகங்களின் கூட்டமைப்பு என எதுவும் உலகைத்

தனது உடைமையாகக் கொள்ள முடியாது, நிலப்பரப்புகளின் சொந்தக்காரர்களாக முடியாது. அனைவரும் அதனைப் பயன்படுத்திக் கொள்பவர்கள்தான், அதன் பாதுகாவலர்கள்தான். இயற்கையையும், நிலப்பரப்பையும் இன்னும் மேம்பட்டதாக மாற்றித் தனக்குப் பின்வரும் தலைமுறையினருக்கு அளித்துச் செல்ல வேண்டும்" என்றும் ஒரு தொடக்க கட்ட குறிப்பை அளிக்கிறது. அதனை மிக விரிவாக விளக்கும் "இயற்கையின் இயக்கவியல்" உண்மையான அறிவியலும் ஆக்கபூர்வான மனித அறிவும் இயற்கையைப் பாதுகாப்பதும், அதன் சமநிலையைக் குலைக்காமல் இருப்பதும்தான் என தெளிவாகக் கூறுகிறது.

"உழைப்பு மனிதர்களை விலங்குகளிடமிருந்து வேறுபடுத்துகிறது, மனித உழைப்பு இயற்கையைத் தன்வயப்படுத்துகிறது. தனக்கானதாக மாற்றுகிறது. ஆனால் இயற்கையை மனிதர்கள் வெற்றி கொண்டதைப் பெருமையாகக் கொண்டாட முடியாது. ஏனெனில் இயற்கையின் மீது மனிதர்கள் நிகழ்த்தும் ஒவ்வொரு வெற்றிக்கும் இயற்கை மனிதர்கள் மீது பழிதீர்த்துக் கொள்கிறது. ஒவ்வொரு வெற்றியும் முதலில் மனிதர்கள் எதிர்பார்த்த விளைவுகளைத் தருகிறது, பிறகு முற்றிலும் எதிர்பாராத விளைவுகளை உருவாக்கி அனைத்தையும் இல்லாமலாக்கி விடுகிறது" என இயற்கையின் பழி தீர்ப்பு பற்றிக் குறிப்பிடும் இயற்கையின் இயக்கவியல் "விவசாயத்திற்கான நிலங்களை உருவாக்கிய சில நாடுகளின் காடுகள் அழிந்து பின்னாட்களில் பாலைவனமானது, மலைப்பகுதிகளின் மரங்களை வெட்டியதால் பால் பண்ணைத் தொழில் அழிந்துபோனது" என உலக அளவில் நடந்த உற்பத்தி முயற்சிகள் இயற்கையழிவைக் கொண்டு வந்ததைப் பட்டியலிட்டு "இயற்கையை மனிதர்கள் ஆளுகைக்கு கொண்டு வராமல் இயற்கையின் பகுதியாக, இயற்கையுடன் இணைந்த, இயற்கையின் விதிகளைக் கற்றுக் கொள்ளும்" வாழ்வைப் பற்றிப் பேசுகிறது. இயற்கை விஞ்ஞானமும், உயிர் விஞ்ஞானமும்கூட இயற்கையை மேலும் மேலும் புரிந்துகொள்வதற்கான அறிவுகளே. இந்த அறிவே மனிதர்களின் உண்மையான முன்னேற்றம் என உயர் விஞ்ஞானத்தை இயற்கை அறிவாக விளக்குகிறது. இயற்கையை உடனடிப் பயனுக்கானதாக மாற்றும் உற்பத்திமுறையும், இயற்கையை அழிக்கும் தொழில்களும் தனியுடைமைசார்ந்த, முதலாளித்துவ சமூகத்தின் தீமை என்றும் அதனை மாற்றியமைப்பதே பொதுவுடைமைச் சமூகத்தின் புரட்சிகரச் செயல்பாடு என்றும் 'இயற்கையின் இயக்கவியல்' விளக்கிச் செல்கிறது. பத்தொன்பதாம் நூற்றாண்டுவரை நிகழ்ந்த சூழலியல் அழிவுகளைக்கொண்டே தெளிவாகச் சூழலரசியலை விளக்கும் இந்தப் பக்கங்கள்தான் மார்க்சிய வாசிப்பில் அனைவருக்கும் தெரிந்த, அதிகம்

மாறுபடும் கேள்விகளுடன் மார்க்சியம் ◢83▶

பரிச்சயமானவை. இதே பக்கங்கள்தான் மார்க்சிய அரசியலில் அதிகம் புறக்கணிக்கப்பட்ட, மறுக்கப்பட்ட கருத்தியலாகவும் இருந்துவருகிறது. பசுமை மார்க்சியம் இன்று விளிம்புநிலை அரசியலாக மாறியதன் முரண் இன்னும் விரிவாக விவாதிக்கப்பட வேண்டும்.

அண்ணல் அம்பேத்கரின் மார்க்சியம் பற்றிய விமர்சனமும், மாற்று அரசியலும் இந்தியச் சமூகவியலின் மிக முக்கியமான பகுதி. பௌத்தத்தையும் மார்க்சியத்தையும் ஒப்பிட்டு பௌத்தத்தை சுதந்திரம், சமத்துவம், சகோதரத்துவம், சமநீதி கொண்ட சமூக அமைப்பிற்கான ஆக்கபூர்வமான நெறி எனவும், மார்க்சியம் அதன் உள்ளடங்கியது எனவும், கம்யூனிசத்தை முழுமையாக ஏற்றது பௌத்த நெறியே என்றும் அம்பேத்கர் விளக்குகிறார். இதனை மார்க்சிய அரசியல் வாசிப்பு ஏற்காது, ஏனெனில் சமூகமாற்றத்தை அரசியல்- பொருளாதார புரட்சியின் வழியாகக் கொண்டு வரவேண்டும் என்ற அதன் மையத் திட்டம் இதில் இடமழிந்து போகிறது. இடைநிலை மாற்றங்கள், இணைப்புநிலை மாற்றங்களைப் பற்றிய அரசியல் கருத்தாக்கமே அம்பேத்கரிய அறம்சார் அரசியலின் முக்கியத்துவத்தை ஏற்கும். பௌத்தத்தை அம்பேத்கர் தொன்மையான புரட்சியாகவும், அதே வேளை மிக நவீனத் தன்மை கொண்ட நெறியாகவும் விளக்குவதை பின்நவீன மார்க்சியம் புரிந்துகொள்ளும், அரசு மார்க்சியம் மறுதலிக்கும்.

“சாதிப் பிரிவுகள், அடிமைத்தனம் இரண்டாலும் சீரழிந்த சமூகம் இந்தியா. மனிதர்களை வரலாற்றின் போக்கில் உயர்த்துவதற்குப் பதிலாக அவர்களை ஒடுக்கிவைத்திருக்கிறது. மாறாத ஓர் அடிமை விதியை அது உருவாக்கி வைத்துள்ளது. அது மனிதர்களை சமய விதிகளின் முன் மண்டியிட வைத்து மனித விழுமியங்களையும் மாண்புகளையும் அழித்து வருகிறது.” *(கார்ல் மார்க்ஸ், பிரிட்டிஷ் ரூல் இன் இந்தியா).* “இந்தியாவில் நிலவும் பிரிவினை இஸ்லாமியர்-இந்துக்கள் என்பதுடன் நின்று விடுவதில்லை. அது ஓர் இனக்குழுவுக்கும் மற்றோர் இனக்குழுவுக்கும் இடையிலான பிரிவினையாக, ஒரு சாதிக்கும் இன்னொரு சாதிக்கும் இடையிலான பிரிவினையாக விரிந்து செல்கிறது. இச்சமூகத்தின் ஒவ்வொரு மனிதரும் மற்றவர் மீது காட்டும் பொதுவான வெறுப்பும், சமூக அமைப்பால் நியாயப்படுத்தப்பட்ட ஒதுக்குதலும் (தீண்டாமை) உறுதியான விதியாக மாற்றப்பட்டுள்ளது. இந்த இறுக்கமான சமன்பாட்டின் மீது கட்டப்பட்ட ஒரு சமூகம்தான் இந்தியச் சமூகம்.” *(தி பியூட்சர் ரிசல்ட்ஸ் ஆஃப் பிரிட்டிஷ் ரூல் இன் இந்தியா)*

"இந்தியாவை பிரிட்டிஷ் அரசு ரோமானிய அரசு கையாண்ட பிரித்தாளும் தந்திரத்தின் வழிதான் நூற்று ஐம்பது ஆண்டுகளாக ஆண்டு வருகிறது. இந்தியாவில் உள்ள பல்வேறு இனங்கள், பூர்வகுடிகள், சாதிகள், சமயப் பிரிவுகள், உள்நாட்டு அரசுகளுக்கு இடையிலான பகைமுரண்களைப் பயன்படுத்தி பிரிட்டிஷ் ஏகாதிபத்தியம் தன் அதிகாரத்தின் கீழ் உருவாக்கிய நாடுதான் இப்போதுள்ள இந்தியா" *(ரிவோல்ட் இன் இந்தியன் ஆர்மி)*.

"வேலைப்பிரிவினை சாதி அமைப்பை உருவாக்கியது, சாதி அமைப்பே இந்தியச் சமூகத்தை இயக்கும் சக்தியாக உள்ளது. அதன் அரசும் மதங்களும்கூட அதனால் கட்டுப்படுத்தப்படுகிறது" *(ஜெர்மன் ஐடியாலஜி)*.

இந்தியச் சமூகத்தின் அடிப்படை முரணை, அது மாறுவதற்கான முன் நிபந்தனையை, நவீன தேசமாக உருவாவதற்குத் தடையாக உள்ள சமூகக் காரணியை சுட்டிக்காட்டும் இந்த மார்க்சியப் புரிதல் அம்பேத்கரின் அத்தனை ஆய்வுகளையும் கருத்தியல்களையும் புரிந்துகொள்ளவும், தன்வயப்படுத்தவும் முன்புலமாக அமைகிறது.

"ரயில்வே இந்தியாவில் அறிமுகமாகிறது, இதுபோன்று நவீனத் தொழில்கள் இந்தியாவில் அறிமுகமாகும்போது பரம்பரையான வேலைப்பிரிவினையால் அமைந்த சாதிகள் மறையும். இந்தியாவின் வளர்ச்சிக்குத் தடையாக உள்ள, அதன் அரசியல் சுதந்திரத்தைத் தடுக்கும் சாதி அமைப்பு அழியும்" என்பது இந்தியச் சமூகத்தின் மாற்றம் பற்றிய மார்க்சிய முன்னுரைப்பு *(தி பியூட்சர் ரிசல்ட்ஸ் ஆஃப் பிரிட்டிஷ் ரூல் இன் இந்தியா)*. இது வரலாற்று இயங்கியல் பார்வையில் நிகழக்கூடியதே. ஆனால் அதற்கு முன் ரயில்வேயும், நவீனத் தொழில்களும் ஆதிக்கச் சாதி ஆதிக்கத்திற்குள் அடங்கிவிடும் போது, அதற்குள்ளான வேலைப்பிரிவினைகள் சாதியடிப்படையில் அமையும்போது இந்தியச் சமூகம் பற்றிய அம்பேத்கரிய ஆய்வுகள்தான் அதனை விளக்க முடிகிறது.

மார்க்சியத்திற்கு மாற்றாக அம்பேத்கர் முன்வைக்கும் "அரசியல் பௌத்தம்" விடுதலைக் கருத்தியல்களின் பன்மைத் தன்மைக்கும், நிலம் சார்ந்த மாற்று அரசியலுக்கும் உரியது. அதேபோல அம்பேத்கர் முன்வைக்கும் விமர்சனம் அரசியல் மார்க்சியத்தின் மீதானது. மார்க்சியத்தின் உள் முரண்கள், இடைவெளிகள், போதாமைகள், மௌனங்கள் கடந்து மார்க்சியத்திற்குள்ளாக இயங்கும் அறம், மற்றும் மாற்றத்திற்கான அழகியல் பௌத்தத்திற்குள்ளும்,

அம்பேத்கரியத்துக்குள்ளும் உள்ள அதே அறம்தான் என்பது எத்தனை மறுவாசிப்புகளுக்குப் பின்னும் உறுதிப்பட்டுக்கொண்டே இருக்கிறது.

அதனால்தான் இன்றும் பெண்ணியம், பின்காலனியம், விளிம்பு நிலை அரசியல், சூழலரசியல், தலித்தியம், கறுப்பின அரசியல் என அனைத்து மாற்று அரசியல்களும், விடுதலைக் கருத்தியல்களும் மார்க்சியத்துடன் உரையாடிக்கொண்டே உள்ளன. அவற்றின் அறிவுருவாக்க முறையில் மையம் கலைந்த மார்க்சியம் ஒரு முன்புலமாக இருந்துகொண்டே இருக்கும். அது அரசியல் மையமாக, அரசு மையமாக மாறும்போது மாறுபடும் கேள்விகளை, மாறுபடும் அறிதல்களை மறுக்கும் ஆதிக்க, அதிகார அறிவுக்களமாக மாறிவிடுகிறது. இருபத்தோராம் நூற்றாண்டின் பின்நவீன மார்க்சியம் இதனைக் கடந்து விரிவடைகிறது.

பின்குறிப்பு

எனது பின்நவீனத்துவ வாசிப்புக்கு உரிய களமாக மார்க்சியத்தை மாற்றும் வாசகத்துடன் இந்த எழுத்தை இங்கு இடைநிறுத்துகிறேன்.

“உறுதியான, திடமான எல்லைக் கோடுகள் பரிணாமத் தத்துவத்திற்குப் பொருந்திவரக் கூடியதில்லை. முதுகெலும்புள்ள உயிர்கள், முதுகெலும்பற்ற உயிர்களுக்கிடையிலான எல்லைக் கோடுகளும் மீன்கள், நிலம்நீர்வாழ் விலங்குகளுக்கும் இடையிலாக எல்லைக் கோடுகளும் பறவைகளுக்கும் ஊர்வனவற்றிற்கும் இடையிலான வேறுபாடுகளும்கூட தெளிவற்றவை என விளங்குகிறது. எளிய உயிரினங்களிடையேயும் இது அல்லது அது என்ற பகுப்பு முறை பயன்படுவதில்லை. தனித்த உயிருக்கும் ஓர் உயிர்க்குழுமத்திற்கும் இடையிலான உறவு எங்கு தொடங்கி எங்கு முடிகிறது என்பதையும் தெளிவாக விளக்க முடிவதில்லை.”

“எல்லா வேறுபாடுகளும் இடைப்பட்ட படிநிலையமைப்பில் ஒன்றுடன் ஒன்று இணைந்து, எல்லா எதிரிடைகளும் ஒன்றுடன் ஒன்று ஊடாடிக் கலந்துள்ள நிலையில் அதனை விளக்க பழைய மெட்டாபிசிகல் வகைப்பட்ட சிந்தனை முறை இனிப் பொருந்தாது. அதே போல இயக்கவியலும் இது அல்லது அது என்ற உறுதியான, திடமான எல்லைக்கோடுகளை ஏற்பதில்லை. கால இட வேறுபாடு கடந்த பிரபஞ்ச வயமான முழு உண்மைகள் என்ற மெட்டாபிசிகல் அறிதலையும் இயக்கவியல் ஏற்பதில்லை. இது அல்லது அது என்பதை விடுத்துப் பொருத்தமான இடத்தில் இதுவும் அதுவும் என எதிரிடைகள் கலந்த நிலையே இன்றுள்ள உயர் நிலை அறிதல் முறைக்கு பொருந்தும்.” (பிரடெரிக் எங்கெல்ஸ், இயற்கையின் இயக்கவியல்).

பகுதி: இரண்டு

பன்மெய், அரசியல், அழகியல்

சூழலரசியல்

சுற்றுச்சூழல் அரசியலின் தளத்தில் இன்றைய அனைத்து மனிதத் துன்பியல்களையும் உள்ளூடி ஆய்வு செய்யலாம். ஏனெனில் மனிதமையத் தன்மையை மறுத்து உயிர் மண்டலம் அனைத்துக்குமான வாழ்வுரிமை பற்றிய புரிதல்கொண்ட கருத்தியல் இது. இயற்கையைப் பாதுகாத்து மனிதர்கள் நல்வாழ்வு பெறலாம் என்ற தன்னலம் சார்ந்த புரிதல், இயற்கையின் பகுதியாக இருந்து இயற்கையிடம் பெற்று வாழலாம் என்ற ஒப்படைப்பு, உலக உயிர்கள் அனைத்திற்கும் இந்தப் புவி மண்டலத்தில் பங்கு உண்டு அதனைக் கட்டுப்படுத்தும் அதிகாரம், அதன் சமநிலையைக் குலைக்கும் உரிமை மனிதர்களுக்கு இல்லை என்னும் அறம் சார்ந்த நிலைப்பாடு எனப் பலகட்டங்களாக சூழலரசியல் உள்ளது. இவற்றில் ஏதாவதொன்றின் வழி நாம் மாற்று வாழ்வியல் நோக்கிச் செல்ல இயலும்.

இந்தியா போன்ற நாடுகளில் சூழலரசியல், பசுமை அரசியல், புவிசார் அரசியல் என்ற தளத்தில் மாபெரும் மக்கள் இயக்கங்களை நடத்த முடியும். முதலாளித்துவ எதிர்ப்பு, ஏகாதிபத்திய எதிர்ப்பு, இனமேலாதிக்க எதிர்ப்பு, அறிவதிகார மறுப்பு, பெண்ணியச் சமத்துவம், பெருந்தேசிய மறுப்பு, அடையாள அரசியல் எனப் பல அரசியல் உணர்வு நிலைகளுக்கு சூழலரசியல் களமாக அமையக்கூடியது.

நவீனத்துவம், பெருந்தொழில் ஆதிக்கம், உலகமய வல்லதிகாரம் என்ற பல தளங்களில் நாம் இயற்கையின் மீது போர் தொடுத்திருக்கிறோம். வளர்ச்சி, அறிவியல், பாட்டாளி வர்க்கச் சர்வாதிகாரம், முன்னேற்றம், இன்புறும் வாழ்வு என்ற பெயர்களில் உயிர் மண்டலத்தின்மீது பயங்கரவாதத் தாக்குதலைச் செய்து கொண்டிருக்கிறோம். சூழலரசியலைப் பெண்ணியம் மிகச்சரியாக விளக்குகிறது, எல்லையற்ற

அதிகாரத்திற்கான முனைப்புதான் வளர்ச்சிப் பொருளாதாரத்தின் தொடக்கம். எளிய மனிதர்களுக்கும், எளிய உயிர்களுக்கும் வாழ இடமில்லை என்ற நிலையை உருவாக்கிவிட்டு, நாம் வேறு வகையான மாற்று அரசியல் பற்றிப் பேசுவதில் பயனில்லை.

சூழலைப் பேணுதல், இயற்கையைக் காத்தல் என்னும் பார்வைகளும் கோட்பாடுகளும் அவை சார்ந்த அரசியலும் மனித வரலாற்றில் முற்றிலும் புதிதானவை. இதற்கு முன் அப்படியொரு மாற்றுப் பார்வை இருக்க வாய்ப்போ தேவையோ இல்லை. ஏனெனில் இயற்கையின் மீது மனிதர் நிகழ்த்திய எந்த ஓர் இடையூறும் நீடித்த பெரும் விளைவுகளை உருவாக்க இயலாதவைகளாக இருந்தன. இயற்கைச் சூழல் தன்னைப் புதுப்பித்துக் கொள்ளும் தன்மை கொண்டது என்பதால் அது இன்றுள்ள பேரழிவு நிலையை அடையவில்லை. இயற்கையின் பகுதியாக இருந்தபடி மனிதர்கள் தங்களுக்கானதைப் பெற்றுக் கொண்டதும் பெற முயற்சி செய்ததும் இன்றுள்ளது போன்ற கொடும் விளைவுகளை ஏற்படுத்தக்கூடியவை அல்ல. இருபதாம் நூற்றாண்டின் இயந்திர மயமாக்கம், நகர்மயமாக்கம் என்ற புதிய உற்பத்தி-நுகர்வு முறைகளின் விளைவு மனிதர்கள் எண்ணிப்பார்க்க இயலாத நெடிய துயரங்களைக் கொண்டு சேர்த்துள்ளது.

நவீன அறிவியல் போர்த்தொழில் நுட்பங்களை மையமாக வைத்துச் செயல்படுவது. உயர் தொழில்நுட்பங்கள் அனைத்தும் தேர்ந்தெடுக்கப் பட்ட மனிதர்கள் சிலரைத் தவிர மற்றவர்களின் வாழ்வுரிமையை அழிக்கக்கூடியது. இன்றைய உலகமயமான உற்பத்தி முறை மனித இனங்களின் மண், நீர், காடு, காற்று அனைத்தின் மீதும் நிகழ்த்தப்படும் போராகவே உள்ளது, இது இனப்படுகொலையின் இன்னொரு வடிவம்தான். இந்த உண்மை வெகுமக்கள் உணர்விலும் அறிவிலும் முழுமையாகப் பதிவாகாத நிலைதான் சூழலரசியலை விளிம்பு நிலை அரசியலாக வைத்துள்ளது. மற்ற அரசியல், சமூக நிகழ்வுகளைப் போல இன்றி புவிச்சூழல் மற்றும் இயற்கைச் சமநிலையில் நிகழும் கேடுகளில் பார்வையில் படக்கூடியவற்றைவிட பார்வையில் படாதவை மிக மிக அதிகம். மக்களிடம் இருந்து மறைக்கப்பட்ட உண்மைகள்தான் தொழில்நுட்ப ஏகாதிபத்தியத்தின் முதல் கட்ட வலிமை. சூழலரசியல் தற்போது இந்த மறைக்கப்பட்ட உண்மைகளை அனைவருக்கும் கொண்டு செல்லும் நிலையில்தான் செயல்பட்டுக் கொண்டு வருகிறது. திரிக்கப்பட்ட தகவல்கள், திட்டமிட்டுப் பரப்பப்படும் பொய்கள், நுண் அளவில் தொடங்கி உலக அளவில் நிகழ்த்தப்படும் சதித்திட்டங்கள் அனைத்தையும் மக்கள் முன் புலப்படுத்தி இனியான

மக்கள் அறிவியலை மக்களே தேர்ந்தெடுக்கும் நிலையை உருவாக்க நமக்கு உள்ள ஒரே வழி சூழலரசியல் மட்டும்தான்.

மரத்தையும், நீர்நிலையையும், காட்டையும் கடலையும் தெய்வம் என வணங்கி, மண்ணையும் காற்றையும் தெய்வம் எனப் போற்றி வாழ்வதுதான் தொல்சமயப் புனித உணர்வு என்றால் நான் பகுத்தறிவை உதறிவிட்டுப் பக்திப் பண் பாடித் திரியும் அடியவனாக மகிழ்வோடு வாழ்ந்து முடிப்பேன். ஆனால் அது அப்படி எளிதாக அடையக் கூடிய நிலையல்ல. அதுதான் இன்றைய மக்கள் அரசியலின் தொடக்கம், அதுதான் வாழ்வுரிமைப் போராட்டம், அதுதான் இன்றைய அழகியல். ·

அரசியலடைதல், வாழ்தல், உயிர்த்தல்

பெண்ணிய அரசியல், சூழலியல் அரசியல், சிறுபான்மை இன, மத, மொழி அரசியல் என்பவை தனித் தனியாக இயங்கக்கூடிய அரசியல் இயக்கங்களோ, அரசியல் சக்திகளோ அல்ல. சமூக, அரசியல், பொருளாதார, பண்பாட்டு அமைப்புகளை வழிநடத்தும் முன் நிபந்தனைகள். அவை மக்கள் சார்ந்த திட்டமிடுதல்கள், செயல்பாடுகள் மற்றும் அறிவாக்க முறைகள் அனைத்திலும் ஊடுருவியிருக்க வேண்டிய மதிப்பீடுகள் மற்றும் கருத்தியல்கள். இன்னொரு வகையில் அவை விடுதலை நோக்கிய செயல்பாட்டுக்கான நடத்தையியல் முறைகள். நவீன மனித மதிப்பீடுகள் மற்றும் மனித அடையாளங்களின் வழிகாட்டு நெறிகளில் அவை கலந்திருக்க வேண்டும்.

பாலின ஒடுக்குமுறை எங்கெங்கு உள்ளதோ அங்கெல்லாம் பெண்ணிய அரசியலும், இயற்கையின் சமநிலை நுகர்வுக்காகச் சுரண்டப்படும் நிலையில் சூழலியல் அரசியலும், இனம், மதம், மொழி, சாதி என்ற ஏதாவதொன்றின் அடிப்படையில் மக்களின் மீது அடக்குமுறையும் வன்முறையும் ஏவப்படும்பொழுதும், அவர்களின் தன்னுரிமைகள், வாழ்வாதார உரிமைகள் பறிக்கப்படும்பொழுதும் அவற்றின் அடிப்படையிலான அரசியலும் உருவாகிப் போராட்டங்களாகவோ அரசியல் அழுத்தங்களாகவோ வெளிப்படும். இங்கு எழும் முதல் முதல் கேள்வியே மக்கள் அரசியலடைவதா இல்லையா? அடுத்த கேள்வி: எந்தக் கருத்தியல் அடிப்படையில் அரசியல் அடைவது? மூன்றாவது கேள்வி: அரசியல் அடைந்த பின் அதனை எப்படித் தொடர்வது, தொடர்வதற்கான போராட்ட வழிமுறைகள் என்ன? இந்தக் கேள்விகள் அத்தனைக்கும் முன் உள்ள மிக அடிப்படையான ஒரு கேள்வி: மக்களுக்கு

அரசியலடையும் உரிமை, அரசியலை மாற்றும் உரிமை இருக்கிறதா இல்லையா? இந்தக் கேள்விக்கு ஓர் அமைப்பு அளிக்கும் பதிலில் இருந்துதான் மக்கள் அரசியலின் வடிவமும் செயல்பாடும் நிர்ணயிக்கப்படுகிறது.

இந்தக் கேள்விகளை எழுப்பப் பயிற்சி பெறும் பொழுதுதான் மக்கள் அரசியல் சக்தியாக உருவாகிறார்கள். போராட உரிமை அற்ற மக்கள் அடிமைகளாக வைக்கப்பட்டிருக்கிறார்கள், போராட விரும்பாத மக்கள் அடிமைகளாகத் தங்களை வைத்துக் கொள்கிறார்கள், அதில் இன்புறுகிறார்கள். போராட்டங்கள் ஒற்றைத் தன்மையுடன், ஒற்றை இலக்குடன் இருக்க வேண்டும், அவை ஒற்றைக் கருத்தியலின் அடிப்படையில்தான் நிகழ முடியும் என்ற முன்முடிவுடன் இதனை அணுகினால் ஒரு போராட்டமும் நிகழ வாய்ப்பில்லை.

உலகு தழுவிய முதலாளித்துவ, பொருளாதார சக்திகள் மக்களின் போராட்டங்களையும் விடுதலைக் கோரிக்கைகளையும் கையகப் படுத்தியும் தம் எல்லைக்குத் தக்க உள்ளடக்கியும் தம் நலனுக்கு உகந்த வகையில் ஊக்குவித்தும் அரசியல் உத்தியாகப் பயன்படுத்த முடியும் என்பது மறுக்க முடியாத நடப்பியல் உண்மை. ஏனெனில் முதலாளித்துவ, பொருளாதார, வணிக சக்திகளும் இனம், மொழி, நிலம், மக்கள் சார்ந்த கட்டமைப்புகளாகவே உள்ளன. முதலாளித்துவம், உலக முதலீட்டுச் சக்திகள் என்பவை தனித்த தன்னிறைவு கொண்ட இயந்திரங்கள் அல்ல. அவை நாடுகள் சார்ந்து, நிலங்கள் சார்ந்து, மக்கள் தொகுதிகள் சார்ந்து இயங்கும் உலக வலைப் பின்னல்கள். அவை முற்கால இறையதிகார, அரசதிகாரச் சக்திகளாகத் தற்போது இயங்கவில்லை. மக்கள் அரசியல் என்ற அதிகாரக் கட்டமைப்பையும், நவீன தேசியம் என்ற நிலவியல் கட்டமைப்பையும், சமூகப் பங்களிப்புடன் கூடிய நவீன ராணுவக் கட்டமைப்புகளையும்கொண்ட கூட்டு இயந்திரங்களாக அவை உள்ளன. இந்தப் பொருளை இந்த வகை மனிதர்கள் பார்க்கவும் உரிமை இல்லை என்ற மரபான கொடுங்கோன்மைக்கும் இந்தப் பொருளை இந்த இந்த மனிதர்கள் நுகர்ந்தே ஆக வேண்டும் என்று நிர்ப்பந்திக்கும் சந்தைப் பொருளாதாரத்திற்கும் இடையில் உள்ள இடைவெளியில்தான் இன்றைய மக்களின் இடம் வைக்கப்பட்டுள்ளது.

ஏகாதிபத்திய நாடு ஒன்றில் உள்ள மக்களின் கூட்டு ‿ளவியல் மற்ற நாடுகளின், இனங்களின் வாழ்வாதாரங்களைக் கொள்ளையிடும் தன் நாட்டுடைய பொருளாதாரத் திட்டமிடுதல்களை ஏற்றுக்கொண்டதாக, பிறநாடுகள் மீதான தன் நாடு செலுத்தும் வன்முறைகளை

நியாயப்படுத்தும் தொடர் செயல்பாட்டின் பகுதியாக மாறிவிடுகிறது. தன் நாட்டில் உள்ள சிறுபான்மையினர் மீதான சுரண்டலை நியாயப்படுத்தும் பொது உளவியலும் அத்துடன் இணைந்து கொள்கிறது. இதிலிருந்து விலகிய மக்கள் தொகுதிகள் தம்மை விளிம்புநிலைப்படுத்திக் கொண்டவையாகவே மாறும். இந்த வெளியேற்றம் குற்றவியலின் ஒரு பகுதியாக, தேசத்திற்கெதிரான கலகமாக அடையாளம் காணப்படும். இந்த வெளியேற்றமும் ஒத்துழையாமையும் கலகமும் பெருகித் திரளும்பொழுது ஓர் அரசியல் அமைப்பு உடைந்து மற்றோர் அமைப்பு உருவாகிவிடும். இது நவீன அரசியல் சமன்பாடு. புரட்சிகளின் காலம் என்று நாம் அடையாளம் காணும் பதினெட்டு, பத்தொன்பது, இருபதாம் நூற்றாண்டுகளில் நிகழ்ந்த பெரும் அரசியல் மாற்றங்கள் அமைப்பு உடைதலின் வழி, அரசாங்கங்கள் மாறியதன் வழி நிகழ்ந்தவை. என்றாலும் உள்ளடக்குதல், இடம் அளித்தல், தன்வயப்படுத்தல் என்ற வகையில் முந்தைய அமைப்பின் உள்ளியக்கங்களைத் தொடரக்கூடியனவாகவே இருந்தன.

ஜார் வம்சத்தின் முடியாட்சி உடைய கம்யூனிஸ்ட் கட்சி காரணமாக அமைந்தாலும் முதல் உலகப் போரின்போது உருவான ரஷ்ய தேசிய ஒன்றிணைப்புதான் அதனை நடப்பியல் சாத்தியமாக்கியது. பொருளாதாரம், வாழ்க்கைத் தேவைகள், மனித உரிமைகள் என அனைத்திலும் மக்கள் பெருங்கேடுகளை அனுபவித்தபோது, உடைமை வர்க்கத்திற்கும் உழைக்கும் மக்களுக்கும் இடையில் வன்மம் கூடியபொழுது, மக்களின் மீதான வன்கொடுமைகள் அடக்குமுறைகள் பெருகியபோது ரஷ்ய கம்யூனிஸ்ட் கட்சி மக்களின் உணர்வுகளை ஒன்றிணைத்தது. அங்கு சோஷலிசம் என்ற தேசியப் பொருளாதாரத் திட்டமிடுதலுடன் கூடிய அரசு உருவானது. அந்த அரசுதான் பின்னாளில் ஒரு ராணுவப் பேரரசாக, ஓர் ஏகாதிபத்திய கேந்திரமாக உருவானது. அந்நாட்டின் மக்களுக்கான வாழ்வாதாரங்களையும் உறுதி செய்த அதே அரசுதான் மற்ற நாடுகளைச் சுரண்டவும் உலக வளங்களைக் கொள்ளையிடவும் கூடிய ராணுவ சக்தியாகவும் உலக அரசியலை உளவு பார்த்துத் தன் கட்டுப்பாட்டுக்குள் வைத்திருக்கும் சதிகளின் தலைமையகமாகவும் மாறியது.

1776-ஆம் ஆண்டு "அனைத்து மனிதர்களும் சமமாகப் படைக்கப் பட்டவர்கள், கடவுள் அனைவருக்கும் வாழ்வதற்கான உரிமை, சுதந்திரம், இன்புற்று வாழ்தல் என்பதற்கான மறுக்க முடியாத உரிமைகளை அளித்திருக்கிறார். இந்த உரிமைகளை உறுதிசெய்யவே மனிதர்கள் அரசாங்கங்களை உருவாக்கியுள்ளனர், அவற்றின்

நீதிசார்ந்த அதிகாரம் மக்களால் அளிக்கப்பட்டது. இந்த நோக்கத்தைக் குலைக்கும் வகையில் எந்த அரசாங்கம் நடந்தாலும் அவற்றை மாற்றியமைக்கவோ அல்லது தூக்கியெறிந்து விட்டுப் புதிய அரசாங்கத்தை அமைக்கவோ மக்களுக்கு உரிமை உள்ளது" என்ற புரட்சிகரமான அரசியல் நெறியை அடிப்படையாக வைத்துத் தொடங்கப்பட்ட அமெரிக்கச் சுதந்திர அமைப்பு தன் பொருளாதாரத்தை அடிமை உழைப்பின்வழி பெருக்கிக் கொண்டதுடன் இன ஒடுக்குதலை இன்று வரை முழுமையாக நீக்க முடியாமல் தொடர்ந்து வருகிறது. இன்று உலக நிலம்சார் அரசியலைத் தன் கட்டுப்பாட்டுக்குள் வைத்துக் கொண்டிருக்கும் ஆதிக்க சக்தியாக செயல்பட்டுக் கொண்டிருக்கிறது. 1789-இல் சுதந்திரம், சமத்துவம், சகோதரத்துவம் என்ற கொள்கைகளை அறிவித்து உருவான பிரஞ்சுப் புரட்சி தன் அமைப்பு மாற்றத்தால் உலக காலனிய ஆதிக்கத்தில் தன் பங்கைப் பலமடங்காகப் பெருக்கிக் கொண்டது. ஸ்பானிய, போர்த்துகீசிய, இத்தாலிய நவீன அரசுகள்தான் ஆப்பிரிக்க, தென்னமெரிக்க நிலங்களையும் மக்களையும் கொள்ளையிட்டு இன்றுள்ள அய்ரோப்பிய சமூகத்தின் குடிமை வாழ்வு, வாழ்வாதார வளங்களை உருவாக்கித் தந்தன. சுதந்திரத்தின் பெயரால் உருவான அரசுகள் அனைத்தும் இன்று பயங்கரவாத அரசுகளாகச் செயல்பட்டுக் கொண்டுள்ளன. நவீன உலகின் அரசியல், சமூக அமைப்புகளில் இவற்றின் வன்முறை உள்ளீடாகத் தொடர்ந்துகொண்டே உள்ளது.

அதே சமயம் நாம் அறியும் நவீன உலகை உருவாக்கியவையும் இந்த நிகழ்வுகள்தான். அதனால்தான் இன்றைய உலக முதலாளித்துவமும், நவீன பொருளாதார சக்திகளும் தனித்த அமைப்புகளாக இன்றி அனைத்திற்குள்ளும் கலந்துகிடக்கின்றன. உள்ளடக்குதல், இடம் அளித்தல், தன்வயப்படுத்தல் என்ற உத்திகளின் வழி அவை நுண் அரசியலைச் செயல்படுத்துகின்றன. நவீன வணிகமும் பொதுச் சந்தையும் அவற்றின் களங்களாக உள்ளன. நவீன கருத்தியல்கள், நவீன வாழ்வியல் மதிப்பீடுகளின் மொழியில்தான் இவை பேசியாக வேண்டும். நவீன குறியமைப்புகள் வழிதான் அவை செயல்பட்டாக வேண்டும். சுதந்திரம், முன்னேற்றம், பொது நலன், சமூக ஒப்பந்தம், நீதி, அமைதி என்ற கருத்தியல்களை முன் வைத்தே அவை தம்மைப் பாதுகாத்துக் கொள்ள இயலும். அதே சமயம் அவை அனைவருக்கும் கிடைத்துவிடாமல் பார்த்துக் கொள்வதுதான் முதலீட்டு அதிகாரத்தின் அடிப்படை விதி.

இன்றைய முதலீட்டு அரசியல் இயந்திரங்கள் எதிர்காலத்தை வைத்துத் தன்னை நியாயப்படுத்திக் கொள்வதில்லை, கடந்த

காலத்தை வைத்துத் தம்மை நியாயப்படுத்திக் கொள்கின்றன, அதிலிருந்து மக்களைத் தாங்கள் மீட்டதாகச் சொல்லித் தம்மை நியாயப்படுத்திக் கொள்கின்றன. (சமூகப்புரட்சிகள் தம் நியாயத்தைக் கடந்த காலத்திலிருந்து பெற்றுக்கொள்ள முடியாது - கார்ல் மார்க்ஸ்) கடந்த காலம் என்பது முடியரசுகளின் கொடுங்கோன்மை, மரபான நிறுவனங்களின் அடக்குமுறைகள், மத நிறுவனங்களின் தண்டனைகள், பல்வேறு பழமைவாத ஒடுக்குமுறைகளால் நிரம்பிக் கிடப்பது. அச்சமூட்டும் கடந்த காலம், உறுதி செய்யப்படாத எதிர்காலம் இரண்டுக்கும் இடையில் வாழ நேர்ந்துள்ள மக்கள் உலக அளவில் ஒற்றைத் தன்மை கொண்டவர்கள் இல்லை என்பதையும் நாம் நினைவில்கொள்ள வேண்டும்.

மக்கள் தமக்கான அரசியலை உருவாக்க, வாழ்வுரிமைகளைப் பாதுகாக்கப் போராடுவதைவிட வாழ்தலுக்காகப் போராடுதல் என்ற நிலைக்குப் பல நாடுகளில் தள்ளப்பட்டுள்ளனர். இன்னொரு வகையில் போராடுதலுக்கான ஆற்றலும், களங்களும், இடமும் இல்லாத நிலையில் பெரும் பகுதி மக்கள் வைக்கப்பட்டுள்ளனர்.

மக்கள் ஆட்சி நசுக்கப்பட்டுள்ள ஒரு ராணுவ சர்வாதிகார ஆட்சிக்கு எதிராக அந்நாட்டு மக்கள் போராட விரும்புகிறார்கள். ஆனால் அவர்களுக்கு அடிப்படைக் கட்டமைப்புகள் இல்லை. அந்த நிலையில் ஒரு வல்லாதிக்க அரசு ஆயுதங்களை வழங்கி அரசியல் மாற்றத்தைக் கொண்டு வருகிறது. பின் அந்த நாட்டிற்கு உதவி செய்வதாக உள்நுழைந்து கனிம, இயற்கை வளங்களைத் தன் பயன்படுத்திக் கொள்கிறது. அந்த மக்கள் அரசு உறுதியடையாமல் இருக்கவும் தன் கட்டுப்பாட்டில் அந்நாட்டைத் தொடர்ந்து வைத்திருக்கவும் அந்நாட்டின் ஒரு குறிப்பிட்ட சிறுபான்மை மத, இன மக்களிடம் பாதுகாப்பற்ற உணர்வை வளர்த்து ஓர் அமைதியின்மையை உருவாக்குகிறது. இந்தக் கொடுஞ்சூழல் எங்கு முடியும் என்பதை யாரால் யூகிக்க இயலும்? ஆப்கானிஸ்தானில் பெண்கள் அடிமை நிலையில் வைக்கப்பட்டிருக்கிறார்கள் என்பதை அமெரிக்க, ஐரோப்பிய நாடுகள் கூறுவதன் உட்பொருள் அந்தச் சமூகத்தை விடுதலை நோக்கி அழைத்துச் செல்வதல்ல; தமது படைகளை அங்கு நிரந்தரமாக நிலைப்படுத்துவது.

பிரிட்டிஷ் காலனிய அரசு இந்தியாவின் தீண்டாமைக் கொடுமையை நீக்குவது பற்றித் தொடர்ந்து பேசி வந்தது. அதன் நோக்கம் இந்தியச் சமூகத்தைச் சாதியற்ற சமூகமாக மாற்றுவதல்ல; இந்தியாவின் தன்னாட்சி உரிமையை அடிப்படையில் கேள்விக்குள்ளாக்குவது. இவற்றிற்கிடையில் தான் தொடர்கிறது மக்களின் அரசியல்,

இவற்றை மீறியும் செல்வதுதான் மக்களுக்கான அரசியல். இந்தத் தளத்தில் இருந்து அணுகும்போது நாம் சிலவற்றைப் புரிந்துகொள்ள இயலும்.

இந்தியச் சமூகங்களில் மக்கள் ஒற்றை அமைப்பாக, ஒற்றை அரசியல் திரளாக மாறுவது இன்று சாத்தியமில்லை. அப்படியொரு அடையாளம் இன்றுவரை உருவாகவில்லை. இடம் சார்ந்தும் களம் சார்ந்தும்தான் அரசியலாக்கம் நிகழ முடியும். நகர் சார்ந்த உழைக்கும் மக்கள், அமைப்பு சாராத உழைப்பாளிகள், நிலமற்ற வேளாண் மக்கள், கூலியுழைப்பிலும் கொத்தடிமை உழைப்பிலும் நசுங்கிக் கொண்டிருக்கும் மக்கள், விளிம்பு நிலைச் சாதிகள், தீண்டாமைக்குட்பட்ட சமூகங்கள், பழங்குடிச் சமூகங்கள், வடகிழக்கு மாநிலங்களில் உள்ளது போன்ற மண்சார்ந்த தன்னுரிமை கோரும் இனக்குழு மக்கள், தம் வாழிட உரிமைகளை இழந்து ஏதிலிகளாக இடம் பெயர்ந்து வாழும் மக்கள், வேளாண் தொழிலைத் தன் வாழ்வாகக் கொண்டுள்ள மக்கள், நகர்ப்புறக் கூலித்தொழில் செய்யும் மக்கள், உழைப்பு உரிமை அற்ற மக்கள், தேசிய வளங்களில் பங்கற்ற மக்கள் குழுக்கள் எனத் தனித்தனியாகவே மக்களின் திரட்சி நிகழ முடியும், அவர்களின் அரசியலாக்கமும் நிகழ முடியும். ஒருவரின் அரசியல் மற்றவருக்குப் பயங்கரவாதமாக, தேச விரோதச் செயலாகத் தோற்றம் தரும். இந்த அரசியலாக்கத்தில் பலவித குழப்பங்கள், தலையீடுகள் இருப்பதையும் தவிர்க்க முடியாது. சீனா நிலவழியாக இணைக்கப்பட்டிருப்பதால்தான் இந்தியாவில் மக்கள் யுத்த அரசியல் 1960-களில் வசந்தத்தின் இடிமுழக்கமாக உருவாகி இன்று வரை தொடர்ந்து ஒலித்துக் கொண்டிருக்கிறது. சோவியத் அரசும் ரஷ்ய கம்யூனிஸ்ட் கட்சியும் இந்திய இடதுசாரி கட்சிகளுக்கு மட்டுமல்ல உலக இடதுசாரி அரசியலுக்கே ஆதார சக்தியாக, அடிப்படை பலமாக இருந்து வந்ததை நாம் மறந்துவிட முடியாது. இந்தியாவில் இஸ்லாமியர்களை நசுக்கும் இந்துராஷ்டிரியம் உருவாகாமல் இருப்பதற்கு அரேபிய எண்ணெய் வள அரசுகள்தான் இன்று வரை காரணமாக இருந்து வருகின்றன. பங்களாதேசத்தின் மொழி உரிமை மற்றும் தன்னாட்சி உரிமைகளை இந்திய அரசு ராணுவத் தலையீட்டால் உறுதி செய்ததும், இலங்கையில் தமிழ் மக்களுக்கு அதே உரிமைகளை ராணுவத் தலையீட்டால் இல்லாமலாக்கியதும்கூட இந்த வகை குழப்பங்களின் அடையாளங்கள்தான்.

உலகு தழுவிய முதலாளித்துவ அரசியலுக்கு வெளியே, வணிக, சந்தைக் கட்டமைப்புகளில் இருந்து விலகி உள்ளது என்று சொல்லத் தகுந்த ஓர் இடம், களம் இன்று இல்லை. மார்க்சிய

அமைப்புகள் இன்று தொழிற்சங்க அமைப்புகளை மட்டும்தான் சார்ந்துள்ளன. பன்னாட்டு, பெருமுதலீட்டுத் தொழில்களை ஆதரித்து வேளாண் மக்களின் மண்ணுரிமையை, பழங்குடி மக்களின் நிலவியல் பண்பாட்டை மறுக்கும் நிலைக்கு இடதுசாரி அரசியல் செல்வதற்கும், ரஷ்யாவின் அணு உலையில் கதிர்வீச்சு இல்லை, இருந்தாலும் மக்களைப் பாதிக்காது என்று சொல்லும் அளவுக்கு அறிவியல் மறுப்பு நிலைப்பாடு எடுப்பதற்கும் இந்தக் குழப்பமான உலக அரசியல்தான் காரணமாக உள்ளது.

இந்திய மக்கள் ஒன்றிணைந்த அரசியல் சக்தியாக மாறுவதிலும் கடுமையான சிக்கல்கள் உள்ளன. உலக முதலாளித்துவம், அரச ஒடுக்குமுறை, உலகமயமான சுரண்டல் என்பனவற்றிற்கெதிராக மக்கள் சக்தி உருவாகி மாற்றங்களை நோக்கிச் செல்லுவதற்குமுன் பண்பாடு, மதிப்பீடுகள், சமூக உளவியல் மட்டங்களில் மாற்றங்கள் நிகழ வேண்டும். அந்த மாற்றங்கள் நிகழும் வரை அரசியல் செயல்பாடுகளை ஒத்திப்போடுவதும் பயனளிக்காது. அரசியல் செயல்பாட்டின் வழி அறிவை அடைவதும், அரசியல் அறிவின் வழி உளவியல் மாற்றங்கள் உருவாவதும் தொடர்புடைய நிகழ்வுகள். மாற்று அரசியல் சிந்தனையாளர்கள், செயல்பாட்டாளர்களின் தேவை இந்தத் தளத்தில் தான் அதிகமாக உறுதி செய்யப்படுகிறது. இன்றுள்ள ஊடகங்கள், மொழி அமைப்புகள், சொல்லாடல் களங்கள், அறிவுத்துறைகள் அனைத்தின் வழியாகவும் மக்களின் அரசியலைக் கொண்டு செல்ல வேண்டும். அதே சமயம் அவற்றைக் கடந்த மாற்று ஊடகங்களையும் கண்டறிய வேண்டும்.

தீண்டாமைக் கொடுமையிலிருந்து வெளியேற சில ஒடுக்கப்பட்ட மக்கள் கிறித்துவத்திற்கு மாறிய நிகழ்வைப் பிழைப்புவாதம் என்று சொல்ல எந்தப் புனித அரசியலுக்கு உரிமையிருக்கிறது? சமரசங்கள், ஒப்பந்தங்கள், பரிமாற்றங்கள் வழியாக மக்கள் தங்களைப் பாதுகாத்துக் கொள்ளவும், தம் வாழ்வுரிமைகளை மீட்கவும், பல நேரங்களில் இனப் படுகொலைகளில் இருந்தும், இடப்பெயர்ச்சிகளில் இருந்தும் தப்ப முடியும் என்றால் அவற்றைத் தவறென்று சொல்ல வெளியே உள்ள அரசியல் சக்திகளுக்கு எந்த உரிமையும் இல்லை என்றுதான் நினைக்கிறேன்.

சமூகப் புரட்சிகள் தம் நியாயத்தைக் கடந்த காலத்திலிருந்து பெற்றுக்கொள்ள முடியாது என்ற மார்க்ஸின் சமன்பாட்டில் இதுவும் உள்ளடங்கியுள்ளது: நிகழ்காலத்தை மறுத்து விட்டு எதிர்காலத்தைக் கொண்டு மட்டுமே சமூகப் புரட்சிகள் தம்மை நியாயப்படுத்திக் கொள்ளவும் முடியாது.

பன்னாட்டு அரசியலும் பன்மியப் போராட்டங்களும்

வாழ்வாதாரங்களையும் இயற்கை வளங்களையும் தனியார்மயமாக்குதல் மட்டுமல்ல மனித மயமானதாக, மனித மையத்தன்மை உடையதாக மாற்றுவதும் வன்முறையே. இந்த வன்முறையை அரசியல் மற்றும் சமூகச் செயல்திட்ட அடிப்படையில் முற்றிலும் இல்லாமலாக்கிவிட்டால் அரசுடைமையாக்கம், பொதுவுடைமையாக்கம் எல்லாம் தானாக நிகழ்ந்துவிடும். உயிர் மண்டலம் பற்றிய மனித அணுகுமுறை தன்மையத் தன்மை கொண்டது. தாவரங்கள், விலங்குகள், காற்று, நீர், மண் அனைத்தும் தனக்கானவை அவற்றை உடைத்தும் சிதைத்தும் திரித்தும் தனக்கானதாக மாற்றிக்கொள்ளலாம் என்னும் சுரண்டல் உணர்வுதான் உடைமை மற்றும் ஆதிக்க நடத்தையியலின் அடிப்படை. இது விலங்குகளிடம் இயற்கையானதாக, சமநிலை கொண்டதாக அமைந்துள்ளது. மனிதர்களிடம் பெருக்கப்பட்டதாக, அளவுகடந்த செயல் தந்திரங்களைக் கொண்டதாக விரிவுபட்டுள்ளது. விலங்குகள் தம் உணவுக்காகக் குறிப்பிட்ட சில விலங்குகளைக் கொன்று உண்ணுகின்றன, தம் பசியாறிய பின் ஓய்வு கொள்கின்றன. கொல்லப்படும் நிலையில் உள்ள விலங்குகள் தம் உயிரைக் காக்க விழிப்புடன் இருப்பதுடன் ஓயாமல் தப்பி ஓடியபடியும் உள்ளன. ஒரே இரைக்காக இரண்டு இன விலங்குகள் மோதிக் கொள்கின்றன, ஓர் இனத்திற்குள்ளான உணவுப் போராட்டமும்கூட மோதலாக, கொலையாக மாறுகின்றது. தாவரங்கள்கூட ஒன்றுடன் ஒன்று போட்டியிட்டும் ஒன்றை ஒன்று அடக்கியும் தம் இனத்தைப் பெருக்கிக்கொள்கின்றன. இந்த இரக்கமற்ற இயற்கைச் சுழலின் இன்னொரு பகுதியில் ஒன்றுடன் ஒன்று இணைந்தும் உதவியும் வாழும் உயிர்ச்சூழலும், இன வாழ்க்கை மற்றும் இணக்க வாழ்க்கை கொண்ட உயிர் மண்டலமும் இருக்கவே செய்கின்றது. மனிதர்களிடம் உள்ள சிக்கல் இந்தப் பண்புகள்

அனைத்தும் கலந்து கிடப்பதுடன் இவற்றை விளக்குவதற்கான மொழியும் நம்மிடம் உள்ளது. விலங்குகள் உயிர்வாழவும் உயிரைப் பாதுகாத்துக் கொள்ளவும் செய்யும் வேட்டையாடுதல், மோதியழித்தல், பின்வாங்குதல், பதுங்குதல் போன்ற இயல்பான செயல்கள் மனிதர்களிடம் போர்த்திறனாகவும் போர்த்தொழில் உத்தியாகவும் பெருக்கமடைந்துள்ளன. இந்த அளவுகடந்த பெருக்கத்தின் ஒரு பகுதிதான் நமக்குள் படிந்துள்ள தனியுடைமை, முதலாளித்துவம், ஆதிக்கம், அதிகாரம், அடக்குமுறை, இன ஒடுக்குதல், உலகமயமாக்கம், உரிமை மறுத்தல், உரிமைக்கான போராட்டம், அடிமைப்படுத்தல், விடுதலைக்காகப் போராடுதல் எல்லாம்.

முதலாளித்துவம் மற்றும் தனிவுடைமை சார்ந்த அரசியல் பொருளாதாரத்தின் உளவியல் அடிப்படைகளை உற்றுக் கவனிக்கும்போது ஒன்று நமக்குப் புரிய வரும். தன் தேவைகளுக்கு அதிகமாகச் சேமித்தல், மற்றவர்களுக்கு உரிய பங்கையும் தானே நுகர்தல், மற்றவர்களைவிடத் தன் வாழ்வின்பங்களைப் பலமடங்கு பெருக்கிக்கொள்ளுதல் என்னும் சில நடத்தை முறைகள் முதல் பார்வையில் தெரியக் கூடியவை. ஆனால் இதன் கடுமையான மறுபகுதி மிகுந்த வன்முறை கொண்டது. தான் உண்ணுவதில் இன்பம் காணுதலைக் கடந்து மற்றவர்களை உண்ணவிடாமல் செய்தலில் பெரும் இன்பம் காணுதல், தான் நுகரக் கூடியவைகளை மற்றவர் நுகரவிடாமல் செய்து களிப்படைதல், தான் இன்பம் நுகர்வதைவிட மற்றவர்கள் துன்புற்று வலியுடன் வாழ்வதில் இன்பம் பெறுதல், தான் சுதந்திரமாக இருத்தலைவிடத் தனக்குச் சிலர் அடிமைகளாக இருந்து துயரடைவதில் பெருமை கொள்ளுதல் என்னும் சமூக உளவியலின் மீதுதான் அதிகாரம், ஆதிக்கம், மூலதன அரசியல், தனிவுடைமைச் சட்டவிதிகள் கட்டப்பட்டுள்ளன. மார்க்சியத்தை அதன் அறவியல் அடிப்படையில் புரிந்துகொண்டால் விடுதலை, சமத்துவம், சமநீதி என்பவை வெறும் அரசுடைமையாக்கம், பொதுவுடைமையாக்கம் என்பதில் தொடங்குவதுமில்லை அதில் முடிவதும் இல்லை என்பது புரியவரும்.

மனித சமூக அமைப்பாக்கம் முதலில் தனிமனிதர்களிடம் உள்ள தற்காப்பு, தன்னை நிலைப்படுத்திக் கொள்ளும் தன்மை (இவை விலங்குகளிடம் பிறந்தது முதல் இறப்பது வரை தொடரும் பண்பு) என்பனவற்றைக் குறைத்து இன அடையாளத்தை உருவாக்கி இனம் சார்ந்த மனித நிலையை உருவாக்குகிறது. இந்த இனத் தன்மை தனிமனிதர்களுக்குச் சமூக அமைப்பு தரும் பாதுகாப்பு, வாழ்வாதாரங்கள் சார்ந்த ஒப்பந்தம் மற்றும் மரபான உறுதி

மொழிகளின் அடிப்படையில் அமைவது. இந்த இனத்தன்மைதான் விலங்குகளையும் மனிதர்களையும் வேறுபடுத்தும் அடிப்படைக் களம். மனிதர்கள் தம்மை இனத்திடம், சமூகத்திடம், அரசிடம், அமைப்பிடம் ஒப்படைத்துவிடுகிறார்கள், மற்றொரு வகையில் அவற்றால்தான் தனிமனிதர்கள் உருவாக்கப்படுகிறார்கள். இதைத்தான் நாம் மனிதர்களின் அரசியல் நிலை என்கிறோம். இந்த இணைப்புதான் ஒவ்வொரு மனிதரும் தனக்கானதைச் சமூகத்திடம், அரசிடம், அமைப்பிடம் கேட்டுப் பெறும் உரிமையை வழங்குகிறது. அத்துடன் சமூகம் கட்டமைத்துள்ள விதிகளைப் பின்பற்றவும், சமூகத்திற்கான தன் பங்கை அளிக்கவும் கடமைப்பட்டவர்களாகத் தனிமனிதர்களை வைக்கிறது. விளக்க மிக எளிமையானது இந்தச் சூத்திரம்: உரிமைகளுக்கும் கடமைகளுக்கும் இடையிலான சமநிலை மற்றும் புரிந்துணர்வுதான் அரசியல் பொருளாதாரம். இதனை முறைப்படுத்தும் துணை அமைப்புகள்தான் பண்பாடுகள், மதங்கள், அறிவமைப்புகள், நீதி நிறுவனங்கள், அழகியல் செயல்பாடுகள் என்பன. இவற்றில் நிகழும் மாற்றங்களும், சிதைவுகளும் சமூகம், தனி மனிதர்கள் என அனைத்தையும் பாதிக்கும். மக்களின் போராட்ட உணர்வுகளை ஒருமுனைப்படுத்துவது என்பதுகூடத் தேவையில்லை, மக்களின் வாழ்வியல் உணர்வுகளை ஒருமுனைப்படுத்தினாலே வரலாற்றின் அத்தனைத் துயரங்களும் அநீதிகளும் நீக்கப்பட்டிருக்க முடியும். ஆனால் அது அவ்வளவு எளிதான செயல்பாடு இல்லை.

இவ்வளவு எளிமையான செயல்திட்டம் கொண்டதாக இருந்திருந்தால் 1992-ஆம் ஆண்டு டிசம்பர் மாதம் ஐக்கிய அமெரிக்க அரசு தன்னை உடைத்துக் கொண்டு சோவியத் அரசியலுக்கு மாறுவதற்கான தீர்மானத்தை நிறைவேற்றியது; அதிபர் ஜியோர்ஜ் புஷ் வீட்டுக் காவலில் வைக்கப்பட்டார்; கியூபாவுடன் இணைய சில அமெரிக்க மாகாணங்களும், சுதந்திர சோஷலிசக் குடியரசாக இருக்கச் சில மாகாணங்களும் முடிவு செய்தன என்பது போன்ற வரலாற்றுக் குறிப்புகளைத்தான் நாம் இன்று படித்துக் கொண்டிருப்போம். ஆனால் நடப்பியல் அப்படியில்லை, இன்று மிக அடிப்படையான மனித உரிமைகளை நிலைநிறுத்தவும், மக்களாட்சி நெறிகளைப் பாதுகாக்கவுமே மிகப்பெரும் போராட்டங்களை நிகழ்த்த வேண்டியுள்ளது. பொதுவுடைமைச் சமூகம் வரும்வரை பெண்ணரசியல், சூழலரசியல், சிறுபான்மை இன, மத மக்களுக்கான உரிமையரசியல் என்பவை பற்றிச் சிந்திப்பதோ பேசுவதோ முதலாளித்துத்தைப் போற்றிப் பாதுகாக்கும் முயற்சி என்று ஒருவர் நம்புவார் எனில் அதன் பொருள் “அரசியல் பற்றிச் சிந்திப்பது, அரசியல் அடைவது, விடுதலை உளவியல் என்பவை இன்றும்

இனியும் சாத்தியமில்லை அதனால் செயலற்றுக் கிடந்து செத்து மடியலாம்" என்பதுதான்.

இந்திய அரசியலில் தீண்டாமைக் கொடுமை, சாதி அடுக்குமுறை பற்றிய மிக அடிப்படையான கேள்விகளை இடதுசாரி அரசியல் இப்படியான அறியாமையுடன் அணுகி ஒடுக்கப்பட்ட மக்களிடமிருந்து அந்நியப்பட்டு நின்றது. சாதிச் சமத்துவம் அற்ற அரசியல் விடுதலை தனது மக்களை ஏமாற்றும் திட்டம் என்று உறுதியாகச் சொன்ன அம்பேத்கரைத் தேசியவாதிகள், தேசபக்தர்கள் என்ற பெயர்சூட்டிக் கொண்ட ஒரு கூட்டம் ஏகாதிபத்திய கைக்கூலி என்று ஊளையிட்டுக் கொண்டிருந்தது.

இன்று வரலாறு நமக்குப் பலவற்றை ஈவு இரக்கமின்றிக் கற்றுத்தந்துள்ளது, விடுதலை அரசியல் ஒருமையான, ஒற்றை நெடுங்கோட்டுப் பயணமல்ல. தனிமனித உளவியல் தொடங்கித் தனிநாடு கோரி போராடுவது வரை இன்று புதிய படிப்பினைகள் கிடைத்துள்ளன. மக்களின் போராட்ட உணர்வுகளை ஒருமுனைப்படுத்துவது என்றால் என்ன? எதனை நோக்கி அந்தப் போராட்டம் அமைய வேண்டும்? மக்களின் போராட்டம் என்பது என்ன? ஏன் மக்கள் போராட வேண்டும்? மக்கள் எப்போதும் பொதுவுடைமைச் சமூகத்தை அமைக்கவும் உலக முதலாளித்துவத்தை அழிக்கவும்தான் போராடுவார்களா, அல்லது போராட வேண்டுமா? மக்கள் என்பது ஒற்றை அடையாளமா?

அமெரிக்க ஐக்கிய நாட்டில் தம் இனத்தாலும் நிறத்தாலும் அடிமைப்படுத்தல், ஒடுக்குதல், ஒதுக்குதல், இழிநிலைப்படுத்தல், உரிமை மறுத்தல் என்பவற்றால் துயருற்ற கருப்பின மக்கள் முதலில் அடிமை முறையிலிருந்து விடுபட்டு மனித நிலையுடன் வாழப் போராடினார்கள். பின்பு மனித மதிப்புடன் வாழப் போராடினார்கள், பிறகு மனித உரிமைகளுடன் வாழப் போராடினார்கள், அதற்கும் பிறகு சம உரிமைகள், சம அதிகாரம், சம பங்கு எனப் போராட்டத்தைத் தொடர்ந்தார்கள். இந்தப் போராட்டம் இன்று வரை சமூகம், பண்பாட்டுப் பொதுவெளி, அரசியல் தளங்களில் தொடர்ந்துகொண்டே உள்ளது. அமெரிக்க குடிமைச் சட்டங்களும், உரிமைச் சட்டங்களும் மாற்றமடைந்து கொண்டே உள்ளன. தனி உடைமையும் முதலாளித்துவமும் அழிந்து பொது உடைமைச் சமூகம் உருவாகும்வரை தனக்குப் பேருந்தில் உட்கார்ந்து செல்லும் உரிமையெல்லாம் தேவையில்லை என்று அமைதியாகச் செல்லாமல் 1955-இல் ரோசா பார்க் எதிர்த்து நின்றது மேல்தட்டு அறிவுஜீவிகளின் அரசியலா? 1959-இல் கியூபாவில்

ஏற்பட்ட புரட்சிகர யுத்தம் தன் நாட்டில் கருப்பின மக்களின் வழியாகப் பரவிவிடக்கூடும் என்ற அச்சத்தின் காரணமாகவும் உலக அரசியலில் தன்னை வல்லாதிக்க நாடாக மாற்ற உள்நாட்டில் கருப்பின மக்களின் ஒத்துழைப்பு வேண்டும், அவர்களின் வலிமை வேண்டும் என்பதைக் கணக்கிட்டுத்தான் அமெரிக்கா கருப்பின அரசியலின் கோரிக்கைகளைச் சிறிதுசிறிதாக ஏற்கத் தொடங்கியது என்பது மிக வெளிப்படையான உண்மை. இஸ்லாமிய தேசியம், மால்கம் எக்ஸ், மார்டின் லூதர் கிங், கருஞ்சிறுத்தைகள் இயக்கம் என எழுச்சி பெற்ற இன உரிமைப் போராட்ட உணர்வை அமெரிக்க வெள்ளை முதலாளித்துவம் தன் அரசியல் உத்தியாக மாற்றிக்கொண்ட போதும் அப்போராட்டங்கள் கருப்பின மக்களின் வாழ்வுரிமைகளை மாற்றியமைத்துள்ளது என்பதை யாரும் மறுக்க முடியாது. பெண்ணிய அரசியல், சூழலியல் அரசியல் என்பவை முதலாளித்துவத்தை ஏற்ற மேல்தட்டு அறிவுஜீவிகளின் அரசியல் என்றால் மார்க்சிய, மாற்று அரசியலில் அவற்றிற்கு இடமில்லை என்று பொருளா?

மரபு மார்க்சியர்கள் அல்லது கட்சி மார்க்சியர்கள் அல்லது அலுவல் உரிமை பெற்ற மார்க்சியர்கள் என்ற பெயரில் யாரும் இன்று மார்க்சியத்திற்கு உரிமைகோர இயலாது. மார்க்சியம் என்பது மாற்றத்திற்கான அறிவுருவாக்கம், மாறுதல்களைப் புரிந்துகொள்ளும் அறிவாய்வு முறை, அதற்கெல்லாம் கடந்து விடுதலைக்கான அறம்.

பெண்ணியம், சூழலியல், அடையாள அரசியல், தன்னடையாளச் சுதந்திரங்கள் என்பனவற்றை மறுத்துவிட்டு இன்றைய மார்க்சிய அரசியல் இருக்கவே இயலாது. இந்தியச் சமூகத்தில் அது இன்னும் விரிவாகத் தலித் அரசியல், பழங்குடி மக்கள் அரசியல், மொழி அரசியல் என்பவற்றையும் புரிந்து ஏற்ற அரசியலாக இருக்க வேண்டும். அப்படி யெல்லாம் இல்லையென்று சொல்லும் ஒரு மார்க்சியக் கட்சி கொடிகாத்த குமரர்களைத்தான் உருவாக்க இயலும். அவர்களால் மக்களைக் காக்க முடியாது, மக்களும் அவர்களைக் காப்பது பற்றிச் சிந்திக்க மாட்டார்கள். இடதுசாரிகள் மாற்றங்களைப் புரிந்துகொள்ளத் தவறும்போது சிவப்பிந்திய இனத்தில் பிறந்த அமெரிக்க குடியரசுத் தலைவர் ஒருவர் 2025-இல் இந்தியக் குடியரசு நிகழ்ச்சியில் கலந்து கொள்ள வருவார்; மதச்சார்பின்மை, பெண்களின் சமூகப் பங்களிப்பு, இன ஒற்றுமை இவற்றுடன் சுதந்திரம், சோஷலிசம், சமத்துவம் பற்றியும்கூட இந்தியர்களுக்கு நினைவுபடுத்திவிட்டுச் செல்லுவார்.

போர்களுக்கு எதிரான போராட்டங்கள்

"பத்தொன்பதாம் நூற்றாண்டின் சமூகப்புரட்சிகள் தம் நியாயத்தைக் கடந்த காலத்திலிருந்து பெற்றுக்கொள்ள முடியாது, எதிர்காலத்தி லிருந்துதான் பெற்றுக்கொள்ள முடியும். கடந்த காலம் பற்றிய பொய் நம்பிக்கைகள் அனைத்திலிருந்தும் தம்மை விடுவித்துக் கொள்ளாமல் எந்தச் சமூகப்புரட்சியும் தன்னளவில் உருவாகவே முடியாது. கடந்த காலப் புரட்சிகள் முடிந்துபோன வரலாற்றை நினைவுபடுத்தி அதன் வழியாகத் தம்மை மகிழ்வூட்டிக் கொண்டுள்ளன. பத்தொன்பதாம் நூற்றாண்டின் சமூகப் புரட்சிகள் தம்மை நியாயப்படுத்திக் கொள்ள வேண்டும் என்றால் கடந்த காலத்தைச் சேர்ந்தவர்களே கடந்து போனவற்றைப் புதைக்கட்டும் என்று விட்டுவிட வேண்டும்" - கார்ல் மார்க்ஸ் *(லூயி போனபார்த்தின் பதினெட்டாவது புருமேயர்).*

மக்கள் போராட்டங்கள், எதிர்ப்புகள், அரசியல் புரட்சிகள் என்பவை உலக வரலாற்றில் மிகமிகப் புதிய வடிவங்கள். இவை இதற்குமுன் இருந்த போர்மைய அரசியலுக்கு முற்றிலும் எதிரான கருத்துருவத்தை, கோட்பாடுகளைத் தம் அடிப்படையாகக் கொண்டவை. பலமுடையவர்கள், படை உடையவர்கள், அதிக அழிப்பாற்றலைக் கொண்டவர்கள், அதிகக் கொடூரங்களை இழைக்கக்கூடியவர்களே வெற்றி பெற்றவர்களாக இருக்க முடியும், அவர்களே ஆட்சியை, அதிகாரத்தை, நிலங்களை, வளங்களைத் தமதாக்கிக் கொள்ள முடியும், மற்றவர்கள் அடங்கியும் அடிமைப்பட்டும் பணிந்து ஒப்படைத்தும் வாழ்வதற்கே உரியவர்கள் என்கிற புராதனப் போர் அதிகார அரசியலுக்கு மாறானது இந்த மக்கள்சார் அரசியல் போராட்டங்கள். மதங்கள், அரசுகள் என்ற மிகப் பழமையான அமைப்புகள்கூட தம் பழமையான

வரையறைகளை, கொடுங்கோன்மைகளைக் குறைத்துக் கொண்டு சமத்துவம், சமூகநலம், மனிதநேயம் என்ற முற்றிலும் புதிய நோக்கங்களை, கொள்கைகளைத் தாமும் ஏற்றுக்கொண்டுள்ளதாகச் சொல்லி இன்றுள்ள மக்கள் மையச் சொல்லாடலின் பகுதியாகத் தம்மை நியாயப்படுத்திக் கொள்வது என்பது மக்கள் போராட்டங்கள் என்ற நவீன செயல்பாட்டின் மூலம் நிகழ்ந்த வரலாற்று மாற்றம்.

பின்நவீன நிலையின் தவிர்க்க முடியாத தன்மையாக இதனைக் கூற முடியும். "கடந்த காலங்களின் அரசுகள், அமைப்புகள் போல வன்முறையை, அடக்குமுறையை எந்தத் தயக்கமும் இன்றி நியாயப்படுத்தி இன்றைய அரசு-அதிகார அமைப்புகள் தம் அரசியல் செயல்பாடுகளை அமைத்துக் கொள்ள முடியாது. முதலீட்டு மேலாதிக்கம், ஏகாதிபத்தியம் என்பவைகூட தம்மளவில் மக்கள் நலம், முன்னேற்றம், நல்வாழ்வு, தேசிய ஒற்றுமை, நல்லாட்சி, மனித உரிமைகள் என்பனவற்றை உறுதிமொழிந்தே தம்மை நிலைப்படுத்திக் கொள்ள முடியும்." இந்த மாற்றத்திற்கு அடிப்படையாக அமைந்த நிகழ்வுதான் 'மக்கள் போராட்டம்' என்ற நவீன பொதுக் குறியமைவு. வரலாற்றில் இதற்கு முன்பும் 'மக்கள்' போர்களில் ஈடுபட்டிருக்கிறார்கள் அப்பொழுது நிகழ்ந்த 'மக்கள் போர்கள்' அரசு, மதம் என்பனவற்றை மையமாக வைத்து அதன் உறுப்பினர்களை, தலைமையை மாற்றுவதற்கானவை.

'ஆற்றல், வலிமை, வன்மை கொண்டவர்கள் மட்டுமே வாழ்வதற்கான உரிமை உள்ளவர்கள். பலமற்றவர்கள், போர்வலிமை அற்றவர்கள், எளியவர்கள், வெறும் உடல்சார்-உழைப்புசார் மனிதர்கள் அடிமைப்பட்டு, சேவைசெய்து வாழ்வுரிமை அற்று நலிந்து மடிவதற்கு மட்டுமே விதிக்கப்பட்டவர்கள்' என்ற தொன்மைக் கருத்தமைவுக்கு முற்றிலும் எதிர்நிலையில் எளியவர்கள், பாதிக்கப்பட்டவர்கள், அடக்குமுறைக்கும் ஒடுக்குதலுக்கும் உள்ளானவர்கள், உழைப்புசார் மனிதர்கள் அனைவரும் மனித உரிமைகளுடன், அரசியல் இருப்புரிமை கொண்டவர்களாக வாழ முடியும் என்ற புதிய கருத்தமைவே நவீன போராட்ட அரசியலின் அடிப்படைக் களம்.

எவரொருவர் மிகவும் நலிந்தவரோ அவருக்கு அதிக உரிமையை வழங்கி இருப்பைச் சமநிலைப்படுத்துவது என்னும் சமூகநீதி அரசியல் வரை இந்தக் கோட்பாட்டு அரசியல் விரிவடைந்துள்ளது. மாற்றுத் திறனாளிகளுக்கு உரிய கட்டமைப்புடன் நகரங்கள், ஊர்கள் அமைக்கப் படவேண்டும், மரணதண்டனை நீக்கப்பட வேண்டும் என்ற கொள்கை முடிவு வரை இந்த மனித உரிமை அரசியலின்

செயல்பாடு தேவைப் படுவதாக உள்ளது. அதாவது உயர் அறங்கள், மனித விழுமியங்கள் என்பனவற்றை அடிப்படையாகக் கொண்ட கொள்கைசார் அரசியல் என்பதே இந்த மக்கள்மைய அமைப்பின் உள்ளடக்கம்.

மக்களை மையமாகக் கொண்ட அமைப்புகளும் அரசுகளும் மக்களுக்கு எதிராக, மக்களை ஒடுக்குவனவாக செயல்படும்பொழுது நிகழ்வனவே இந்த மக்கள் போராட்டங்கள், எதிர்ப்புகள், அரசியல் புரட்சிகள் என்பவை. இந்தத் தளத்தில் நாம் ஒரு முரண்பாட்டைச் சந்திக்கிறோம். பலமற்றவர்கள், எளியவர்கள் போரில் ஈடுபடவில்லை, போராட்டத்தில்தான் ஈடுபடுகிறார்கள். அதிகாரம், அரசு, ஆட்சி நிறுவனங்கள் என்பவையோ போர்இயந்திரக் கட்டமைப்புகளாகத் தம்மை வைத்துக் கொள்கின்றன. அறத்தை, கொள்கையை, நீதியைத் தம் செயல்முறையாக வைத்துக்கொண்டுள்ள 'மக்கள் அரசுகள்' அரசியல் என்பதைச் சொல்லாடலின் களமாக்கி உரையாடலின் வழியாக மக்களுக்கான நீதியை, உரிமைகளை வழங்குவதன் மூலம் தம்மை அறம்சார் அமைப்புகளாக நியாயப்படுத்திக்கொள்ள முடியும். ஆனால் அதிகார அமைப்புகள் அரசியலைச் சொல்லாடல் களமாக மட்டும் வைத்துக்கொள்வன அல்ல, அவை போர்க்கள, கொலைக்கள, அழித்தொழிப்பு செயல்திட்டங்களை வைத்துள்ளன.

இந்தப் புராதன அழித்தொழிப்பு அரசியலும் நவீன வாழ்வுரிமை அரசியலும் மோதும்போது சமநிலையற்ற போராக மாறிப் படுகொலைகளை உருவாக்குகின்றன. மக்கள் தொடர்ந்து அச்சுறுத்தலுக்கு உள்ளாக்கப்படுதல் என்பது புராதனப் போர் அரசியலின் தொடர்ச்சியாக அமைகிறது. இங்கு மக்கள் போர்செய்யும் குழுவாக இல்லாமல் நீதி கேட்கும் குழுவாக இருக்கிறார்கள். ஆனால் போர்க்களக் கொடுமைகளுக்கு உள்ளாக்கப்படுகின்றனர். போர் என்பதற்கும் போராட்டம் என்பதற்கும் இடையில் சிக்கியுள்ள இன்றைய அரசியலின் மிகக் கடுமையான சிக்கல் இங்குதான் தொடங்குகிறது.

ஒடுக்கப்பட்டவர்கள், உரிமை மறுக்கப்பட்டவர்கள், அடிமைப் படுத்தப்பட்டவர்கள்தான் போராட்டத்தில் ஈடுபடக்கூடியவர்கள், ஈடுபட வேண்டியவர்கள். ஆனால் அவர்கள் பலமும், வலிமையும், அதிகாரமும் இல்லாததால்தான் ஒடுக்கப்பட்டவர்களாக, பாதிக்கப்பட்டவர்களாக உள்ளனர். பலமற்றவர்கள், இடமற்றவர்கள், அதிகாரமற்றவர்கள், அரசியல் தன்னுரிமையற்றவர்கள் எப்படி போர் இயந்திரங்களுக்கு எதிரான போராட்டத்தை நடத்த முடியும்? போராட்டங்கள் என்பவை போர் செய்யமுடியாதவர்களின் கூட்டுக்

குரல் என்றால் போர்க்கள அதிகாரம் கொண்ட ஆதிக்க அமைப்புகள் அதற்கு என்ன மதிப்பைத் தரக்கூடும்?

வலியில் உள்ள மனிதர்களின் அழுகைதான் போராட்டங்கள் என்றால் 'வலியடையக்கூடியவர்கள் வாழ உரிமையற்றவர்கள்' என்று சொல்லும் அதிகார அமைப்புகள் அவர்களுக்கு என்ன நியாயத்தை வழங்க முடியும்? இந்த அரசியல் முரணின் கொடிய விளைவுகளுக்கு நடுவில்தான் நம் காலத்து மாறுதலுக்கான கோட்பாடுகளும் செயல்திட்டங்களும் தம்மை உருவாக்கிக் கொள்ளவும் உருமாற்றிக் கொள்ளவும் நேர்ந்துள்ளது.

தாக்குதல், போர், கொள்ளை, படுகொலை, அழித்தொழிப்பு, நாடு கவர்தல், நிலங்களைத் தன்வயப்படுத்தல் என்பவை மனித சமூகங்களுக்கு மிகப்பழகிய வன்செயல்கள். அரசுகள், படைகள் என்பவை இந்த வன்செயல்களை முறைப்படுத்தியும், அவற்றிற்கான பயிற்சிகளை அளித்தும் தம்மை உறுதிப்படுத்திக்கொண்டதுடன் மக்களுக்கான அமைப்புகளாகத் தொடர்ந்து தம்மை நிலைப்படுத்திக்கொண்டும் வந்துள்ளன. மக்கள்-அரசு என்ற எதிர்மைகள் வெளித்தெரியாத தோற்றச் சமநிலை உருவாகி அரசுகள் புனித நிலை பெற்றிருக்கின்றன. மனிதர்களை வன்செயலுக்கும் படுகொலைகளுக்கும் மிக எளிதாகப் பயிற்சியளித்துவிட தொன்மையான போர் அரசியல் பழகியுள்ளது.

தான் கொலை செய்யப்படலாம் என்ற அச்சம், தன்னைக் கொல்ல இருப்பவர்களை முதலில் கொல்வதால்தான் பாதுகாப்படையலாம் என்ற உந்துதல் இரண்டும் இணையாக அமைவதன் மூலம் போர் இயந்திரங்களாகத் தம்மையும் தம் அரசுகளையும் வைத்துக்கொள்ளும் தனிமனிதர்கள், பிறரைக் கொல்லும் உரிமையைத் தனக்கு வழங்கிய மக்களைக் கொல்லவும் அல்லது பாதுகாக்கவும் வலிமை கொண்ட அரசுகளின் முன் தம்மை ஒப்படைக்கும் சமூக மனிதர்கள், இவற்றிற்கிடையிலான ஒப்பந்தத்தில் ஓர் அழித்தொழிப்பு சமூக அளவில் உருவாகிறது.

"ஏற்றத்தாழ்வுகளும் சுரண்டலும் இருந்தபோதும் ஒரு தேசம் என்பது ஒருங்கிணைந்த, உடன்பிறந்த மனிதர்களின் சமூகமாகக் கற்பனை செய்யப்படுகிறது, இந்தக் கற்பனைக்காகப் பல லட்சம் மக்களைக் கொல்லவும் பல லட்சம்பேர் விரும்பித் தம் உயிரைவிடவும் தயாராக உள்ளனர். கடந்த இரு நூற்றாண்டுகளில் மாபெரும் அளவில் நடந்த இந்த உயிரிழப்புகளுக்கு என்ன காரணம்? இதற்கான பதில் தேசியத்தைை உருவாக்கும் கலாசார அடிப்படையில் தொடங்குகிறது"

(பெனடிக்ட் ஆன்டர்சன், கற்பனையில் உருவாக்கப்பட்ட சமூகங்கள்) எனக் கற்பனையில் உருக்கொண்ட நவீன தேசியத்திற்காக நடந்த படுகொலைகள், உயிரிழப்புகள் பற்றி பெனடிக்ட் ஆன்டர்சன் விளக்க முயற்சிக்கிறார். ஆனால் இந்தக் கொல்லுதல், உயிர் விடுதல் என்பதை மையமாகக் கொண்ட அரசியல் புராதனப் போர் அரசியலின் தொடர்ச்சியாகவே இன்றும் இருந்து வருகிறது. இந்தத் தொல் சமூக உளவியலும் நவீன குடிமைச் சமூக மனிதர்கள் என்ற கருத்தாக்கமும் இணையும்போது வெகுசனத் தன்மை கொண்ட ஃபாசிசம் உருவாகிறது.

இந்தத் தொல்சமூக உளவியலை இன்றைய நவீன ஆதிக்க அமைப்புகளும் பெருந்தேசிய அரசுகளும் தொடர்ந்து புதிய வடிவங்களில் வலிமைப்படுத்தி வைத்துக்கொள்வதன் மூலம் போர் இயந்திரங்களாகத் தம்மைப் பெருக்கிக் கொள்கின்றன. இதன் வழியாக அவை போராட்டங்களை அதாவது, அறம்-நீதி என்பதை முன்நிபந்தனையாகக் கொண்ட, மாற்றம், விடுதலை என்பதன் மீது நம்பிக்கை கொண்ட மக்கள் மையப் போராட்டங்களை நசுக்கி, அழித்து மீந்து நிற்பவர்களிடம் அச்சுறுத்தல், சித்திரவதை சார்ந்த உளவியல் சிதைவுகளை உருவாக்குகின்றன.

இந்த அழித்தொழிப்பு அரசியல் மற்றும் அச்சமூட்டும் சமூக உளவியலைத் தொடர்ந்து பெருக்க உலகமயமான ஏகாதிபத்திய போர் வலைப்பின்னல் உருவாக்கப்பட்டுள்ளது. ஒடுக்கப்பட்ட இனங்கள், கொள்ளையிடப்படும் நிலங்கள் என்பனவற்றைக் குறிவைத்து இந்த அழத்தொழிப்பு செய்துகாட்டப்படுகிறது. மக்கள் போராட்டங்கள் நிகழக் களம் அமைப்பதும் அவற்றைக் காட்சியரசியலாக சில காலம் வைத்துப் பின் ஒரு கட்டத்தில் அழித்தொழிப்பதும் உலகப் போர் அரசியலின் நிகழ்த்துதல்களாக மாறியுள்ளன. மக்கள் போராட்டங்கள் மாறுதலை நோக்கியதாக உருவாகி ஒருகட்டத்திற்குப் பிறகு போர் அரசியலின் வலைப் பின்னலில் சிக்கிச் சிதைந்து போகும் நிலை உருவாகிறது.

இதன் இன்னொரு பகுதியாக மக்கள் மண்டலங்களைத் தொடர் அச்சுறுத்துதலில் வைத்து அவர்களைப் போராட்டச் சமூகம் என்ற நிலையில் இருந்து போர் நிகழ்த்தும் சமூகமாக இருக்க வைப்பதன் மூலம் பல தேசிய அரசுகள் தமது போர்மைய அதிகாரத்தைத் தொடர்ந்து காட்சிக்குரியதாக வைத்துக்கொள்கின்றன. இந்த வன்கொடுமை அதிகாரம் வெளிநாட்டுப் போர்கள், உள்நாட்டுப்போர்கள் என்ற இரண்டு வகைத் திட்டமிடுதல்களால் பெருக்கப்படுகிறது. போர்மையப் பொருளாதாரமும் வளங்களைக்

கொள்ளையிடுவதற்கான போர்களும் உள்ளீடாக ஒன்றுடன் ஒன்று இணைந்தவை என்பதுடன் உரையாடலை மறுத்த போர்க்கள அரசியலின் வழியாக மக்கள்மைய அரசியலை செயலற்றதாக வைத்துக் கொள்ளவும் முடிகிறது.

இந்த வகையான அடக்குமுறைகளுக்கும் அழித்தொழிப்புகளுக்கும் இடையில்தான் மக்கள்மைய விடுதலைக் கருத்தியல்கள் தம்மைத் தொடர்ந்து புதுப்பித்துக் கொள்ளவும், தம் போராட்ட வழிமுறைகளை வடிவமைத்துக் கொள்ளவும் தேவை உருவாகிறது. ஏனெனில் இன்றுள்ள மக்கள்மைய அமைப்புகள் போர்களால் அல்ல, போராட்டங்களால் உருவாக்கப்பட்டவை, "போராட்டங்கள் என்பவை இதற்கு முன் இருந்த போர்மைய அரசியலுக்கு முற்றிலும் எதிரான கருத்துருவத்தை, கோட்பாடுகளைத் தம் அடிப்படையாகக் கொண்டவை."

மக்களின் போராட்டம் என்பது கருத்துருவ, கோட்பாட்டு இணக்கங்களின் காட்சிவடிவம். அத்துடன் அது மக்களை நீதியற்ற அரசுகளிடம் இருந்தும், அடக்குமுறை இயந்திரங்களிடம் இருந்தும் தனிமைப்படுத்தியும் வேறுபடுத்தியும் காட்டுகிறது. அவர்களை அது நியாயம், நீதி, அறம் என்ற வழிகாட்டு நெறிகளின் மொழியால் பேச வைக்கிறது. அதன்வழியாக 'மக்களாகிய நாம்' முதலில் அடக்குமுறைக் கருத்தியல்களில் இருந்தும், தன்மையச் சிதைவுகளில் இருந்தும், கற்பிதமான தனியடையாள நோயிலிருந்தும் விடுதலை அடைகிறோம்.

அரசியல் சொல்லாடல் என்பது இந்தத் தளத்தில்தான் ஒவ்வொரு சமூகத்திற்குமான அடிப்படையான அறிவுருவாக்க, அடையாள உருவாக்கச் செயல்பாடாக மாறுகிறது. மக்கள் அரசியல், மக்கள் போராட்டங்கள் என்பவைதாம் கடந்த காலம் மீண்டும் முழுமையாகத் திரும்பிவிடாமல் எதிர்காலம் என்னும் அழுத்தத்தை தொடர்ந்து உருவாக்கிக் கொண்டிருப்பவை. இந்த எதிர்காலம் பற்றிய அழுத்தங்கள் இல்லாமல் எந்த ஓர் அரசியல், சமூக அமைப்பும் நவீனத் தன்மையைத் தொடர முடியாது.

மக்கள் போராட்டங்களின் இந்த அரசியல் தன்மையை அழிக்கவும் கடந்த காலத்தின் வன்கொடுமைகளை மீண்டும் மீண்டும் நிகழ்த்திப் பார்க்கவும் இனவெறி, பேரினத்திமிர், மதவெறி போன்றவற்றைப் போர் அரசியல் நிறுவனங்கள் அவ்வப்போது மேலெழ வைத்து அழிவுகளை, படுகொலைகளை நிகழ்த்திப்பார்க்கின்றன. இந்த

அழிவுகள், வன்கொடுமைகள் கடந்த காலத்திற்கும் எதிர்காலத்திற்கும் இடையிலான மதிப்பீடு சார்ந்த போராட்டங்களின் விளைவுகள்.

மார்க்ஸ் பத்தொன்பதாம் நூற்றாண்டின் சமூகப் புரட்சிகள் பற்றிக் கூறியிருப்பது அதற்குப்பின்னான மக்கள் போராட்டங்கள் அனைத்தின் அடிப்படையையும் விளக்கக்கூடியதாக மட்டும் இன்றி நவீன மனித உளவியலின் சிக்கல்களையும் அடையாளம் காட்டுவதாக உள்ளது.

பத்தொன்பதாம் நூற்றாண்டுக்குப் பின் மக்கள் என்ற அடையாளமே போராட்டங்களால் உருவாக்கப்பட்டதுதான் என்னும்போது தொல்சமூக உளவியலும் தனிமனித உளவியலும் சந்திக்கும் புள்ளிகள்சிக்கலானதாக மாறுகின்றன.

போராட்டம் அற்ற மக்கள் குழுக்கள் போர் அரசியலின் அடிமைகள் என்ற அடையாளத்தை மட்டுமே பெற முடியும். இருபத்தோராம் நூற்றாண்டின் மனிதர்கள் போராட்டங்களின் வழியாகத் தம்மை விடுவித்துக் கொள்வது என்பதற்கு முன் போராட்டங்கள் வழியாகவே தம்மை உருவாக்கிக் கொள்ள முடியும் என்ற நிலையில் நவீன உளவியலின் அடிப்படைச் சிக்கல் தொடங்குகிறது.

தனிமனித அறத்திற்கும் சமூக அறத்திற்கும் இடையிலான, இருத்தலுக்கும் சிந்தனைக்கும் இடையிலான முரண் மற்றும் இணக்கம் பற்றிய சிக்கல் அது. "சிந்தனையும் உயிர்வாழ்தலும் வெவ்வேறானவை என்பது உண்மைதான், அதேநேரம் அவை இரண்டும் ஒன்றுடன் ஒன்று பிணைந்திருப்பவை" என கார்ல் மார்க்ஸ் தன் பொருளாதாரம் மற்றும் தத்துவம் பற்றிய கையெழுத்துப்படிகளில் குறித்திருப்பது பின்நவீனச் சூழலில் மீண்டும் நினைவு கொள்ளத்தக்கது.

போராட்டம் என்பது சிந்தனை மற்றும் இருத்தல் என்பதை இணைக்கும் வரலாற்றுத் தளம் மட்டும் அல்ல, மனிதராக இருப்பதற்கும் மனிதராகச் சிந்திப்பதற்கும் அதுவே தளம் அமைத்துத் தருகிறது. அந்தத் தளம் இல்லாதபோது மனிதர்கள் போர் செய்யும் இயந்திரங்களாகவும், போரால் அடிமைப்பட்ட உடல்களாகவும் மட்டுமே இருக்க முடியும்.

அடிமைப்படுத்தல், அடிமைப்படுதல் ஆகிய இரண்டின் செயல்பாடுகளில் மனிதர்கள் முழுமையடைந்தவர்களாவது இறைமை மைய, அரசுமையத் தன்மைகொண்ட தொல்மன அமைப்பின் தொடர்ச்சியாக அமைவது.

"ஒருவருக்கு விதிக்கப்பட்ட கடமையை முழுமையாக நிறைவேற்றி வாழ்வதன் மூலம் அவர் சுவர்க்கம் நோக்கிச் செல்லமுடியும், முடிவற்ற பேரானந்த நிலையை அவர் அடைய முடியும். இந்தக் கடமைகள் மீறப்படும்போது சாதி, வர்ணக் கட்டுப்பாடுகள் குழப்பமடைந்து உலகம் அழிவை நோக்கிச் சென்றுவிடும்" - கௌடில்ய அர்த்த சாஸ்திரம்.

"எவன் சாஸ்திர விதியை விட்டு ஆசைவாய்ப்பட்டுத் தொழில் புரிகிறானோ அவன் சித்தியை அடைவதில்லை, இன்பத்தை அடைவதில்லை, உயர்ந்த கதியை அடைவதில்லை. ஆகையால் எது செய்யத் தக்கது, எது செய்யத் தகாதது என்று நிச்சயிப்பதில் உனக்கு சாஸ்திரமே பிரமாணமாகும். சாஸ்திரத்தில் கூறிய நெறியை உணர்ந்து தொழில்புரிவதற்கு நீ உரியவனாகிறாய்" - பகவத் கீதை.

தனிமனித உளவியல், தொன்ம உளவியல், சமூக உளவியல், மனித நடத்தையியல் என்பனவற்றிற்கு உருவம் தருவதும் அரசியல் என்ற களத்தை உருவாக்கித் தருவதுமான சில கூறுகளை மேற்குறித்த புராதன வாக்குகள் அடையாளம் காட்டுகின்றன: சுவர்க்கம், பேரானந்தநிலை, கட்டுப்பாடுகள், கடமைகள், சித்தி, உயர்ந்த கதி, இன்பம், இவற்றை அடைவதற்கான நெறி மற்றும் சாஸ்திரம்.

சிந்தனையும், உயிர்வாழ்தலும் ஒன்றுடன் ஒன்று பிணைந்தவை என்பது விளக்கமுறும் தளம் இது. நவீன மக்கள் போராட்டம் என்ற கருத்தியல் மற்றும் செயல்பாடுகள் இந்தத் தளத்தைச் சிதைவாக்கம் செய்ய வேண்டியுள்ளது, மறு உருவாக்கம் செய்யவேண்டியுள்ளது. புராதனத்தில் இருந்து தம்மை விடுவித்துக்கொள்ள வேண்டியுள்ளது.

உலக முதலாதிக்கமும் அறிவுத்துறைகளும்

முதலாளித்துவம், உலக முதலாளித்துவம் என்று நாம் அடையாளப்படுத்திக் காட்டுவது மாற்றுச் சிந்தனைத் தளத்தில் நிகழ்கிறது. முதலாளித்துவம், முதலீட்டு அதிகாரம், மூலதனம் காக்கும் அரசுகள், ஆதிக்கம் காக்கும் ராணுவங்கள், மனித உரிமை மறுக்கும் அமைப்புகள் என்ற தொடர் வன்முறைகள் இன்று வலுவடைந்துள்ளன என்பதை இப்படி அணுகிப் பார்க்கலாம். முதலீட்டியம், மூலதன ஆதிக்கம் எப்பொழுதாவது முழுமையாக வலுவிழந்திருந்திருக்கிறதா? அப்படி எதுவும் நடந்துவிடவில்லை. மக்கள்சார் அரசுகள், மக்கள் அரசியல், மக்கள் நல ஆட்சிமுறைகள் என்பவை நவீன காலகட்டத்தில தனிமனித சுதந்திரம் என்ற கோட்பாட்டு அடிப்படையில் உருவாகி உலக அளவில் மாற்று அமைப்பு பற்றிய கனவுகளை உருவாக்கின.

கொடுங்கோன்மை ஆட்சிகள், வன்கொடுமை அரசுகள், இனப்படுகொலை நிகழ்த்தும் ஆட்சியாளர்களால் நிறைந்திருந்ததுதானே மனித குலங்களின் - இனங்களின் வரலாறு. பேரரசுகளின் தலைநகரங்களில் இருந்து எவ்வளவு விலகியிருக்கிறதோ அந்த அளவுக்கு கொடுமையின்றி வாழலாம் என்ற நிலையில்தான் கிராம-குடிமரபுச் சமூகங்கள் இருந்தன. நவீன அமைப்புகள் நமக்கு வழங்கிய குடிமை உரிமைகள் சார்ந்து சுதந்திரம், சமநீதி, சமத்துவம், சம உரிமை என்பவை பற்றி நமக்குக் கனவுகள் உருவாயின. சோஷலிசம், பொது உடைமைச் சமூகம் என்பதெல்லாம் அதற்கு அடுத்தகட்ட மனித முயற்சிகள். இன்று உலகச் சமூகங்கள் ஒவ்வொன்றும் ஓரளவு மனித உரிமை சார்ந்த மதிப்பீடுகளுடன் வாழ்வது அந்த வகை முயற்சிகள், அதற்கான போராட்டங்கள், தம் மக்களுக்காகப் போராளிகள் செய்த ஈகங்கள் உருவாக்கிய அமைப்பில்தான். உலக

முதலாளியம் இன்று வலுவானதாக, உயிரியல் பெரும்போர் இயந்திரமாக மாறியிருந்தாலும் இது ஓர் இடைக்கால நிலை என்றே எனக்குத் தோன்றுகிறது.

இப்படிச் சொல்வதன் மூலம் மீண்டும் செம்படை புறப்பட்டு இந்த மனிதகுலத்தை மீட்டெடுக்கும் என்று அறிக்கையிட அல்ல. அப்படி நடக்க வேண்டிய தேவையும் இல்லை. மொழி, இனம், சாதி, வாழ்வாதாரம், பண்பாடு, அரசியல், உயிர்வாழ்தல், பாலினம், மண்ணுரிமை என ஏதாவது ஒரு தளத்தில் ஒடுக்கப்பட்ட ஒவ்வொருவரும் விடுதலை பற்றி, நல்வாழ்வு பற்றி, தன்னுரிமை, தன்மதிப்பு பற்றிய கனவைக் காணாமல் இருப்பதில்லை. தம்மீது கவிந்த வறுமை, ஏழ்மை, அடிமைத்தனம் எதனையும் பாசத்துடன் பற்றிக் கொண்டிருப்பது மனித இயல்பல்ல. அப்படியெனில் இன்றைய தேசிய-பன்னாட்டு முதலீட்டு ஆதிக்கங்கள் எப்படி உலக மக்களை, சமூகங்களைத் தன் கட்டுக்குள் வைத்திருக்கிறது? நீங்கள் பட்டினியில் கிடந்து சாகத்தான் வேண்டும் என்று சொல்லியா? இல்லையே, நாங்கள்தான் உங்களுக்கான நல்வாழ்வை வழங்குவோம், எங்களுக்காக உழையுங்கள், மூலதனத்தை, தேசிய ராணுவத்தைப் பலப்படுத்துங்கள், நாட்டுக்காக ரத்தம் சிந்தத் தயாராக இருங்கள், நீங்களும் உங்கள் தலைமுறையும் நலமாக வாழலாம் என்று கூறித்தான் தம்மை நியாயப்படுத்திக் கொண்டும் நிலைப்படுத்திக் கொண்டும் உள்ளன.

தென்னமெரிக்க மக்களின் தண்ணீரையும் செந்நீரையும் உறிஞ்சும் ஐக்கிய அமெரிக்க அரசு தன் மக்களுக்குச் சொல்வது என்ன? "உலகின் வளம் எல்லாம் உமக்குத்தான்; உயிர்களைக் கொல்வது பற்றிக் கவலை வேண்டாம்" என உறுதி அளிக்கிறது. "ஆப்கான் மக்களைக் கொல்லாமல் அமெரிக்கத் தெருக்களில் நம் மக்கள் அமைதியாக நடமாடவோ ஆடல் பாடல்களில் ஈடுபடவோ முடியாது" என்கிறது. ஐரோப்பிய நாடுகள் ஆப்ரிக்க மண்ணைக் கொள்ளையிட்டுத் தன் மக்கள் நல்வாழ்வுத் திட்டத்திற்கு அளிப்பதைப் பெருமையாகச் சொல்லிக் கொள்கின்றன. உலக முதலாளியம், உள்ளூர் முதலாளியம் எல்லாம் ஏதோ ஒரு வகையில் தன் மக்களுக்கான நல்வாழ்வு, நீடித்த இன்பம் பற்றிய கனவை உருவாக்கித்தருகின்றன.

பாகிஸ்தானுடன் ஆண்டுக்கு இருமுறை போர் நடத்தினால்தான் இந்தியா வல்லரசாகும் என்றும் இந்தியா வல்லரசானால் அரசின் நியாயவிலைக்கடைகள் வீட்டு வாசலுக்கு வந்து உணவுப் பொருள் வழங்கும் என்பது போன்ற நம்பிக்கைகள் உருவாக்கப்பட்டுள்ளன. இவையெல்லாம் ஒவ்வொன்றாகத் தகரும்பொழுது மக்கள் மாற்று

என்ன என்பதை நோக்கித் திரும்பத்தான் செய்வார்கள். மாற்று அரசியலை, மாற்றுப் பொருளாதாரத்தை, மாற்று வாழ்வியலை இயற்கையும் சூழலியல் நசிவும்கூட நம்மிடம் கொண்டு வந்து சேர்க்கும்.

உலக அளவிலான முதலாளித்துவ, சந்தைப் பொருளாதார அமைப்பு தனக்கான அடிப்படையை மீண்டும் உறுதி செய்துகொள்ளக் காரணமாக அமைந்தது இயந்திரமையம் கொண்ட மனிதக் கட்டமைப்பு. இயந்திரத் துப்பாக்கிகள் தொடங்கி, எண்மின்னியல் நினைவுக் களஞ்சியங்கள் வரை அனைத்தும் மனித உடல்நீக்கம் கொண்ட தொழில் நுட்பங்கள். பொதுவுடைமைச் சமூகம் பற்றிய கனவுகள், சமத்துவம், சமநீதி என்ற எதிர்பார்ப்புகள் இரண்டையும் கலந்து மார்க்சியத்தின் பெயரால் உருவாக்கப்பட்ட மாற்று அரசியல்-பொருளாதார அமைப்புகள் முன்னேற்றம்-வளர்ச்சித் திட்டங்கள் என்ற பெயரில் இயந்திரமைய அமைப்புகளையே பெருமளவில் உற்பத்தி செய்தன. இயந்திர மயமாக்கம் - அரசுமைய அதிகாரம் - முதலீட்டு ஆதிக்கம் அனைத்தும் ஒன்றாகக் கலக்கும் இடம் இது. இந்தக் கலப்பு முதலாளித்துவம், ஏகாதிபத்தியம் இரண்டிற்கும் மிகவசதியான ஓர் உலகை உருவாக்கித் தந்தது. பொதுவுடைமைச் சமூகம் பற்றிய கனவுகள், சமத்துவம், சமநீதி என்ற எதிர்பார்ப்புகள் இரண்டையும் நீக்கிவிட்டால் எந்த ஒரு தேசிய சோஷலிச அரசும் உலக முதலாளியத்தின் ராணுவத் தளங்களில் ஒன்றாக மாறிவிடும். இதுதான் கடந்த இருபத்தைந்து ஆண்டுகளாக நடந்து வருகிறது. மார்க்சியம், கம்யூனிசம் எல்லாம் அழிந்து மக்கள் மாபெரும் பேரானந்தப் பெருவாழ்வு பெறப்போகும் காலம் இது என வாணவேடிக்கையுடன் தொடங்கப்பட்டதுதான் இந்தச் சுதந்திரமயமாக்கல், தனியார் வசமாக்கல், உலகமயமாக்கல் என்ற விழாக்காலத் தள்ளுபடி அரசியல். இந்த விழாக்காலக் கொண்டாட்டங்கள் உலகின் 10முதல் 20சதவிகித மக்கள் தொகுதிகளை மட்டும் மனிதர்களாக மதிப்பவை. இவர்களுடைய களிப்பும் களிப்புக்கான முன்தயாரிப்பும்தான் உலக வாழ்க்கை என்ற உளவியல் கட்டமைப்பு அனைவருக்குமானதாக எப்படி இருக்க முடியும்?

இன்று உள்ள மக்கள் தொகுதிகள் நுகர்தலுக்கான கட்டற்ற உரிமை கொண்டவர்கள், நுகர்வுக்குத் தம்மை நிபந்தனையற்று ஒப்படைப்பவர்கள் என்ற இரு பெரும் பிரிவாக பிரிந்துள்ளனர். உழைக்கும் வர்க்கம், உடைமை வர்க்கம் என்பவை இன்று இடைநிலை இயந்திரங்களாக மாறி இயற்கை வளங்களை முதலீடாக மாற்றிக் கொண்டுள்ளன. மண்ணின் மக்களை வீடற்றவர்களாக்கி சுரங்கங்களைத் தோண்டிக் கனிமங்களைக் கொள்ளையிடுவது

முதல் தொழிற்சாலைகளுக்கு மின்சாரம், வணிக வளாகங்களுக்கு ஒளிவெள்ளம் என்ற பெயரில் பலநூற்றாண்டு மனித அவலத்திற்குக் காரணமாக அமையவுள்ள அணுவுலைகளை நியாயப்படுத்துவது வரை உலக முதலாளியமும் உழைக்கும் வர்க்கத்தின் உளவியல் இருண்மையும் ஒன்றிணைந்துள்ளன. இந்த இணைப்பு அதிக காலம் நீடிக்கக் கூடியதல்ல.

நுகர்வு பெருகிய சமூகம், வாழ்வாதரம் அற்ற சமூகம் என இரண்டு பகுதிகளாக உலகம் பிரிந்து குடை சாயும் நிலையில் உலக முதலாளியம் தன் கணினிகளையும் ஏவுகணைகளையும் கட்டிப்பிடித்துக்கொண்டு நிம்மதியாகத் தூங்க முடியாது. ஒரு மூட்டை கோதுமையும் நெல்லும் சோளமும் ஒரு விண்கலத்தைவிட மதிப்பு வாய்ந்தது என்பதையும், ஒரு கை தூயநீர் ஒரு மூட்டை அச்சடித்த பணத்தைவிட அரிதானது என்பதையும் உலக விஞ்ஞானிகள் உணர வேண்டிய காலம் உருவாகும். மாற்றுச் சிந்தனைகளின் "எதிர்காலம்" குறித்து நான் கவலைப்படவில்லை. மனிதர்கள் மாற்றுச் சிந்தனைகளின் வழியாகவே தம்மை மதிப்புமிக்கவர்களாக வைத்துக்கொள்ள முடியும்.

இன்றைய ஒப்பீட்டு அளவிலான மனித நீதியும், அறம்சார் நெறிகளும் மாற்றுச் சிந்தனைகள், மாற்றுச்செயல்திட்டங்கள் வழிதான் காப்பாற்றப்படுகின்றன. தமிழ் இனப் படுகொலை நடத்திய சிங்கள அரசுகூட "ஆமாம்; நாங்கள் படுகொலை செய்தோம், இத்தனை லட்சம்" என்று சொல்லித் தம் இறையாண்மையைத் தொடரவில்லை. "நாங்கள் குற்றம் எதுவும் செய்யவில்லை. போராளிகள்தான் தமிழ் மக்களைக் கொன்றார்கள், நாங்கள் மீதமிருந்த மக்களைக் காப்பாற்றினோம்" என்றுதான் சொல்கிறார்கள். மண்ணின் மக்களைக் கொன்றொழிக்கும் வல்லாதிக்கப் படைகளுக்கு 'அமைதி காக்கும் படை' என்றுதான் பெயர். நான் அழுத்தமாகச் சொல்ல விரும்புவது மாற்றுச் சிந்தனைகள், விடுதலைக் கருத்தியல்கள்தான் இன்றைய மக்கள் உரிமைகளை, மனித அறங்களைக் குறைந்த அளவில் காத்து வருகின்றன. அவை எங்கும் நிறைந்துள்ள உள்ளார்ந்த போராட்டங்கள், மனித விழுமியத்தின் உள்ளாற்றல் இந்த வகையான மனிதவுரிமைப் போராட்ட உணர்வு.

மனிதர்கள் வன்முறை மட்டும் கொண்டவர்கள் என்றால் சமூக அமைப்புகள் உருவாகியிருக்காது. ஒவ்வொரு அமைப்பும் ஒரு அமைதி ஒப்பந்தம், சமூகம் என்பது தனிமனிதர்களுக்கிடையிலான போர் நிறுத்த உடன்படிக்கை. இன்று மதங்கள்கூட நவீனத்துவத்தின் மக்கள் மைய நிலைப்பாட்டைக் கைக்கொண்டு தம் சொல்லாடலை,

செயல்பாடுகளை மாற்றிக்கொண்டுள்ளன என்றால் அதற்குக் காரணமாக இருப்பது மாற்றுச் சிந்தனைகள், மனித உரிமைக் கருத்தியல்கள்தான்.

பௌத்த, சமண, கிறிஸ்துவ சமயங்கள் தம் காலத்தின் மக்கள் அரசியலை முன்வைத்துத் தம்மை வடிவமைத்துக் கொண்டன. பிறகு அவை ஆட்சியாளர்களின், அரசுகளின் கருவியாக மாற்றம் பெற்றன. இன்று மீண்டும் அவை தம்மை மக்கள் சார்ந்த, மனித உரிமைகள் சார்ந்த, அறம் சார்ந்த கருத்தியல்களாக, அமைப்புகளாக மறுவிளக்கம் செய்து கொள்கின்றன. இதற்கான காரணம் மக்கள் அரசியலும், மார்க்சிய இயக்கங்களும்தான்.

கிறிஸ்துவத்தின் இருபெரும் பிரிவுகளான கத்தோலிக்க (அரசுத் திருச்சபை), புரட்டஸ்டன்ட் (மக்கள் திருச்சபை) சமய நிறுவனங்களும் உழைக்கும் மக்களுக்கான, ஒடுக்கப்பட்ட மக்களுக்கான இறையமைப்புகளாக மீண்டும் மீண்டும் தம்மை அடையாளப்படுத்திக் கொள்கின்றன. மார்க்சியத்தைக் கற்காமலேயே ஒரு கிறிஸ்துவர் எளியோரின் நல்வாழ்வு, ஏழைகளின் முன்னேற்றம், சுரண்டல்களில் இருந்து மக்களை விடுவித்தல் என்பவற்றிற்காகத் தன் வாழ்வைத் தரமுடியும் எனச் சொல்லும் விடுதலை இறையியலும், இயேசுவும் மார்க்சும் மக்களுக்கான இரு விடுதலைத் தூதர்கள் என்று சொல்லும் புரட்சிகரத் திருச்சபையும் இன்று உலக அரசியலின் ஒரு பகுதியாக விரிவுபட்டுள்ளன. இஸ்லாத்தின் அறவியல் சிந்தனையாளர்கள் சமத்துவம், சகோதரத்துவம், சமூக நீதி என்பவை சமய வழியில் உறுதி செய்யப்பட்ட கருத்துகள்; அதனால் இஸ்லாம் எதிர்கால மக்கள் அரசியலாக மறு உருவாக்கம் பெறும் என்று அறிவிக்கிறார்கள்.

தற்கால வாழ்வியல் சார்ந்து பன்முகப்பட்ட விடுதலைக் கருத்தியல்கள் தற்போது உருவாகிவருகின்றன. இவை ஒன்றேபோல ஒற்றைத் தன்மை கொண்டவைகளாக ஒருங்கிணைந்தவைகளாக இருக்கும் என நாம் எதிர்பார்க்க முடியாது. உலக அளவிலான மாற்றுச் சிந்தனைகளின் எதிர்காலம் பற்றிச் சிந்திக்கும்போது சற்றே சிக்கலாகத் தோன்றும் நிலைக்களம் இதுதான். இந்தத் தளத்தில்தான் இலக்கியம், கலைகள், கருத்தியல் ஆய்வுகள், அறிவுத்துறைகள் பெரும் பங்காற்ற இயலும், மாற்றுச் சிந்தனைகள், மாற்று அறங்கள், மாற்று அரசியல் களங்களுக்கிடையில் உரையாடலை, பரிமாற்றங்களை, புரிந்துணர்வு களை வளர்ப்பதற்கான சொல்லாடல்களை, கதையாடல்களை உருவாக்கித்தர அவற்றால் முடியும்.

மாற்றுச் சிந்தனைகளை அன்றன்று புதுப்பித்துக்கொண்டே இருப்பதும், ஒவ்வொரு தளத்திலும் எடுத்துரைத்துக் கொண்டே இருப்பதும் ஒரு போராட்ட வாழ்வியல் முறை. தன் மக்களைக் காக்க உயிரைத் தந்த இனக்குழுப் போராளிகளுக்கு இருந்த தன்னீகத்தில் ஒரு சிறுபகுதி மாற்றுச் சிந்தனைகள், மாற்று அரசியலை ஏற்றுக் கொண்டவர்களுக்கு இருந்துதான் ஆகவேண்டும். நான் புரட்சிகர போரைப் பற்றிச் சொல்லவில்லை, தன்மதிப்பும், தன் பிள்ளைகள் மீதான பாசமும், அவர்களின் எதிர்காலம் பற்றிய கனவுகளும் கொண்ட ஒரு தாய்க்கும், தந்தைக்கும் இருக்கக்கூடிய, இருக்க வேண்டிய போர்க்குணம் பற்றிச் சொல்கிறேன்.

மாற்று அரசியல், மாற்றுச் சிந்தனை, மாற்றங்களுக்கான அறிவு, அதுதான் இன்றைக்கான அழகியல், கவிதையியல். அவற்றைத் தொடர்ந்து பேணுவதும், புதுப்பிப்பதும், வளர்த்தெடுப்பதும்தான் அறிவுத் தளத்தினர், சிந்தனையாளர்கள், மக்களுக்கான இலக்கியவாதிகள் என்பவர்களின் பணி, வாழ்வு எல்லாம்.

பகுதி மூன்று:

பின்நவீனத்துவம் பிறவற்றுடன்

ஆன்டி கம்யூனிஸ்டுகளும் ஆயுத வியாபாரிகளும்

தோழர் ஒருவர் பகிர்ந்துகொண்ட ஒரு நிகழ்ச்சி: காவல் நிலையத்தில் இரண்டு பேர் உட்கார வைக்கப்பட்டிருக்கிறார்கள். முதல் நபரைக் காவலர்கள் தூக்கி நிறுத்தி 'நீ என்னடா கம்யூனிஸ்டா' என்று கேட்டபடி முதுகில் நான்கு சாத்தி அறைக்குள் தள்ளுகிறார்கள். இரண்டாவது நபர் சுதாரித்துக் கொள்கிறார். தன்னை நெருங்கி வந்த காவலர்களிடம் முன்னெச்சரிக்கையாக 'நீங்க நினைப்பது போல இல்லங்க நான் ஆன்டிகம்யூனிஸ்டுங்க' என்கிறார். காவலர்கள் இன்னும் கோபமடைந்து அப்படி வேற கம்யூனிஸ்டுங்க இருக்கீங்களா' என்றபடி கூடுதலாகச் சாத்தி அதே அறையில் அவரையும் தள்ளுகிறார்கள். உள்ளே இருந்த நபருக்கு வலியையும் மீறி அடக்க முடியாத சிரிப்பு.

இந்தக் கசப்பு நகைச்சுவையின் ஊடாக இன்றைய உலகின் கருத்துருவ அடையாளம் ஒன்று விளக்கப்பட்டுள்ளதாக நாம் புரிந்து கொள்ளலாம். ஏனெனில் இன்றைய உலகின் அரசியல், சமூகப் பொருளாதார உளவியல் சார்ந்த கருத்தமைவு அடையாளங்கள் கம்யூனிஸம் - ஆன்டி கம்யூனிஸம் என்ற இரு பெரும் பிரிவுகளுக்குள் அடக்கி விடக்கூடியவை. இவற்றிற்கு அப்பாற்பட்ட மக்கள் பகுதியினரை என்னவென்று கூறுவது? புலப்படாத கம்யூனிஸ்டுகள் ஆன்டி கம்யூனிஸ்டுகள் என்று வேண்டுமானால் கூறலாம். இடதுசாரி சிந்தனை என்பது பொதுவாக நம்பப்படுவது போல அரசியல் அடையாளம் மட்டுமல்ல. அது ஒரு மனத்தகவமைப்பு, நடத்தை முறை, நுண்புலக் கட்டமைப்பு, வலதுசாரித்தனம் என்பதும் அப்படியே. ஒவ்வொரு மனிதரின் இன்பம் - துன்பம், கோபம் - தாபம், ஆசை- வெறுப்பு என்னும் உணர்வு நிலைத் தொடர்ச்சிகளுக்கு அடிப்படையாக இருப்பது இந்த இடதுசாரி வலதுசாரி சிந்தனை முறையே. அதே

சமயம் ஒரே மனிதருக்குள்ளும் கூட இடதுசாரித் தன்மையும், வலதுசாரித் தன்மையும் விகிதமாறுபாடுகளுடன் மோதிக் கொள்ள முடியும். ஏனெனில் நடத்தையியலின் அடிப்படை அப்படி குழப்பமானதுதான். இன்றைக்கு மட்டுமல்ல அரசியல் அதிகார, சமூகக் கட்டமைப்பு சார்ந்த சிக்கல்கள் தோன்றிய நாளிலிருந்து இந்த மோதலும் முரண்பாடும் இருந்து வந்திருக்கின்றன. மனிதகுல வரலாற்றை வர்க்கப் போராட்டங்களின் வரலாறு என்று கூறுவதன் பின்னணி இதுவே. மன அமைப்பையும் இதே போன்ற வர்க்கப் போராட்டங்களின் - இடதுசாரி வலதுசாரிப் போராட்டங்களின் களமாகக் கண்டு வேறொரு உருவகத்தைக் கட்டமைத்த பிறகு நவீன உளவியல் கோட்பாடுகள் கிளைத்துப் பரவியிருக்கின்றன.

இன்றைய உலகின் இருபெரும் முரண் அடையாளமாக உள்ள கம்யூனிஸ்ட் - ஆன்டி கம்யூனிஸ்ட் என்ற பிரிவமைப்பின் ஓயாத ஊடாட்டம் சமூகம் மற்றும் தனிமனித உறவுகளின் ஒவ்வொரு அசைவிலும் காணக் கூடியதாக இருப்பது. இன்றைய உலகை கம்யூனிஸத்திற்குப் பிந்திய உலகம் என்றே நாம் கூற முடியும். அதே சமயம் ஆன்டி கம்யூனிஸத்தின் மூலம் ஆளப்படுவது என்பதையும் நாம் புரிந்து கொள்ள வேண்டும்.

கம்யூனிசம் பற்றிய வெறுப்பும் அச்சமும் கம்யூனிஸம் என்ற அடையாளம் வடிவம் கொண்ட நாளிலிருந்துதான் தொடங்கியது என்று புரிந்து கொள்வது தவறானது. மக்கள் பற்றிய வெறுப்பும் அச்சமும் அதிகாரத்திலும் ஆதிக்கத்திலும் இருந்தவர்களிடம் என்றைக்குத் தொடங்கியதோ அன்றிலிருந்தே அது தொடங்கி விட்டது. இடதுசாரி, வலதுசாரி என்பதன் மிக எளிய அடையாளம் மக்கள் மையமான சிந்தனை, ஆதிக்க மையமான சிந்தனை என்பதே. ஒவ்வொரு தனிமனிதருக்காகத்தான் அமைப்பும், சமூக விதிகளும், அரசுகளும் என்னும் புரிதலுக்கும், அரசு, சமூக மேலாண்மை விதிகள் இவற்றிற்கு சேவை செய்து அடிமைப்பட்டு இருப்பதற்குத்தான் தனிமனிதர்கள் என்னும் புரிதலுக்கும் இடையில் உள்ள மோதலில் தொடங்குவது இது. இவை எதிரும் புதிருமானவை. ஒன்றுக்கொன்று பகையானவை. ஆனால் எல்லா காலங்களிலும், சமூக அமைப்புகளிலும் இருந்து வருபவை. இந்தக் கருத்தமைவுகளின் எதிரெதிர்த் தன்மை இன்று மங்கலாகி, நிறமிழந்து ஒருவித உருக்கலந்த வடிவம் கொண்டிருந்தாலும் இன்றைய உலகில் இந்த முரண்பாடு தனது கொடிய வடிவத்தை, கடுமையை, சக்தியை இழந்து விடவில்லை. ஒவ்வொரு அரசியல், சமூகப் பண்பாட்டு, தனிமனிதச் செயல்பாடுகளையும் இந்த முரண் உள்ளார்ந்து நின்று இயக்கிக்கொண்டே இருக்கிறது. இந்த முரண்களினால் ஏற்பட்ட

பேரழிவுகளைக் கடந்த இரு நூற்றாண்டுகள் கண்டு வந்திருக்கின்றன. இருபத்தோராம் நூற்றாண்டு இந்த முரண்பாட்டின் துரித நிலையை அடைந்திருக்கிறது. ஆனால் அதன் கொடூரம் முன்பு போல் வெளிப்படையாகப் பேசப்படாமலும் உணரப்படாமலும் புரிந்து கொள்ளப்படாமலும் மறதி வடிவம் கொண்டிருக்கிறது.

பொதுக்கலாச்சாரத்தில் எப்பொழுதும் ஒரு கம்யூனிஸ வெறுப்பும் அச்சமும் இருந்து வருவதை நாம் தொடர்ந்து கவனித்து வருகிறோம். சமூக உளவியலில் கம்யூனிஸத்திற்கு எதிரான பலவித எதிர்ப்புனைவுகள் திரண்டு கிடக்கின்றன. தனித்த ஒருவரிடம் ஏற்படும் சில 'கம்யூனிச' பார்வைகள், நோய்க் கூறாகவும் பயங்கரவாதக் கூறாகவும் திரிக்கப்பட்டு கண்காணிப்புக்கு உள்ளாக நேர்வதை நாம் தொடர்ந்து கண்டு வருகிறோம். கம்யூனிஸ்டுகள், சமூக விரோதிகள், தேசத்துரோகிகள், இரக்கம்றற கொடூரர்கள் என்பது போன்ற சித்திரங்கள் வெகுமக்கள் மனதில் தொடர்ந்து உருவாக்கப்பட்டு படிந்து வருகின்றன. கம்யூனிஸ்டுகளைக் கட்சி சார்ந்தவர்களாகப் பார்த்து அவர்களையும் 'போனால் போகிறது மனிதர்கள்' என்று ஏற்றுக் கொள்ளும் மனோபாவம் இன்று ஏற்பட்டிருக்கிறது என்பது தனியே விவாதிக்கப்பட வேண்டிய ஒன்று. ஆனால் கம்யூனிஸ மறுப்பும் வெறுப்பும் என்ற 'தொகுப்பு மனநிலை' மிகமிகச் சிக்கலான ஒரு ஆய்வுப்பொருள்.

கம்யூனிஸ்டாக இருப்பதை விட ஆன்டி கம்யூனிஸ்டாக இருப்பது இலகுவானது, வசதியானது என்பதனால் பலர் ஆன்டி கம்யூனிஸ்டுகளாக இருக்கலாம். கம்யூனிஸ்டுகள் அறிவு மற்றும் ஆய்வு மனம் கொண்டவர்கள். அவர்களையே எதிர்த்து நிற்கும் போது பேரறிவும், பேராய்வும் நிறைந்தவர்களாக தாங்கள் தோற்றம் கொள்ளலாம் என்பதற்காகக் கூட பலர் ஆன்டி கம்யூனிஸ்டுகளாக இருக்கலாம். ஆன்டி கம்யூனிஸ்டாக இருப்பதற்கு இவையெல்லாம் தேவையில்லை என்பதால் பலர் அப்படி இருக்கலாம். அடிப்படையிலேயே கம்யூனிசம், சோஷலிசம் என்பவை தவறானவை ஆபத்தானவை என்று நம்பியும்கூட சிலர் ஆன்டி கம்யூனிஸ்டுகளாக இருக்கலாம். ஆனால் மிக முக்கியமான ஒரு வகையினர் உள்ளனர். இவர்கள் சோவியத் யூனியனின் கலைப்புக்குப் பிறகு ஆன்டி கம்யூனிஸ்டுகளாகத் தங்களை அறிவித்துக் கொண்டவர்கள். இவர்களைப் பொறுத்தவரை அது ஒரு மகிழ்ச்சியான செய்தி. இதற்கு முன்பு பலவகையாக ஆன்டி கம்யூனிசமும் ஆன்டி மார்க்ஸியமும் பேசி வந்தவர்களுக்கு மிகப்பெரிய ஆறுதல்.

“இதைத்தானே நாங்கள் இவ்வளவு நாள் கூறி வந்தோம். கம்யூனிசம் தோற்று விட்டது. மார்க்ஸிசம் அழிந்தே போய்விட்டது. இனி இதைப் பற்றியெல்லாம் பேசுவதும் சிந்திப்பதும் முட்டாள்தனமானது. அபத்தமானது எல்லாம் பொய் என்று நிரூபிக்கப்பட்டு விட்டது. இனி உலகைக்காக்க முதலாளித்துவம் மட்டுமே உள்ளது.” வேண்டுமென்றால் ஃபாசிச சர்வாதிகாரத்தையும் துணைக்கு வைத்துக் கொள்ளலாம்.

இவர்கள் தீர்க்கதரிசிகளாகவும் மீட்பர்களாகவும் பேரறிஞர்களாகவும் ஒரே நாளில் மாறிப்போனார்கள். இனி இவ்வுலகம் ஆன்டி கம்யூனிஸ்டுகளின் உலகம். அது மட்டும்தான் உண்மை என்று நிரூபிக்கப்பட்டு உறுதி செய்யப்பட்டிருக்கிறது. அது விஞ் ஞானப்பூர்வமானது. மனிதர்கள் விரும்புவதும், கனவு காண்பதும் ஒரு ஆன்டி கம்யூனிச உலகில் வாழ்வதுதான் என்றெல்லாம் அவர்கள் கூறிச்சென்றாலும் கம்யூனிஸ்டுகள் இனி என்ன செய்ய முடியும்? சோவியத் யூனியனும் கிழக்கு அய்ரோப்பிய சோஷலிச அரசுகளும்தான் உடைந்து போய் விட்டனவே. இதற்கு நடுவில் புதிய புதிய கோட்பாடுகளும் சித்தாந்தங்களும் வேறு வந்துவிட்டன. பின்நவீனத்துவவாதிகள் வேறு வந்து விட்டார்கள். இவர்களும் மார்க்சிஸமும் கம்யூனிசமும் பொய், ஆபத்தானது என்றெல்லாம் ஐயமற நிரூபித்து விட்டார்கள். இனி செய்யவும் நம்பவும் என்ன இருக்கிறது என்பது போலெல்லாம் தோற்றங்கள் உருவாகி விட்டன. ஆனால் தோழர்களே அப்படியல்ல நிலை. இன்று உலகமும் மக்களும் ஓரளவு மிஞ்சியிருப்பதற்கும், குறைந்தபட்ச மனித உரிமைகள் பேசப்பட்டு நடைமுறைப்படுத்தப்படுவதற்கும், வறுமை ஒழிப்புத்தான் இருபத்தோராம் நூற்றாண்டின் முக்கிய செயல்திட்டம் என்று அரசியல் தலைவர்கள் பேசுவதற்கும், மக்களை ஒரு பொருட்டாக அரசியல்வாதிகளும் ஆட்சியில் உள்ளவர்களும் மதிப்பதற்கும் இடதுசாரி கோட்பாடுகளும் அறங்களும் எதிர்ப்புகளும் போராட்டங்களும்தான் அடிப்படை. இடதுசாரி சமூகச் சக்தி என்பது உருவாகாத ஒரு உலகை நாம் கற்பனை செய்து பார்க்க முடியாது. பொது நீதி, பொது அரசியல், ஜனநாயக உரிமைகள், மக்கள் நலத்திட்டங்கள், அரசியல் அமைப்புச் சட்டங்கள், குறைந்தபட்ச மனித உரிமைகள், தொழிலாளர், விவசாய உரிமைகள் என நவீன உலகின் எந்த ஒரு மனிதச் சார்புத் துறையை எடுத்துக்கொண்டு ஆராய்ந்தாலும் அது இடதுசாரி அரசியலறத்தின் உருவாக்கமாக, கண்டுபிடிப்பாகத்தான் இருக்கும்.

சோவியத் யூனியனோ, கிழக்கு அய்ரோப்பிய சோஷலிச அரசுகளோ வீழ்ந்து விட்டதால் கம்யூனிசமோ, சோஷலிசமோ பொய்த்து

விட்டதாகவோ அழிந்து விட்டதாகவோ அர்த்தமா என்ன? அப்படியெல்லாம் இல்லை. சில அரசியல் அமைப்புகள் மாறியிருக்கின்றன. சில கட்சிகள் தகர்ந்து விட்டன அவ்வளவே. கம்யூனிசம் பொய்த்துப் போக என்ன இருக்கிறது? அது ஒரு அறம்சார் கனவு. மனிதர் மனிதராக இருந்து இயங்கத் தொடங்கிய காலத்திலிருந்து தொடர்ந்து பெருகி வரும் கனவு. ஒரு உந்து சக்தி. அதனை மார்க்ஸோ, எங்கல்ஸோ, லெனினோ, மாவோவோ கண்டுபிடித்து விடவில்லை. அவர்களும் அதைப் பற்றிப் பேசியிருக்கிறார்கள் அவ்வளவே.

இன்றைய அய்ரோப்பிய அரசியலையும் சமூகப் பொருளாதார தகவமைப்புகளையும் சமூகத் தனிமனித உளவியல் கூறுகளையும் உற்று நோக்கி உணர்பவர்களுக்குத் தெரியும். அவர்களை வாழவைத்துக் கொண்டிருப்பது சோஷலிச அறங்கள் என்பது. சுதந்திரம், சமத்துவம், சகோதரத்துவம் என்பவை முழுமையாக என்றும் திரண்டு சமைந்து பெருகிப்பாய வேண்டும் என்ற அவசியம் இல்லை. அவை குறைந்தபட்ச வழிகாட்டும் நெறிகளாக இருந்தால் போதுமானது. இதுதான் இன்றைய அய்ரோப்பிய சமூகத்தில் நடந்து கொண்டிருப்பது. அரசுகள், இராணுவம், கண்காணிப்பு என்பவை வெறும் அதிகார, ஆதிக்க அடக்குமுறைக் கருவிகள் அல்ல. மக்களுக்குப் பதில் சொல்லவும் கணக்குக் காட்டவும் கடமைப்பட்டவை என்ற நிலையெல்லாம் சும்மா ஒரு நாளில் ஏற்பட்டவை அல்ல. அவற்றை நிலவுடைமை, முடியாட்சி, முதலாளித்துவ ஆதிக்க அமைப்புகள் மக்களுக்குப் பரிசுகளாகத் தட்டில் வைத்து வழங்கிவிடவில்லை. மூன்று நூற்றாண்டு போராட்டம். மூன்று நூற்றாண்டு தியாகம். மூன்று நூற்றாண்டு உழைப்பு இவற்றிற்குப் பின்னுள்ளது. இந்தியச் சமூகத்தின் இன்றைய நிலைக்கும், இரண்டு நூற்றாண்டுகளுக்கு முன்பிருந்த நிலைக்கும் உள்ள வேறுபாடுகளின் கணக்கு இடதுசாரி அறங்களின் போராட்டக் கணக்கு. இது உலகம் முழுக்கப் பொருந்தக் கூடியது. மக்களை மக்களாகவோ ஏன் உயிருள்ள பொருளாகவோ கூட மதிக்காத அரசு, சமயம், நிர்வாகங்கள் என்பவற்றின் வரலாறுதான் உலகச் சமூகங்களின் வரலாறுகள். அவை மாற்றப்பட்டுள்ளன. தானாக அவை மாறிவிடவில்லை. அந்த மாற்றங்களுக்குப் பின் உள்ள சக்திகள்தான் இடதுசாரி அரசியல் அறச்சக்திகள். இதனை எந்தப் பேரறிஞனும் ஞான குருவும் மீட்பனும் மறுத்துவிட புள்ளி விபரங்கள் இல்லை. இன்றுள்ள குறைந்தபட்ச ஜனநாயக உரிமைகளும் கடமைகளும் கூட எவ்வளவு பெரிய

உயிர்ப்பலிகளுக்குப் பிறகு உருவானவை என்பதெல்லாம் ஒரு நாளில் மறந்து போகக் கூடியவை அல்ல.

கம்யூனிசம் என்றவுடன் கட்சி அமைப்பு, ஸ்டாலினிய சர்வாதிகாரம் என்பவை மட்டும் சிலருக்கு ஞாபகத்திற்கு வரலாம். இது மனித உடல் என்றவுடன் நகமும் பல்லும் மட்டும் நினைவுக்கு வருவது போன்றது. இவை வெறும் சாதனங்கள், அவற்றை மாற்றிக்கொள்ளலாம், புதிதாக அமைக்கலாம், தூக்கி எறியலாம். ஆனால் அடிப்படை அறமும் கனவும் அப்படியல்ல. ஸ்டாலினும் சோவியத் படைகளும் அணு ஆயுதங்களும் அல்ல கம்யூனிசம். அவை வேறு, மார்க்ஸிய ஆய்வுத் தொகை அதுவரை இருந்த சமூக அறிவுகள் அனைத்தையும் பகுத்து உருமாற்றிய ஒரு பெரும் சக்தி. இன்றும் கூட வியக்க வைக்கும் அந்த அறிவு உழைப்பு வெறும் வெட்டி வேலையல்ல. அதற்குள் மிகப் பெரிய மனித அக்கறை, பேரன்பு, உயிர்க் கொண்டிருக்கிறது. மார்க்ஸின் அணுகுமுறைகள், வழிமுறைகள், அனைத்தும் கூட இன்று பொய்யாகிப் போகலாம், ஆனால் அது அல்ல முதன்மை, அதன் அறவழிச் செயல். அதனால்தான் இதுவரை மார்க்சியத்தின் மீது வைக்கப்பட்ட பொருட்படுத்தக்கூடிய விமர்சனங்கள் எல்லாம் கம்யூனிஸ்டுகளிடமிருந்துதான் உருவாகி வந்திருக்கின்றன. பிந்தைய மார்க்சிஸ்டுகள் மட்டுமே மார்க்சியத்தின் மீது முறையான சிதைவாக்கத்தைச் செய்துகாட்ட முடியும். ஆன்டி கம்யூனிஸ்டு அறிவு ஜீவிகளின் குட்டிக்கரணங்களும் கொம்பு சுற்றும் வேலைகளும் குரங்காட்டங்களாகத்தான் இதுவரை இருந்திருக்கின்றனவே தவிர, அடிப்படை அறிவார்த்தம் என்று எதுவும் இருந்ததில்லை. ஆனாலும் தொடர்ந்து ஆன்டி கம்யூனிஸ்டு அறிவுஜீவிகள் பொம்மலாட்டம் காட்டிக்கொண்டேதான் இருப்பார்கள். ஏனெனில் கம்யூனிசத்தின் தேவையே இந்த ஆன்டி கம்யூனிஸ்டுகள் இருக்கும் வரைதானே.

சோவியத் யூனியன் என்ற நாட்டைச் சிதைக்க அமெரிக்கா எடுத்துக்கொண்ட காலமும் சக்தியும் பற்றிய கணக்கு அதிசயமூட்டக் கூடியது. கம்யூனிசத்தை அழிக்க உலக ஆதிக்க சக்திகள் செலவிடும் ஆற்றலும் பலமும் அச்சமூட்டக் கூடியது. இருபதாம் நூற்றாண்டின் ஒரே அச்சுறுத்தலாக, அழிக்க வேண்டிய சக்தியாக கம்யூனிசம் மட்டுமே காட்டப்பட்டு வந்திருக்கிறது. இதற்கெல்லாம் காரணம் அது மக்களுக்கானது, அடக்குமுறைக்கு எதிரானது என்பதுதான். மக்கள் அனைவரும் கம்யூனிஸ்டுகளாக மாறிவிடக் கூடாது என்பதற்காக முதலாளித்துவ சக்திகள் தரும் சில சலுகைகள், பேரங்கள் தான் இன்றைய குறைந்தபட்ச அரசியல் பொருளாதார உரிமைகள். ஒரு வகையில் இன்றைய குறைந்தபட்ச அரசியல்

கம்யூனிசத்தின் வடிவமாறுபாடுகளால் இயக்கப்படுவது என்றுதான் கூற வேண்டும். கம்யூனிசம் பற்றிய அச்சம் இல்லையென்றால் இன்றுள்ள எந்த தேசிய அரசும் இவ்வளவு சாதுவாக இருக்காது என்பது மட்டும் உண்மை. கம்யூனிஸ்டு கட்சிகள் இயக்கங்கள் இல்லாத நாடுகளையும் சேர்த்தேதான் இது கூறப்படுகிறது.

இந்தியச் சூழலில் அறம் சார்ந்தும் அன்பு சார்ந்தும் பிற என்பதன் மீது அக்கறை சார்ந்தும் உருவான சிந்தனை மரபுகள்- சுதந்திரம், சமத்துவம், சகோதரத்துவம், பொதுநீதி, அன்பு, அடக்குமுறை எதிர்ப்பு, மேலாதிக்க மறுப்பு- எனக் கம்யூனிசத்தின் கூறுகளைத் தமக்குள் கொண்டிருந்தன.

"பகுத்துண்டு பல்லுயிர் ஓம்புதல் நூலோர்
தொகுத்தவற்றுள் எல்லாம் தலை.

ஒத்தது அறிவான் உயிர்வாழ்வான் மற்றையான்
செத்தாருள் வைக்கப் படும்"

எனச் சொல்லும் தமிழில் இதற்கு நீண்ட ஒரு மரபுண்டு. பௌத்தம் உலக அளவில் இதனை முதன் முதலாக அறம், அறிவு, தர்க்கம் என்பவற்றைக் கொண்டு வடிவமைத்துக் காட்டியது. வள்ளலாரும் பெரியாரும் நவீன எடுத்துக்காட்டுகள். தேசிய அளவில் அம்பேத்கரும் காந்தியும் சமத்துவச் சமூகம் என்ற பெரும் அறக் கனவு சார்ந்து வெவ்வேறு வழிகளில் பயணப்பட்டவர்கள். ஆனால் யாரும் சமத்துவ, சமரச, சுதந்திர அறக்கோட்பாடுகளை மறுத்தவர்கள் இல்லை. இந்தியச் சூழலில் இருந்து உருவாகும் கம்யூனிச அறக்கோட்பாடு இவற்றிலிருந்து மாறுபட்டதாக இருக்கலாம், இருக்கத்தான் வேண்டும். ஆனால் அதற்கு எதிராகவும் அதனை மறுப்பதாகவும் இருக்க வாய்ப்பில்லை. இந்தியா போன்ற நாடுகளுக்கு கம்யூனிச அறக்கருத்துகளைத் தவிர வேறு தீர்வுகள் இல்லை. உண்மையான மனித நேயமும் பொதுக் கனவும் அக்கறையும் உடைய யாரும் 'பொதுமைச் சமூக' கனவைத் தமது வழிகாட்டு நெறியாக ஏற்காமல் இருக்க முடியாது. இதற்கு எதிராக எத்தனையோ வாதங்கள் வைக்கப்படலாம். அத்தனையும் அரைகுறை அறிவும் மனித வெறுப்பும் கொண்டவையாகவே இருக்கும்.

மனிதர்கள் அடிப்படையில் கொடூரமானவர்கள்தான். ஆனால் கொடூரம் என்றால் என்ன என்ற பிரக்ஞையும் உடையவர்கள். மனிதர்கள் குரூரமானவர்கள்தான் ஆனால் குரூரத்தைக் கண்டு அஞ்சக் கூடியவர்களும் கூட. இதுவரை கம்யூனிசத்தின் மீது வைக்கப்பட்ட

விமர்சனங்கள் அனைத்தும் அதன் வழிமுறை பற்றியவையே. அவற்றிற்கு மாற்றையும் கம்யூனிஸ்டுகளே கண்டறிய வேண்டிய நிலையில் உள்ளனர். ஃபாசிஸ்டுகளும், ஒதுக்குதல் வாதிகளும், இன மேலாதிக்க வெறியர்களும் இதற்கு மாற்று கூற எதுவும் இல்லை.

கம்யூனிசம் வன்முறையை அடிப்படையாகக் கொண்டது என்றும் மனைவியரைக்கூட பொதுவில் வைக்கும் என்றும் மக்களை மந்தைகளாக நடத்தும் என்றெல்லாம் கட்டுக்கதைகளையே நம்பி வந்த ஆன்டி கம்யூனிஸ்டுகள் உண்டு. இதற்கெல்லாம் எப்போதோ பதில்கள் கூறப்பட்டு விட்டன. கம்யூனிசம் இயற்கைக்கு விரோதமானது என்று கூட கூறப்படுவதுண்டு. மனிதச் செயல் ஒவ்வொன்றுமே இயற்கையிலிருந்து விலகுவதுதானே. இயற்கையைக் கடந்து இயங்கமுடியாத மனிதநிலையின் ஒரு பகுதிதான் கம்யூனிசக் கனவும். இதற்கெதிரானவையெல்லாம் வெறும் வெற்று வாதங்கள்தான். மார்க்ஸிசத்திற்கு விமர்சனம் மார்க்ஸிடமே உண்டு. கம்யூனிசத்தின் போதாமை பற்றி கம்யூனிஸ்டுகளே பேச முடியும். பின்நவீனத்துவம் இதைத்தான் செய்தது. கட்சித் தலைமையல்ல கம்யூனிசம், ஸ்டாலிசம் அல்ல சோஷலிசம் என்பதில் தொடங்கி மனிதர்கள் வெறும் பொருளாதார அரசியல் இயந்திரங்கள் மட்டுமல்ல என்பதாகத் தொடர்ந்து வெவ்வேறு கூறுகளை அலசி ஆராய்ந்து விவாதித்துக் கொண்டிருக்கிறது. அறம்சார் உரையாடல்களும் சொல்லாடல்களும் நிகழ வேண்டிய களம் எதுவென அடையாளம் காண்பதன் மூலம் பின்நவீனத்துவ கம்யூனிசம் இனி நிதானமாகவும் பதட்டமின்றியும் அக்கறையுடனும் செயல்பட வேண்டியிருக்கிறது. இன்றைய உலகமயமான ஒற்றைத் தன்மை அரசியல் பொருளாதாரக் கொடுமைகளின் பின்னணியில் கம்யூனிஸ்டுகள் அக்கறை கொள்ள வேண்டியவை ஆயிரம் உள்ளன. இயந்திரமயமாதல், நவீனமயமாதல் விடுதலைக்கு வழி என்று மார்க்ஸ் கூறியவை பற்றியெல்லாம் மறுபரிசீலனை செய்து பல புதிய வழிமுறைகளைக் கண்டடைய வேண்டியிருக்கிறது. இந்தியச் சூழலில் வள்ளலார், அம்பேத்கர், காந்தி என ஞானப் பெரியோர்களின் கேள்விகளையும் உள்ளடக்கி தொடர்ந்து செல்ல வேண்டியிருக்கிறது. பௌத்தத்திற்கும் கம்யூனிசத்திற்குமான பொதுமைகளைக் கணக்கில் கொண்டு அம்பேத்கர் கொண்ட ஆய்வு மிக முக்கியமான முன்னெடுப்பாகும். ஆயுதங்களை நம்பிய மாற்றங்கள் ஆயுத வியாபாரிகளால் வழி நடத்தப்படும் என்பது தெளிவாகிவிட்டது. இன்று மட்டுமல்ல என்றுமே ஆயுதங்களை உற்பத்தி செய்பவர்களும் விற்பவர்களும் ஆன்டி கம்யூனிஸ்டுகள்தான் என்பதை மறந்து விடக் கூடாது.

விடுதலையின் விலை மரணம்

தனக்குப்பிறந்த பதினேழு குழந்தைகளை ஒன்றன் பின் ஒன்றாகக் கொன்றாள் ஒரு தாய். ஒவ்வொரு குழந்தையும் பிறந்த சில நாட்களிலேயே இந்தக் கொலைகள் நடந்தன. இருபது ஆண்டுகளுக்குப் பிறகு அவளது பதினேழாவது குழந்தை கொல்லப்பட்டபோது, இதுவரை அவளது குழந்தைகள் அனைத்தும் தாமாக இறக்கவில்லை என்பது கண்டுபிடிக்கப்பட்டது. அவளது கொடூரம் பற்றி அப்பகுதி முழுக்க பேசப்பட்டது. ஆனால் அவளுக்கு மரண தண்டனை வழங்கப்படவில்லை. ஏனென்றால் அவளைக் கொன்றால் ஒரு வலிமையான அடிமையை இழக்க நேரும். எஜமான் அவளைக் கொல்ல விரும்பவில்லை. மீண்டும் அவள் கருத்தரிப்பாள். மேலும் பல அடிமைகளைப் பெற்றுத் தருவாள்.

இன்னொரு பெண் இருபதுக்கு மேல் குழந்தைகளைப் பெற்றவள். அவளது குழந்தைகளுக்கு ஐந்து அல்லது ஆறு வயது ஆகும் போது அவர்கள் சந்தைக்கு ஓட்டிச் செல்லப்படுவார்கள். பிறகு அவளது குழந்தைகளை அவள் பார்த்ததே இல்லை. அடிமைப் பண்ணைகளில் ஒவ்வொரு பெண்ணும் இப்படித்தான் தனது வாழ்வைக் கடத்தினாள். தனது குழந்தைகளைக் கொன்ற பெண் சொன்னாள், "இவை என் குழந்தைகள் அல்ல. எனது எஜமானனின் பண்ணையில் மேலும் சில அடிமைகள். அவற்றை நான் வளர்க்க விரும்பவில்லை". இருபது குழந்தைகளைப் பெற்ற பெண் சொன்னாள். சாகும் வரை நான் பெற்றுக் கொண்டே இருக்க வேண்டும். எனது கடைசி குழந்தை என்னுடன் இருக்கும் போது நான் செத்துப் போவேன். எனக்கு மீந்த கடைசி குழந்தைக்குத் தாயாகவே இறந்து போவேன்.

பண்ணைகளில் விலங்குகளைப் போல் அடைக்கப்பட்ட அடிமைகள் ஒரு நாளைக்கு 20 மணிநேரம் வரை வேலை செய்தார்கள். இரண்டு அல்லது ஒரு வேளை உணவு. இரவில் காலில் பூட்டப்பட்ட சங்கிலிகளோடு உட்கார்ந்தபடியே உறங்குவார்கள், மீண்டும் வேலை. பதின்மூன்று வயதிலிருந்து பெண் பாலியல் அடிமையும் கூட. பல பெண்களுக்குத் தமக்கு என்ன நடக்கிறது என்று கூடத் தெரியாது. அவர்கள் இனப்பெருக்கம் செய்ய அனுமதிக்கப்பட்டார்கள். பல குழந்தைகளுக்கு சாட்டையடி கொடுக்கும் எஜமானனே தந்தை. ஒவ்வொரு எஜமானனும் தனது 'உயிரியல்' பிள்ளைகளையே தனது முழு அடிமைகளாக்கிக் கொண்டார்கள். மரபு, ரத்தசொந்தம், தந்தையின் மனம் என்பவற்றின் போலித்தனம் அங்கு வெட்ட வெளியில் கிடந்தது. ஒரு பண்ணை எஜமான் பெருமையுடன் எழுதி வைத்தான். "எனது பண்ணையில் உள்ள 200 பெண்களும் எனக்குக் கருவுற்று பெற்றுத் தந்திருக்கிறார்கள். எனது அடிமைகளில் பாதிப்பேர் எனது ரத்த உறவுகள்". குழந்தை பெற மறுத்த கருப்புப் பெண்கள் பட்டினியால் கொல்லப்பட்டார்கள். உணவு அளவைக் கூட்டிப் பெற ஒரு குழந்தை வேண்டும். பிறப்பு, உறவு, இனப்பெருக்கம், ஆண்-பெண் அனைத்தும் கொடூரமாக தம்மை உருவகப்படுத்திய இடம் அது.

இருபது முறைகள் முதல் ஐம்பது முறைகள் வரை தப்பிக்கும் முயற்சி செய்து தண்டனைகளிலேயே செத்துப் போன கருப்பின அடிமைகள் பல்லாயிரக்கணக்கானவர்கள். அமெரிக்க வரலாற்றில் கருப்பின எழுச்சியில் பெரும் பெயராக உள்ள 'பிரடெரிக் டக்ளஸ்' இருபது முறைகளுக்கு மேல் தப்பித்துத் தண்டனை பெற்றவர். இறுதியாகத் தப்பித்து தனது புதிய வாழ்வைத் தொடங்கியவர். ஐநூறு சாட்டையடிகள் என்பது தப்பிக்கும் முயற்சிக்குக் குறைந்தபட்ச தண்டனையாக இருந்தது. ஆனால் தப்பிக்கும் முயற்சியை ஒருமுறையாவது செய்து அடிபடாத அடிமைகள் கிடையாது.

அடிமைகளின் வழக்கமான இரவு இருப்பிடமான பெருங்குழி ஒன்றுக்குள் இறக்கப்பட்டு இரும்புப் படலால் அடைக்கப்பட்ட 400 அடிமைகள் வெள்ளத்தில் தப்பிக்க வழியின்றி இறந்து போன போது அதன் எஜமானன் சொல்லியிருக்கிறான். 40000 பவுண்டுகள் நஷ்டம். மீண்டும் நான் முதல் வைக்க வேண்டும். எல்லோரும் கேள்விப்பட்டிருக்கிறோம் underground railway of America. அதுபற்றிய எத்தனை விதமான கதைகள். விடுதலைக்கான மனிதரின் போராட்டம் எந்த வடிவிலாவது நடந்தபடியே இருக்கிறது. அமெரிக்கக் கண்டத்தின் பிறநாடுகளில் அடிமைகள் தப்பிக்க வழி இருந்ததே இல்லை. அமெரிக்காவின் தெற்கு மாகாணங்களில்

இருந்து வடமாகாணங்களுக்கும் பிறகு கனடாவுக்கும் தப்பிப் பிழைத்த அடிமைகள் எழுதி வைத்த நூற்றுக்கணக்கான 'வாழ்வுக் கதைகள்' மனித அவலம் குறித்தும் விடுதலை என்ற ஒரு புரிந்து கொள்ள முடியாத உருவமற்ற 'தேவ அழைப்பு' குறித்தும் பேசிச் செல்கின்றன. இறக்கும் தருவாயில் ஒரு அடிமை பாடியதாக பாடல் ஒன்று வாய்மொழியாகப் பரவியிருந்தது. 'தெய்வமே என் தெய்வமே இறுதியாக என்னை விடுதலை செய்தாயே' இதன் வேறொரு வடிவம்தான் மாபெரும் தலைவன் மார்டின் கல்லறையில் இன்று எழுதப்பட்டுள்ளது. ஒருமுறை மகாமனிதன் மால்கம் பேசும் போது உணர்ச்சி வசப்பட்டு சொன்னார், "அமெரிக்கா கருப்பர்களின் பூமி அதை கைப்பற்றியே ஆக வேண்டும்." அமெரிக்க ஜனாதிபதி கென்னடி சுட்டுக் கொல்லப்பட்ட போது "உங்கள் சேவல் உங்களைக் கொத்தி விட்டது" என்று சொன்னதன் பிறகு அவர் 'பிளாக் நேஷன்' இயக்க மேடைகளில் பேசத் தடை செய்யப்பட்டது. அவரே தமது இறுதியாண்டில் 'மன்னிக்க வேண்டும் இனி புதிய ஒரு காலத்தைத் தொடங்குவோம்' என்று அறிவித்தார். ஆனால் அகிம்சையைச் சொன்ன மார்டினும் தாக்குதல் முறையைச் சொன்ன மால்கமும் சுட்டுத்தான் கொல்லப்பட்டார்கள். விடுதலைக்கானப் போராட்டம் மட்டுமல்ல, விடுதலைக்கான வேட்கையும் ஆசையும் கனவும் சொற்ப பகற்கனவும் சிறு பேச்சும் கூட கொலை தண்டனை நோக்கி ஒருவரைத் தள்ளி விடுகிறது. விடுதலை, மீட்சி, வெளியேற்றம், சுதந்திரம் எல்லாம் இறைமையோடு எப்படியோ பிணைக்கப்பட்டு விட்டன. மீட்பர் இயேசு சொன்னார் 'அடிமைப்பட்ட உன் இனத்தை மீட்கவே நான் வந்திருக்கிறேன்' அதே சமயம் அவருக்குத் தோன்றியது 'என்னுடைய சாம்ராஜ்யம் மண்ணில் இல்லை விண்ணில் இருக்கிறது'. விடுதலை, மீட்சி, வீடுபேறு, அது தெய்வீகத்தின் திசையை நோக்கிய பயணம் தானே. அடிமைத்தனம் உயிர்வாழ்வை அழிக்கிறது. மறுத்தல், அடிபணியாமை மரணத்தைத் தருகிறது. 'பாவத்தின் சம்பளம் மரணம்' என்பது எப்படி என்று தெரியவில்லை. 'விடுதலை வேட்கையின் சன்மானம் மரணம்' வரலாறு மீண்டும் மீண்டும் சொல்லும் எச்சரிக்கை. ஆனால் சுற்றிச் சுற்றி சுழல அடிக்கும் கேள்வி ஒன்று உள்ளது. அடிமைத்தனத்தின் தோற்றம் எது? மனிதரில் எப்படி அடக்கும், ஆதிக்கம் செலுத்தும் குணம் இயல்பாகவே படிந்து வளர்ந்தது? இது பொதுவாகக் கேட்கப்பட வேண்டிய கேள்வி அல்ல, மிகக் குறிப்பாக அணுக வேண்டிய கேள்வி.

தத்துவம், அரசியல், பண்பாடு, கோட்பாடுகள், கலைகள் அனைத்தும் சுற்றிச் சுழலும் ஒரு களம் உள்ளது. அதுதான் விடுதலை

என்பது என்ன? விடுதலைக்கான வழி என்ன? இது அவ்வளவு வெளிப்படையானது அல்ல என்றாலும், உள்ளீடாக இருந்து இயக்குவது. இதை அரிஸ்டாடில் ஆண்டை-அடிமை எதிரிடையில் கண்டார். நீட்ஷே இந்த எதிரிடையை வேறு விதமாக விளக்கினார். எல்லா மதங்களும் இதை ஒவ்வொரு விதமாகக் கூறின. இறைவனே உனது எஜமான், நீ அவனது அடிமை. விடுதலை என்பது 'வீடுபேறு' அதுவே சுவர்க்கபூமி. வாழ்க்கை 'அடைபடுதல்' மரணம் 'மீட்சி'. அடைபடுதல், விடுபடுதல் என்ற எதிரிடைகளில் இயங்கும் கேள்விகளின் மண்டலம்தான் மனிதக் கருதுகோள்களின் இயக்க வெளி என்றெல்லாம் தோன்றினாலும்; அடிமையாய் இருத்தலின் வலி பற்றிப் பேசாமலும், உலக அரசியலும் வரலாறும் அடிமைக் குருதி குடித்த உண்மைகளை நினைவு கூறாமலும் இனியான கோட்பாட்டு உரையாடல் எதுவும் சாத்தியமில்லை.

அவன் கை சங்கிலியால் கட்டப்பட்டு இருக்கிறது, தப்பிக்க விரும்பிய அடிமை தன் கைமணிக்கட்டை கரும்பு வெட்டும் கோடாரியால் துண்டித்து விட்டு தப்பிச் சென்று விடுகிறான். துண்டிக்கப்பட்ட அவனது கை விடுதலைக்கான விலை. இப்படி ஒரு நிகழ்ச்சியை வேறொரு அடிமையின் நினைவுக்குறிப்பில் வாசித்த போது மூச்சு ஒருமுறை நின்று மீள்கிறது. ஆனால் விடுதலையின் பேரின்பத்தின் முன் அந்த ஊனமும், வலியும் ஒரு பொருட்டில்லையோ!. அமிஸ்டாட் திரைப்படத்தின் அந்த ஒரு காட்சியை எப்படிப் புரிந்து கொள்வது. தன் குழந்தையுடன் அமைதியாகக் கடலுக்குள் கவிழும் தாய். அதை எந்த வெளிப்பாடும் அற்றுப் பார்க்கும் அந்த ஆண். அடிமையாய் இருக்க மறுப்போரின் மனநிலையை எத்தனை நினைவுக்குறிப்புகளில் வாசிப்பது.

விடுதலை எதை விடவும் மனிதரை ஆட்டிப் படைக்கிறது. அது உயிரை இயக்குகிறது. அதுவே எதை விடவும் மகிமை நிறைந்தது. அதனால்தான் விடுதலையை ஒடுக்குவது அதைவிடவும் பெரும் வலிமையானதாக இன்பம் பெறும் உத்தியாக மாறியது. ஆதிக்கம் கொள்ளும் இருவித களிப்பு இது, தன்னை விடுதலையுடன் வைத்துக் கொள்ளுதல், பிறரது விடுதலையைத் தன் கட்டுப்பாட்டில் வைத்துக் கொள்ளுதல், இரட்டைக் களிப்பு. அப்படியெனில் என்ன செய்வது. மனுவும் அரிஸ்டாடிலும் உலகின் பொது நீதி, அறம் எனப் பேசும் அனைத்தும் சொல்கிறது. அடிமை கொள், அடிமையைக் கைக்கொள், அடிமைப்படுத்து, விடுதலை தராதே. எப்படி இது சாத்தியம். இவையே இப்படியும் சொல்கின்றன, அடிமைப்படாதே, அடங்காதே, மேலேயிரு. நீ ஆளப்பிறந்தாய், அடிமைப்படவும், ஆளவும் மனிதர்கள் தனித்தனியே படைக்கப்பட்டு இருக்கிறார்கள்

என்கின்றனர் மனுவும் அரிஸ்டாடிலும். ஆம் அடிமைகள் இன்றி சமூகம் வாழ முடியாது என்பது இவர்கள் இருவரின் முடிவு. கிழக்கு மேற்கு இரண்டின் பிரதிநிதிகள் இவர்கள்.

அடிமைகள் விலங்குகள் போன்றவர்கள். அவர்கள் இயற்கையாகவே அடிமையாகப் படைக்கப்பட்டவர்கள். அடிமைகள் இல்லாமல் சமூகமும் அரசியலும் இல்லை. பெண்கள், விலங்குகள், அடிமைகள் அனைவரும் ஆண்களின் செல்வங்கள். பிராமணன், ஆட்சியாளன் இருவருக்கும் சேவை செய்யவே அடிமைகள் படைக்கப்பட்டிருக்கிறார்கள். அடிமை செய்யும் தொழிலை எந்தக் காரணத்திற்காகவும் ஆளும் மனிதர்கள் செய்யவே கூடாது. அடிமை-ஆண்டான் என்னும் பிரிவுகள் இல்லாத சமூகம் முன்னேற முடியாது. அடிமைக்கு தர்மம் உண்டு, ஆண்டைக்கும் தர்மம் உண்டு. ஆண்டையின் தர்மம் அடக்கியாள்வது. அடிமையின் தர்மம் கடமையைச் செய்வது, அடங்கி நடப்பது, சேவை செய்வது. இவ்வாறெல்லாம் சொல்பவை அரிஸ்டாடிலின் அரசியலும் மனுவின் ஸ்மிருதியும். அடங்க மறுக்கும் அடிமையைக் கொல் என்கிறது கிரேக்க தர்மம். அடிமையைச் சகோதரன் போல் பாவி என்பதும் கிரேக்கமே.

இஸ்லாம் சொல்கிறது, உன் இனத்தில் எவரையும் அடிமை கொள்ளாதே. இஸ்லாம் இன்னும் சொல்கிறது, உன் அடிமையைக் கொன்றவனின் அடிமையைக் கொல், இது உனது பழிவாங்கல், சுதந்திரமான ஒருவனுக்கு சுதந்திரமான ஒருவன், அடிமைக்கு ஓர் அடிமை, பெண்ணுக்கு ஒரு பெண் என்பது பழி தீர்ப்பின் தொடர்ச்சி. அதற்குள் இறை நம்பிக்கை உடைய அடிமைகள் இறைஅச்சம் அற்ற அடிமைகள் என்ற பாகுபாடுகள் உள்ளன. ஒரு எஜமானைக் கொண்ட அடிமை, பல எஜமானரைக் கொண்ட அடிமை என்ற உவமைகள் உள்ளன. இதற்கிடையில் ஒரு வரி இஸ்லாத்தை வழி நடத்த உகந்ததாக உள்ளது. மேற்செல்லும் உயர்வழி எது, உனது அடிமைகளில் ஒருவனை (ஒருத்தியை) விடுதலை செய்வது. அடிமைகளில் எந்தப் பெண்ணையும் வலியப் புணராதீரும் என அல்லாஹ்வின் குரல் ஒலிக்கிறது. அவன் அளவற்ற அன்பாளனும் அருளாளனும் ஆவான். அவனால் முடிந்தது அவ்வளவே. அடிமைப் பெண்களையும் ஆண்களையும் வைத்திராதேயும் என்றோ அடிமையும் ஆண்டானும் ஒன்றே என்றோ சொன்னால் இறை நம்பிக்கை என்னாகும்.

இதுவே நடந்தது, திருச்சபைக்கும். திருச்சபை அடிமை முறையை எதிர்க்கவில்லை; மாறாக ஆப்பரிக்க நாடுகளில் தேவாலயங்கள்

அடிமைகளுக்குச் சங்கிலி பூட்டும் இடங்களாகச் செயல்பட்டன. அடிமைகளின் மூலம் கிறித்தவம் பரவும் என்றது திருச்சபை. அடிமைகளை விற்றவர்கள் வேறு யாருமில்லை; ஆப்பிரிக்க இனக்குழு மன்னர்கள். எப்படி இது முடியும், முடிந்திருக்கிறது. மன்னன், இறை இரண்டும் ஒன்றாக இணைந்த பல சமூகங்களில் அரசன் சொன்ன ஒரே சொல்லுக்காக அடங்கியிருந்து அடிமைப்பட்டு வாழ்ந்து மடிந்த அடிமைகள் பல கோடிப் பேர். சங்கிலிகளை கையால் இழுத்து உடைக்கும் வலிமை பெற்றவர்கள் அந்த மக்கள். ஆனால் எதையும் செய்யாமல் எப்படி கூட்டம் கூட்டமாக அடிமைப்பட்டார்கள். அவர்களுடைய தெய்வம் போன்ற மன்னர்களின் கட்டளை அது. நம்ப முடிகிறதா ஒரு அடிமையின் குறிப்பில் இது உள்ளது. "அடி பணிந்திரு அவர் சொல்வதைக் கேள்" என்கிறான் குலத் தலைவன். அவன் தன் மரணம் வரை இதைக் கடைபிடித்திருந்தான்.

பதிவு செய்யப்பட்ட அரசனின் குரலை இயந்திரத்தில் ஒலிக்கவிட்டு ஆப்பிரிக்க மண்ணின் பலகோடி மக்களை அடிமைத் தொழிலாளிகளாக்கியவர்கள் ஐரோப்பியர்கள். அமெரிக்கர்களின் கொடூரமும் கொடுமதியும் நமக்குத் தெரியும். ஐரோப்பியர்கள் கொடுமையிலும் கொடுமை செய்தவர்கள். வரலாற்றில் தமது மறுபுறத்தை மறைப்பதில் ஐரோப்பியர்கள் மிக அதிகக் கவனம் செலுத்துபவர்கள். வர்க்கம், அரசியல், பொருளாதாரம் என்ற பொருள்களிலும் ஆதிக்கம், அதிகாரம், நுண்ணரசியல் என்ற தளங்களிலும் பல்வேறு விவாதங்கள் நடந்துள்ளன. ஆனால் ஐரோப்பாவில் அழகும் வளமும் அடிமை உழைப்பிலும் கருப்பின இரத்தத்திலும் நிலங்களைக் கைப்பற்றிய காலனி ஆதிக்கத்திலும் விளைந்தவை என்ற விவாதம் உள்ளதா? ஃபூக்கோ, தெரிதா, லெவிஸ்த்ராஸ், ரோலான் பார்த் இவர்களின் முன்னோடிகள் மார்க்ஸ் - ஏங்கெல்ஸ் இவர்கள் அனைவருக்கும் ஐரோப்பிய வளமையின் மறைக்கப்பட்ட அடிப்படையான கருப்பின அரேபிய அடிமைகளைப் பற்றித் தெரிந்திருந்தும், ஏன் அவற்றைப் போதிய அளவு விரிவாகப் பேசவில்லை? இன்றுள்ள அய்ரோப்பிய அரசின் அலங்காரம், ஆடம்பரம் என்ற ஒவ்வொன்றுக்கும் பின்னும் அடிமைகளின் உழைப்பு புதைந்து கிடக்கிறது. ஐரோப்பியக் குடும்ப ஓவியங்களின் ஓரப் பகுதிகளிலும் நினைவுக் குறிப்புகளிலும் கருப்பு அடிமைகள் ஊமைகளாக மொழியற்று நின்று கொண்டிருக்கின்றனர். அவர்கள் கருப்பர்கள், விலங்கு போன்றவர்கள். அவர்கள் பாதிக்கப்பட்டபோது எந்த புரட்சியும் ஏற்படவில்லை. உன் இனம்

வெள்ளை இனம், பாதிக்கப்பட்டால் கலகமும் போரும் நடக்காமல் இருக்குமா?

நொந்து போன மக்களின் துயரம் சொல்லி மாளாது. 'அடிமைகளைப் படைத்தவர் கடவுள். அவர்களின் கடன் பணி செய்து கிடப்பதே' என்னும் மனுவும், அடிமைகள் 'விலங்குகள்' போன்றோர், அவர்கள் இல்லாமல் அரசுகள் இயங்காது என்னும் அரிஸ்டாடிலும் ஒரே செய்தியைச் சொல்லிச் சென்றார்கள். இஸ்லாமும் கிறித்தவமும் இதைப் பற்றித் தெளிவாகச் சொல்லாததால் ஆப்பிரிக்க, ஆசிய மக்களை அடிமை கொண்டவர்கள் இந்த ஆட்சியாளர்கள். அடிமைகள் இல்லா சமூகம் வளர்ச்சியடைவது மட்டுமல்ல வாழவும் கூட முடியாது என்பது அர்த்தசாஸ்திர, அரிஸ்டாட்டிலிய வாசகம். கிறித்தவம், இஸ்லாம் இரண்டும் பொய்த்த பின் வேறு புகலிடம் ஏது. மார்க்சிஸம் மட்டுமே. அதுவும் சொன்னது பாட்டாளி வர்க்கமும் அமைப்பான தொழிலாளர் வர்க்கமும்.

அய்ரோப்பிய அழகும் ஆடம்பரமும் அப்படியொரு கவர்ச்சி மிக்கவை. ஆனால் எந்தவொரு பிரெஞ்சு கட்டடத்தின் பின்புறப் பகுதியும் அடிமை உழைப்பாளர்களுக்கானவை. கடந்த ஐநூறு ஆண்டுகளில் அய்ரோப்பிய வளம் எதுவும் அவர்களது மண்ணைக் கொண்டு பெருகியது இல்லை. சோளம், மிளகு, காப்பி, தேயிலை, தேக்கு, பருத்தி, சர்க்கரை, பட்டு, தாமிரம், தங்கம், வைரம், ஈயம், பெட்ரோலியம், தீவிரவாதம் எதுவும் இவர்கள் மண்ணில் விளைச்சல் இல்லை. எத்தனை நூறு ஆண்டுகள் இவர்கள் தினசரி போர்களில் காலம் கழித்தனர். தமக்குள் சண்டையிட்டு மடிந்த களங்கள் பலநூறு. கத்தோலிக் புரோட்டஸ்டாண்டிய போரின் காலம் 300. அதற்கு முன் சிலுவைப் போரும் புனித இறைமீட்புப் போரும் நடந்த ஆண்டுகள் ஆயிரம், என்றாலும் அய்ரோப்பியர்கள் மீண்டனர்.

ஆசிய மற்றும் ஆப்பிரிக்காவின் ஒவ்வொரு நிலப்பரப்பிலும் அய்ரோப்பிய ஆதிக்கத்தின் நச்சுக்குழல்கள் புகுந்து உறிஞ்சின. ஆசிய ஆப்பிரிக்க நாடுகளை மாற்றியமைப்பதாகச் சொல்லி அவர்கள் சுரண்டிய வளங்கள் ஏராளம். அய்ரோப்பியர்கள் இந்தியாவிற்கு வந்த போது 49 சதவீதமாக இருந்த காட்டுவளம் 12 சதவீதமாகக் குறைந்து பிறகு 16.5 சதவீதமாக மாறியது என்றாலும் இவர்கள் சொல்லுகிறார்கள். இந்தியாவை நவீனப்படுத்தினோம், இது எமது பங்களிப்பு.

இந்தியாவில் அடிமை முறை இருந்தது, தமிழகத்தில் அடிமை முறை இருந்தது, அடிமைத்தனம் இந்திய மண்ணிலும், தமிழக மண்ணிலும்

நியாயப்படுத்தப்பட்டிருந்தது. தனது தாயைக்கூட நம்பக் கூடாது என்று சட்டம் வகுத்த 'பிராமண தர்மம்' இப்படித்தான் கூறியது. "அடிமை என்பவன் மற்ற மூன்று வருணத்திற்கும் சேவை செய்ய 'சுயம்புவால்' படைக்கப்பட்டவன். அவன் எந்தக் காலத்திலும் 'பிராமணனே வழங்கினாலும்' விடுதலை பெற முடியாது. பெண்கள், பிள்ளைகள், அடிமைகள், வீட்டு விலங்குகள் யாவரும் ஆண்களின் சொத்துரிமைகள் என்பது மனு தர்மம். இந்திய அடிமைத்தனத்தின் அடிப்படை பூமி. ஏவலர், வினைவலர், இரு பகுதியினருக்கும் காதல் வாழ்க்கை இல்லை என்பது தொல்காப்பியப் பதிவு. அடிமைகள் விற்கப்படவும் வாங்கப்படவும் இருந்ததை சுந்தரமூர்த்தி நாயனார் கதையிலிருந்து ஆனந்தரங்கபிள்ளை நாட்குறிப்பு வரை பதிவு செய்திருக்கின்றன. வேலை வாங்கித் தருவதாக ஆண் பிள்ளைகளை கூட்டமாக அடைத்து வைத்து அடிமைகளாக விற்ற வரலாறு 19-ஆம் நூற்றாண்டு வரை தொடர்ந்திருக்கிறது.

இந்திய அடிமைகள் மேற்கத்திய அடிமைகளை விடக் குறைந்த உரிமையும், வாழ்க்கை வசதிகளும் கொண்டவர்கள். அம்பேத்கர் விரிவாகச் சொல்வார், இந்தியத் தலித் மக்கள் அடிமைகளை விடவும் கீழாக வாழ்ந்தவர்கள் என்று. அடிமைகள் பட்டினி கிடந்து சாக எஜமான் அனுமதிப்பதில்லை. தீண்டாமையில் அந்தப் பாதுகாப்பு கிடையாது. அண்ணல் சொன்னால் அது சரியாகவே இருக்கும். அடிமைத்தனம், தீண்டாமை இரண்டில், அடிமைத்தனம் (மேற்கு அய்ரோப்பிய வடிவம்) பரவாயில்லை என்றார். அனுபவித்தவர்களுக்குத் தெரியும் அதன் கொடூரமும் வலியும். என்றாலும் அய்ரோப்பிய, அமெரிக்க மண்ணில் அடைபட்ட அடிமைகளின் வலி யாவருக்கும் தெரியும்.

இன்றைய உலகமயமான பொருளாதாரத்தில் எஞ்சியிருப்பதும், விஞ்சியிருப்பதும் அடிமைப் பொருளாதாரமே. தாமிரம் இல்லாத பெல்ஜியம் காங்கோவை வைத்து மின் கம்பிகளின் தலைநகரமானது போல. என்றாலும், மறதிகள் அனைத்தையும் காக்கட்டும்.

இன்றுள்ள உலகப்பொருளாதாரத்தில் இரண்டு பெரும் பிரிவுகள் உள்ளன. அடிமை மூலதனம் உடையவை, அடிமை மூலதனம் இல்லாதவை. மீண்டும் இந்த உலகமயமான சந்தைப் பொருளாதாரத்தில் அடிமைப் பொருளாதாரம் என்பது மிக முக்கியப் பங்கு வகிக்கிறது. பட்டினி கிடக்கும் ஒரு ஆப்பிரிக்க நாட்டின் வளங்களைக் கொள்ளையடித்த அய்ரோப்பிய நாடு ஒன்று இன்று சர்வ வளம் பொருந்தியதாக இருக்கும். மேலும் அது தான் சுரண்டிய நாட்டிற்குப் பிச்சையிடும்.

அய்ரோப்பிய அமெரிக்க நாடுகள் இன்று பல்வேறு நாடுகளைப் பார்த்து மனித உரிமைகளைப் பற்றியும் ஜனநாயகத் தன்மை பற்றியும் கேள்வி எழுப்புகின்றன. அவற்றிற்கு இது மிக முக்கியமான ஆயுதமாகவே பயன்படுகின்றன. மக்களால் ஆள முடியாததாலேயே இந்தியாவைப் பலகாலம் ஆண்டதாக இன்றும் பிரிட்டிஷ் அரசியல் வல்லுநர்கள் கூறி வருகின்றார்கள். இந்திய வளங்களைக் குலைத்து இன்றுள்ள இயற்கை நாசப் பொருளாதாரத்தை உருவாக்கியதல்லாமல் பிரிட்டிஷ் ஆட்சி செய்தது வேறில்லை.

அயோத்திதாசரும் அம்பேத்கரும் பிரிட்டிஷ் மகாசனங்களைப் போற்றியதற்குக் காரணம் உள்ளது. அடிமைத்தனத்தின் வலி, அறிந்தவர்களால் உணரத் தகுந்த வலி. பாரதி சொல்வது "போர்த் தொகையடங்கியென் ஏழைப் புத்திரர் அமைதி பெற்றுய்வாராயினர், தொழில்களும் பலப்பல தோன்றின. கொடுமதப் பாவிகள் குறும்பெலாமகன்றன, ஆற்றினில் பெண்களை யெறிவதுஊம், பெண்டிரைக் கணவர் தம் பிணத்துடனெரித்தலும் எனப் பல தீமைகளிறந்துபட்டன." காலனிய ஆதிக்கத்தால் உருவான நன்மைகளின் பட்டியல் பாரதிக்கு இப்படியெனில், அயோத்திதாசருக்கும், அண்ணலுக்கும் வேறுவகையில் நீள்கிறது.

அடிமை முறையென்பது மிகத் தொன்மையானது. எல்லா நாகரிகங்களிலும் அதன் ஏதோ ஒரு வடிவம் இருந்துள்ளது. பெரும் கட்டுமானம் எதற்குள்ளும் பெருங்குற்றமும் வன்முறையும் மறைந்தே இருக்கும். ஆப்பிரிக்க மண்ணின் மக்கள் அடைந்த கொடுமை இவற்றில் மிகப் பெரியதும் வெளிப்படையானதுமான அவல வரலாறு. இன்று அடிமை முறை இல்லை என்று சிலர் கூறலாம். அது உலக அரசியலின் உலகப் பொருளாதாரத்தில் உள்ளாற்றலாக மாறி விட்டது. நுண் அளவில் மன இயக்கத்தில் அடிமைப்படுத்துதல் அடிமை கொள்ளுதல் நியாயப்படுத்தப்பட்டு விட்டது. ஆண், பெண் என்ற இணைகளில் பாலரசியலாகப் புதைந்து கிடக்கிறது. சக மனிதரின் மீதான வெறுப்பாக இது விரவிக் கிடக்கிறது. வரலாற்றில் பௌத்தம், மார்க்ஸியம் இரண்டும் அறிவு, அறம், அழகியல் என்று மூன்று தளங்களிலும் விடுதலையைப் பேசியுள்ளன. அடிமையாயிராதே, அடிமைப்படுத்தாதே என்பது மன இயலில் மிக அடிப்படையான மாற்றத்தை உருவாக்கக் கூடிய புரிதல். தனது விடுதலை இன்பம், பிறர் விடுதலை பேரின்பம். இதைச் சொல்ல பௌத்தமும் மார்க்ஸியமும் மாபெரும் கட்டங்களைக் கடந்து வந்திருக்கின்றன. என்றாலும் உலகமயமாதலும் நவீன அறிவியலும் அடிமைப்படுத்துதலின் பல புதிய வடிவங்களை உருவாக்கிக் கொண்டேயிருக்கின்றன.

இவை கடந்தும் கூட நம் எண்ணவும் இனி உணரவும் பலப்பல உள்ளன. மேற்கின் வரலாறு அரசியல், பொருளாதாரம், இவற்றின் விளைவாகிய 'அறிவியல்' அனைத்திலும் படிந்து கிடக்கும் அடிமை இரத்தம் அளவற்றது. இந்திய மண்ணில் அடிமை கொள்வது பெருமையாகப் பேசப்பட்டுள்ளது. அடிமையாக இருப்பது கடவுளின் கட்டளை என்பது இந்து சமய விதிமுறைக் கருத்து. இவற்றுக்கிடையே இன்று ஒலிக்கும் 'சமத்துவம்' என்னும் குரலின் பொருள் என்ன? மேற்கிலும் கிழக்கிலும் விடுதலை, சுதந்திரம் என்பது பல்வேறு வகையாக விவாதிக்கப்படுகின்றன. எதிலிருந்து விடுதலை, எதற்கான விடுதலை? இன்று இது இலகுவான கேள்வியில்லை.

குறிப்பு: மிகத் தொடக்ககட்ட கேள்விகளாக இருந்தாலும் இவற்றை எதிர்கொள்ளாமல், இவற்றின் முக்கியத்துவத்தை உணராமல் இனியான தத்துவ, அற, கோட்பாட்டுச் சிந்தனைகளை தொடர முடியாது என்பது மீண்டும் மீண்டும் நினைவுக்கு வந்தபடி உள்ளது. எதிர்ப்பு, மறுப்பு, உடைப்பு என்பவற்றிற்குப் பின்னுள்ள போராட்டங்களைப் புரிந்து கொள்ள நுட்பமான மனம் தேவைப்படுகிறது. உலக அளவில் இன்று அரசியல் என்பது மாற்று, எதிர்ப்பு என்பவற்றை விடுத்து ஒருவித பித்த உறக்கத்தில் இருப்பதன் பயங்கரம் அச்சத்தை அளிக்கிறது. அறங்களைப் பற்றிப் பேசுவதும் அற அழுத்தங்களைப் பதிவு செய்வதும் பயங்கரவாதம், வன்முறை என அடையாளப்படுத்தப்படும் ஒரு காலகட்டத்தில் விடுதலை என்பது பற்றி சிந்திப்பது ஒரு கவித்துவமான ஆறுதலை மட்டுமே தரக்கூடியதாக உள்ளது.

பிணங்களைப் புசிக்கும் பேரரசுகள்

உலக அளவிலான சுற்றுச் சூழல் பாதுகாப்பு குறித்தும் மாற்றுச் சூழலியல் திட்டங்கள் குறித்தும் வல்லரசுகளான மேற்குநாடுகள் பேசத்தொடங்கிவிட்டன. கடந்த சில நூற்றாண்டுகளாக உலகின் இயற்கை வளங்களை நாசமாக்கித் தமது நாடுகளையும் வீடுகளையும் தேவைக்கதிகமான ஆடம்பரங்களால் நிறைத்துக் கொண்ட வெள்ளைச் சமூகம் தற்போது புவிவெப்பநிலை ஏற்றம் குறித்தும் வளிமண்டல மாசு குறித்தும் தட்பவெப்பநிலைச் சீர்கேடுகள் குறித்தும் கூடிக் கூடி விவாதிக்கத் தொடங்கிவிட்டன.

புவி வெப்பநிலை ஏற்றத்திற்குக் காரணமான வாயுக்களை வெளியிடும் எரிபொருள் மற்றும் இயந்திரங்களின் பயன்பாட்டைக் குறைத்தால்தான் இனிமேலான பேரழிவுகளைத் தடுக்க முடியும் என விஞ்ஞானிகளின் கூட்டம் ஒருபுறம் முணுமுணுத்துக் கொண்டே புதிய புதிய வாகனங்களை வானூர்திகளை மாசு விளைவிக்கும் உபகரணங்களைச் செய்து குவித்துக்கொண்டே இருக்கின்றன. இயற்கை வளம் என்பது ஏதோ மனிதர்களுக்கு மட்டுமே சொந்தமானது என்ற திமிர்த்தனமான கொடுபுத்தியுடன் விலங்குகள் பறவைகள் மற்றும் பிற உயிரினங்களின் இருப்பைப் பற்றிக் கவலைப்படாமல் புவிச்சூழலை தமது பேராசையின் காரணமாக பொறுப்பற்று மனிதர்கள் நாசமாக்கிக் கொண்டிருக்க, அதிலும் இந்த உலகவளம் வெள்ளை இனத்திற்குத்தான் முழு சொந்தம் என்பது போன்று கொள்ளையிட்டுக் கொண்டிருக்கின்றன வளர்ந்த நாடுகள் என்ற பெயரிலான வெள்ளைப் பேரரசுகள். உலகில் சூழல்மாசு உருவாக்குவதும் வளங்களைக் கொள்ளையிடுவதும் 'வெள்ளை உலகத்தினரே'. ஆனால் சுற்றுச்சூழல் பாதுகாப்பு என்றவுடன் வளரா, மூன்றாம் உலக நாடுகளின் மீது கட்டுப்பாடுகளையும்,

பின்நவீனத்துவம் பிறவற்றுடன் **139**

அழுத்தங்களையும் சுமத்திவிட்டு தமக்கு எந்தப் பொறுப்பும் இல்லை என்பது போல ஒதுங்கிக் கொள்பவர்களும் இந்த 'வெள்ளை உலகத்தினரே'.

சமீபத்தில் 'புவிவெப்ப ஏற்றம்' தொடர்பான விஞ்ஞானிகள் மாநாடு என்பது போல் எதையோ நடத்தி, கனரக வாகனங்கள் மற்றும் எரிபொருள் பயன்பாடுகளைக் குறைத்து புவிச்சூடேற்றத்தைத் தடுப்பதற்கான ஏற்பாடுகளைச் செய்ய வேண்டும் என்று ஒரு பேச்சு முன்வைக்கப்பட்ட போது, அமெரிக்க அதிபர் தனது நாடு அதற்காக எந்த ஒன்றையும் குறைத்துக் கொள்ளாது; சீனா, இந்தியா போன்ற நாடுகள்தான் அதற்கான திட்டங்களை நடைமுறைப்படுத்த வேண்டும் என்று வெள்ளைத்திமிருடன் கூறிச் சென்றிருக்கிறார்.

இது புதிதல்ல என்ற போதும் வளர்ந்த வெள்ளை தேசங்களில் எந்த ஒரு வசதியிழப்பும் பயன்பாட்டுக் குறைப்பும் நிகழாது. மற்ற வளராத நாடுகள்தான் இனி புவிச்சூழலைக் காக்க தமது அடிப்படை, வாழ்முறை வசதிகளைக் குறைத்துக்கொள்ள வேண்டும் என்ற உலகமயமான திட்டம் ஒன்று உருவாக்கப்பட்டுவிட்டது என்பதை இது பட்டவர்த்தனமாகக் காட்டிக் கொடுத்திருக்கிறது. வளர்ச்சி, முன்னேற்றம் என்பது உண்மையில் என்ன என்பது பற்றிய அடிப்படைக் கேள்விகளைச் சற்றே ஒதுக்கிவிட்டு அணுகும்போது, பின்னடைந்த வளர்ச்சியடையா நாடுகள் எல்லாம் இனி எந்த வளர்ச்சித் திட்டங்களையோ தொழில் நுட்பங்களையோ உருவாக்கிக் கொள்ள அனுமதிக்கப்படாது என்பதுதான் இதன் பொருள்.

உண்மையில் இன்றுள்ள புவி மற்றும் இயற்கைச் சீர்கேட்டை உருவாக்கியவை மற்றும் துரிதப்படுத்திக் கொண்டிருப்பவை வெள்ளை நாடுகள். அவர்களின் வசதிப் பெருக்கம், ஆடம்பரம் என்பவை உலகச் சீர்கேட்டை கடந்த நூறு ஆண்டுகளுக்கு மேலாக அதிகப்படுத்திக் கொண்டே இருக்கின்றன. வாகனங்கள், கனரக இயந்திரங்கள் என்பவை அந்த நாடுகளில் ஏற்படுத்தும் சூழல் கேடு புவி மண்டலத்தையே நாசமாக்கிக் கொண்டிருப்பதுடன்; ஆசிய, ஆப்ரிக்க, தென் அமெரிக்க நாடுகளின் இயற்கை வளம், வனவளம், கடல்வளம் அனைத்தையும் கொள்ளை கொள்வதும் இந்த நாடுகளின் ஆடம்பர வெறி கொண்ட வாழ்க்கைமுறைதான். இந்தியா போன்ற நாடுகளில் நகரங்கள் தவிர்த்த பிறபகுதிகளில் மக்கள் அடிப்படை வசதிகளுக்கே யாசகம் கேட்டு நிற்கும் சூழலில் சுற்றுச்சூழலை, வளத்தை நசிவிக்கும் சக்திகளாக இப்பகுதிகள் இருப்பதில்லை. உயிர்வாழ்வதற்கே போராடிக் கொண்டிருக்கும் பெரும்பான்மை மக்களைக் கொண்ட மூன்றாம் உலக நாடுகளில் 'சுற்றுச்சூழல்

பாதுகாப்பு' என்ற பெயரில் மக்களிடமிருந்து பறித்துக்கொள்ள என்ன இருக்கிறது. இந்தியா போன்ற நாடுகளில் நகர்வாழ்ச் சிறுபான்மையினருக்கான வசதிகளைச் செய்து தரவே எல்லா நவீன தொழில்நுட்பங்களும் பயன்படுத்தப்படுகின்றன. இச்சூழலில் ஏதுமற்ற மக்களையும் இழந்து கொண்டிருக்கும் நாடுகளையும் பார்த்து உங்கள் தேவைகளைக் குறைத்துக்கொள்ளுங்கள், பயன்பாட்டை மாற்றிக் கொள்ளுங்கள் என்று கூறுவது என்னவகைக் கொடுந்திமிர் என்பதை நாம் எண்ணிப் பார்க்க வேண்டியிருக்கிறது.

இந்த நாடுகளில் மக்கள் தொகை அதிகமாக இருப்பதால் 'நுகர்வும் பயன்பாடும் அதிகமாகும் போது பெரிய அளவில் நாசம் விளையும்' என்பது தான் அந்த வல்லரசுகளின் கருத்து. அதற்காக என்ன செய்யலாம். இந்த நாடுகளின் மக்கள் தொகையை பாதியாகக் குறைத்துவிட ஒரு அதிரடித் திட்டம் போடலாமா, உலகைக் காப்பாற்ற வேறு வழி. உலக மேலாண்மையைத் தம் கையில் வைத்துக் கொண்டது போதாது என்று உயிர்வாழ்வுரிமைகள் மற்றும் வாழ்வாதாரங்களையும் கூடத் தமக்கு மட்டுமே சொந்தமாக்கிக் கொள்வதற்கான திட்டத்தைத்தான் இந்நாடுகள் அமெரிக்கத் தலைமையில் செய்து கொண்டிருக்கின்றன. அதன் ஒரு பகுதியாகத்தான் வளர்ச்சி குன்றிய நாடுகளின் மீதான மாற்றுத்திட்டங்களை இவை முன்வைக்கின்றன. அந்நாடுகளின் அரசியலில், பண்பாட்டு மண்டலங்களில், அறிவுச் சூழல்களில் தமது சதித்திட்டங்களை தந்திரமாக நுழைத்துக் கொண்டிருக்கின்றன. பன்னாட்டு நிறுவனங்கள் நுகர்பொருள்களை இந்தியா போன்ற நாடுகளில் குவித்தாலும் அறிவை மக்களிடமிருந்து மறைத்துவிடும் சதிகளைச் செய்து கொண்டுள்ளன. இன்று இந்திய அளவில் மக்களிடையே நஞ்சினைப் பரவ வைக்கவும் அரசியல் உணர்வுகளில் திரிபுகளை உருவாக்கவும் அறிவுமுறை மற்றும் அணுகுமுறைகளில் சிதைவுகளை ஏற்படுத்தவும் இவை இரண்டு பெரும் சதித்திட்டங்களை, நாசகார முறைகளைப் பயன்படுத்துகின்றன.

முதலாவது: ஊடகங்களின் மூலம் நாசகாரக் கருத்தியல்களைப் பல்வேறு வடிவங்களில் மறைமுகமாகவும் மாற்று உருவங்களிலும் நுழைத்து மக்களின் மன அமைப்பை மாற்றுவது.

இரண்டாவது: மக்கள் சேவை, கலாச்சார ஆய்வு நிறுவனங்கள் என்ற பெயரில் தன்னார்வத் தொண்டு நிறுவனங்கள் என்பவற்றை உருவாக்கி வளர்த்து, பிச்சையிடுவதைத் தமது மனிதாபிமானத்தின் அடையாளமாகக் காட்டிக்கொண்டு அவர்களிடம் உள்ளூடிய அரசியல் நசிவைப் பரவலாக்குவது.

ஏற்கெனவே நேரடியாக ராணுவம், போர், அடக்குமுறை மூலம் நாடுகளை நாசம் செய்து காலனியச்சுரண்டல் செய்து சோர்வடைந்த 'வெள்ளைக் கூட்டமைப்பு' தற்போது மனிதாபிமான சேவை முகமூடியுடன் அறிவின், மனித மதிப்பீடுகளின் ரத்தம் குடித்து வளர்ந்து கொண்டிருக்கின்றன. இந்தியாவில் தற்போது வெளிநாட்டிலிருந்து நிதி உதவி பெறும் நிறுவனங்கள், தனிநபர்கள், அமைப்புகள் எத்தனை என்று கணக்கிடுவது கடினம். இவை எல்லா துறைகளையும் ஊடுருவி நாசத்தை உள்ளூடி பரவ வைத்துக்கொண்டிருக்கின்றன. அரசியல், பொருளாதாரம், சமூகவியல், கல்வியியல், கலை, பண்பாடு, மக்கள் இயக்கங்கள், அறிவுத்துறைகள், வெகுசன ஊடகங்கள், சேவை அமைப்புகள், மருத்துவம், மத அமைப்புகள் என எல்லாத் துறைகளிலும் இந்த 'வெள்ளை நிதிகள்' மறைமுக நஞ்சாக எதிர்காலம் அழிக்கும் நோய்க்கிருமிகளாக ஊடுருவிக் கிடக்கின்றன. இதன் அரசியலும், மாறுவேடமணிந்த சதித்திட்டமும் பயங்கரமானது. உடனடியாக வெளித்தெரியாதது.

இந்திய மண்ணில் வணிகம் செய்ய வந்த பிரெஞ்சுக்காரர்களும், பிரித்தானியர்களும் உள்நாட்டு ஆட்சியாளர்களை அணுகி அவர்களின் பகையைப் பயன்படுத்தி படைஉதவி, நிதி உதவி செய்து போர்களைப் பெருக்கிப் பிறகு இந்திய மண்ணையே தமது ஆதிக்கத்திற்குள் கொண்டு வந்ததை நினைவு கொண்டு இன்றைய 'வெள்ளை நல்லெண்ண' உதவிகளை, யாசகங்களை நாம் புரிந்து கொள்ள வேண்டும். அமெரிக்கா பிரிட்டனின் முடியாட்சியிலிருந்து வெளியேற போர் செய்தபோது 'பிரெஞ்சு முடியரசு' அவர்களுக்கு மறைமுக உதவி செய்தது. பிரான்சின் முடியரசை வீழ்த்த பிரிட்டிஷ் ஆட்சி உள்நாட்டுப் படைகளுக்கு நிதியும் கலங்களும் அளித்தது. இப்படி ஒரு நாடு பிற நாட்டு மக்களின் தேவையைத் தமது சுயநலத்திற்கு ஒரு சதித்திட்டமாக பயன்படுத்திக் கொள்வது வரலாற்றில் தொடர்ந்து நடந்துகொண்டிருக்கிறது. இதை ஒரு போர்த்தந்திரமாக, போராட்ட உத்தியாகப் பயன்படுத்திக் கொண்ட மக்கள் தலைவர்களும், போராட்ட இயக்கங்களும் உண்டு.

அமெரிக்காவும், சோவியத் யூனியனும் இந்த மறைமுக, நேரடி உதவிகள் மூலம் உலக அரசியலைத் தமக்குள் பங்கிட்டுக் கொண்டது சமீபத்திய வரலாறு. லத்தீன் அமெரிக்க நாடுகளின் பிற்போக்கு மக்கள் விரோத அரசியல் கட்சிகள், இயக்கங்களுக்கு தொடர்ந்து மறைமுகமாகவும் நேரடியாகவும் அமெரிக்கா உதவி செய்து கண்டம் சார்ந்த தனது ஏகாதிபத்தியச் சுரண்டலை நீண்டகாலமாகத் தொடர்ந்து கொண்டேயிருந்தது. வேறு நாட்டில் அமைதியின்மையை உருவாக்கும் இரகசிய அமைப்புகளை, தேசிய அரசியல்-ராணுவ

உத்தி என்று எல்லா நாடுகளும் தற்போது நியாயப்படுத்தியே வருகின்றன. இதற்காகப் பலவித உளவு நிறுவனங்கள் பயிற்சிபெற்று பெரும் தொழில்நுட்பங்களுடன் செயல்பட்டு வருவதெல்லாம் இன்று பட்டவர்த்தன உண்மைகளாக வெளித்தெரிய வந்துவிட்ட நடப்புகள். இவற்றிற்கு சற்றும் குறையாத அறிவு மற்றும் பண்பாட்டு உளவு அமைப்புகள்தான் இந்த வெள்ளை நிதி உதவி பெறும் இந்திய நிறுவனங்கள்.

அய்ரோப்பாவிலும் அமெரிக்காவிலும் உள்ள அறக்கட்டளைகள் இங்கு ஏதாவது பெயரில் இயங்கிவரும் அமைப்புகளைத் தேர்ந்தெடுத்து தமது நிதிகளைச் செலுத்துகின்றன. அமெரிக்க நிறுவனங்களோ தாமே இங்கு ஆய்வுகள், கலை, பண்பாடு என்ற பெயர்களில் நிறுவனங்களைத் தொடங்கி உள்நாட்டு அறிவுஜீவிகள், கல்வியாளர்களைத் தமது கூலிப்படைத் தளபதிகளாக்கி செயல்திட்டங்களை நிறைவேற்றுகின்றன. இன்று கலை, இலக்கியம், அறிவு மற்றும் ஆய்வுத் துறைகளில் இவை விளைவித்துள்ள நாசம் கொஞ்சநஞ்சமல்ல. இந்தியாவின் சிந்தனை மற்றும் அணுகுமுறை அனைத்தையும் கட்டுப்படுத்தவும் தமது சதித்திட்டத்திற்கேற்ப வடிவமைத்துக் கொள்ளவும் எல்லா நல்லெண்ண உத்திகளையும் இவை பயன்படுத்துகின்றன. கல்வி நிறுவனங்கள், கல்வியாளர்கள், சமூக அரசியல் பணியாளர்கள் போன்றோரை விலைக்கு வாங்கி அவர்களை உதாரண வடிவங்களாக முன்வைத்து பிற சிந்தனை முறைகளை, சிந்தனையாளர்களை மற்றும் செயல்பாட்டாளர்களை அழித்துவிடுகின்றன. இன்று எழுதும், சிந்திக்கும் யாரும் கலை, இலக்கியம், ஆய்வு என்று ஈடுபடும் யாரும் தம்மையறியாமலேயே இந்த வெள்ளைச்சதியின் ரகசிய களப்பணியாளர்களாக மாறிவிட வேண்டியிருக்கிறது. நாம் பங்குபெறும் இலக்கிய நிகழ்ச்சிகளிலோ நாடக நிகழ்ச்சிகளிலோ கருத்தரங்கிலோ இந்த சதிகார நிறுவனங்களின் பங்கு அடி ஆழத்தில் வேரோடிக் கவிந்து இருப்பதை அறியும் போது வெட்கமும் அவமானமும் மேலிடுகிறது. போராட்டங்கள், மக்கள் இயக்கங்கள், பாதிக்கப்பட்டோர் அமைப்புகள் என எதிலும் இவற்றின் 'சதிவலை' உள்ளூடிப் பரவியிருப்பதைக் காணமுடிகிறது. பெண்கள், குழந்தைகள், தலித் அமைப்புகள், ஆதிவாசி இயக்கங்கள் எல்லாவற்றையும் இந்த 'வெள்ளை நிதி' ஊடுருவி கட்டுப்படுத்தி வருகிறது.

இந்தியாவில் பலநூறு சமூகப் பிரச்சினைகள், இடிபாடுகள், நசிவுகள் இருக்கின்றன. சாதி, தீண்டாமை, பெண்ணடிமைத்தனம், அறிவு பரவலாக்கமின்மை, மனித உரிமை மீறல்கள் எனப் பல உள்ளன. இவற்றை இந்திய மக்களே தமக்குள் இயக்கமாக அரசியல்வயப்பட்டு மாற்றி அமைக்கப் போராடுவதும் தொடர்செயலில் ஈடுபடுவதும்

வேறு. ஆனால் இவற்றை இந்த 'வெள்ளை அமைப்புகள்' தமது கருத்தியல் போருக்குப் பயன்படுத்திக் கொள்வதற்காக உதவி என்ற பெயரில் ஊடுருவுவது வேறு. தேசியப் போராட்டம், சீர்திருத்தப் போராட்டம் என்பவைகூட அந்நிய நிதி உதவிகளை எதிர்பார்த்து இருந்ததை வரலாறு நமக்குச் சொல்லியிருக்கிறது, அது கடந்த காலம். ஆனால் இன்று இந்தியாவில் பாதிக்கப்பட்ட பல்வேறு பிரிவு மக்களை ஆயுதமாக, கவசமாக பயன்படுத்தி இந்திய அரசியல் மற்றும் சமூக, அறிவுக் களத்தை 'வெள்ளை மண்டலம்' நாசம் செய்வது என்பது மிகப்பெரும் 'அறிவு அற' அழிவை உருவாக்கும்.

இந்தியர்களை மனித உரிமை மீறல் செய்பவர்களாக, சாதி வெறியர்களாக, நோயாளிகளாக தெரிவிக்கவும் அடையாளப்படுத்தவும் இந்த வெள்ளைப் பேரரசுகளுக்கு என்ன உரிமை இருக்கிறது? வெள்ளைத் திமிரின் விரிவடைந்த ஒரு வடிவம் தான் இந்த பிச்சையிடும் தன்மை. பிற நாடுகளை ஆக்கிரமித்தபோது வெள்ளையினத்தவர்கள் தங்களை உயர்ந்த இனம் என்றும், பிறநாட்டு மக்களை ஆளும் உரிமைத் தமது நாகரிகப் பெருமையினால் நியாயமாக ஏற்புடையது என்றும், உலகை நம்பவைத்தனர். இது உலக அளவிலான அவர்களின் இனமேலாண்மையை உறுதிப்படுத்தியது. இந்த இனமேலாண்மைதான் இன்றுவரை ஏகாதிபத்திய மனநிலைக்கு அடிப்படையை வழங்கி வருகிறது. அவர்களுடைய 'கருணை' மனிதாபிமான உதவி என்பதில் இனவெறியும் பிறநாட்டு மக்களை கீழானவர்கள் என்று நிரூபிக்கும் வெள்ளைத் திமிரும் உள்ளூடிக் கிடக்கிறது. அவர்களின் உதவியைப் பெறும் எந்த நாட்டு மக்களிடமும் தாழ்வு மனப்பான்மை உறுதி செய்யப்படுகிறது. அவர்களின் அரசியல், சமூகக் கூட்டுத் தன்னிலையை அது இழிவுபடுத்துகிறது.

செவ்வியல் கலைகளை, நாட்டார் கலைகளை, பாரம்பரியக் கலைகளை, மண்ணின் தொழில்களை, மரபு அறிவுகளைப் பாதுகாத்தல் என ஏதாவது ஒரு பெயரில் இது போன்ற நிறுவனங்கள் செய்துவரும் 'வளர்ச்சிப் பணிகள்' உண்மையில் அறிவு உளவு வேலையின் ஒரு பகுதி, அறிவதிகாரத்தின் உத்தி. பிறகு இவற்றை இந்திய அடையாளம் என்று கூறி இந்தியர்களை வளர்ச்சியடையாத உயிரினங்கள் போல் கருத்துருவாக்கும் இவற்றிற்கு எந்தவித அறிவு அறநேர்மையும் கிடையாது. இவை இந்தியச் சமூகங்கள் பற்றிய தகவல்கள், மக்களின் சமூக உளவியல், நுண்கள் அறிவுகள், மரபுகள் குறித்தெல்லாம் ஆவணங்களையும் பகுப்பாய்வுகளையும் திரட்டி வெள்ளைத் தகவல் களஞ்சியங்களுக்கு அனுப்புவதும் அவர்கள் அவை பற்றி உருவாக்கும் மதிப்பீடுகளை இந்திய நிலத்தில் பரவவிடுவதும்

இவர்களின் முதன்மையான வேலைத்திட்டம். நம் நிலத்தின் சமூகக் குழுக்கள் சாதி, இனம், மொழி, வெகுசன உளவியல், வாய்மொழி மரபுகள் என எல்லாவற்றைப் பற்றியும் நாம் அறிந்தவைகளைவிட அதிகமாக வெள்ளை அறிவுத் துறை தொகுத்து வைத்திருப்பதற்கு இவையே அடிப்படை உபகரணங்களாகச் செயல்படுகின்றன. மக்கள் கலைகளும் அறிவும் மக்களால் பேணப்படவும் வளர்க்கப்படவும் வேண்டுமே தவிர, இந்த வெள்ளைப்பண ஆயுத வியாபாரிகளின் ஏவலாளர்களால் அல்ல. எந்த வகை பிணக்கு இருந்தபோதும் இந்திய அரசே இந்திய மக்களின் செயல்துணை. இதை மக்கள் மாற்றவும் திருத்தவும் உரிமை உண்டு. இந்தியாவில் நோயுறும் ஒரு குழந்தைக்கு இந்திய அரசும் இந்தியச் சமூக அமைப்புமே சிகிச்சை அளிக்க கடமைப்பட்டுள்ளது. ஆனால், தற்போது உள்ள நிலையில் இந்திய அரசும் கூட நிவாரணங்களுக்காக பன்னாட்டு நிறுவனங்களிடம் கையேந்தி நிற்க வேண்டியிருக்கிறது. இதற்கு இந்தியக் குடியரசு முறை பொறுப்பேற்க வேண்டும். ஆனால், 'வெள்ளை நிதிகளை'த் தமது மூலசக்தியாகக் கொண்டு எந்தவகை நற்செயல், சேவை, சமூகச் செயல்பாடு, மக்கள் நலம் என்பது நிகழ்த்தப்பட்டாலும் அதற்கு உள்ளீடாக ஒரு சர்வதேச சதி, மறைமுகப் போர் உத்தி இருக்கிறது என்பதை நாம் புரிந்துகொள்ள வேண்டும்.

அய்ரோப்பிய யூனியனில் உள்ள ஏதோ ஒரு நாட்டைச் சேர்ந்த ஒரு குழந்தைகூட தனது கருணை அடிப்படையில் சமூக சேவைகளுக்காக ஒரு சிறு நிதியை அளிக்க முடியும். தேவாலயங்களில், சேவை அமைப்புகளில் இந்த நிதிகள் குவிகின்றன. சில அரசுகளும் நிதியைத் தருகின்றன. பிறகு இது ஒருங்கு திரட்டப்பட்டு முறைப்படுத்தப்பட்டு விநியோகம் செய்யப்படுகிறது. ஆப்பிரிக்க, ஆசிய நாடுகளின் மக்கள் மீது இந்தக் கருணை மழை பொழியத் தொடங்குகிறது. வெள்ளைத் திமிரின் மனத்திருப்தியும் வெள்ளை அரசியலின் சதித்திட்டமும் ஒன்றாகக் கலந்து நிறைவேற்றப்படுகிறது.

எங்கோ நிகழும் இயற்கை அழிவு, நோய், பட்டினிச்சாவு எல்லாம் மனித மதிப்பீட்டின் மீதான போராக வடிவம் பெற்று விடுகிறது. சதித்திட்டமாக நடைமுறைப்படுத்தப்பட்டு விடுகிறது. பாவம் பாதிக்கப்பட்ட மக்கள் என்ன செய்ய முடியும். என்ன நிகழ்கிறது, தமக்கான உணவுப் பொருட்களும் பழைய துணிகளும் எங்கிருந்து வருகிறது என்பதெல்லாம் அவர்களுக்கு எப்படித் தெரிய முடியும். அறிவுஜீவிகள், சமூகப் போராளிகள், மக்கள் தலைவர்கள் என்பவர்களுக்கே பல சமயங்களில் தாம் யாரால் இயக்கப்படுகிறோம் என்பது தெரியாமல் போகும்போது, வெகு மக்கள் என்ன செய்ய முடியும்.

இந்தியாவின் பன்முகப்பட்ட சிக்கல்களை, இன, மொழி, பிராந்திய பிரச்சினைகளை மக்கள் பாடுகளை காரணமாகக் கொண்டு மறைமுக நச்சு ஆயுதங்களை பயன்படுத்திக் கொண்டிருக்கும் இந்த 'பன்னாட்டு கருணை வள்ளல்களின்' அரசியல் பலநூற்றாண்டு நாசத்தை விளைவிக்கக்கூடியது. அந்த நாடுகளில் தமது 'கருணைப் பங்கை' அளிக்கும் ஒரு பெண்ணுக்கோ ஆணுக்கோ கூட இதன் உள்ளார்ந்த அரசியல் சதி தெரிந்திருக்க வேண்டும் என்று எந்தத் தேவையும் இல்லை. ஆனால், சதித்திட்டம் சதித்திட்டம் தான். கருத்தியல் அமைப்பில், அறிவியக்கத்தில் இவை மிகக்கொடிய விளைவுகளை ஏற்படுத்தி வருகின்றன. தமது வாழ்வுரிமைக்காக தாங்களே இணைந்து முழு ஈடுபாட்டுடன் போராட முடியாது. அறிவுத்துறையினரின் நிலையோ அதைவிடக் கேடு நிரம்பியது. எதை, எப்படிச் சிந்திக்க வேண்டும்; இவ்போது எதை உளறிக்கொட்டி இன்றைய ஆய்வும், அறிவும் இதுதான் என்று நிறுவ வேண்டும் என்பதையெல்லாம் 'வெள்ளைப் பேரரசுகளின் விபரீத நிதிகளின்' தூண்டுதலின் கீழ் செய்துவிட்டு, எந்தவகையான சமூக மாற்றத்தையும், அறிவுப் பரவலையும் இவர்களால் ஏற்படுத்திவிட முடியாது. எல்லா அறிவுத் துறைகளையும் சமூகக் களங்களையும் கண்காணிக்கவும் கட்டுப்படுத்தவும் செயல்பட்டுவரும் பன்னாட்டுச் சதிகளின் 'நினைவு மறைந்த' ஆயுதங்களாக செயல்பட்டுவரும் குழுக்கள் இப்போது இந்தியச் சூழலில் எல்லா கருத்தியல் கேடுகளையும் நியாயப்படுத்துவதற்கான தகவமைப்புகளை உருவாக்கிக் கொண்டே இருக்கின்றன. இங்கு விழும் ஒவ்வொரு பிணத்தையும் தின்று வளரும் ஏகாதிபத்தியமும் வெள்ளை மேலாதிக்கமும் 'கருணை வள்ளல்களாக' இருந்து கொண்டே இருக்கிறார்கள். துப்பாக்கிகளும், பீரங்கிகளும் கொலைக்கருவிகளும் மட்டுமல்ல, கருணை, நல்லெண்ணம், மனிதாபிமானம், சேவை என எல்லாவற்றையும் தமது ஆதிக்கத்திற்கும் பிறரின் அழிவுக்கும் பயன்படுத்த கற்றதுதான் பேரதிகாரம்.

குறிப்பு: இதற்குப் பின்னான ஒரு காலகட்டத்தில் அதிகாரம் பெற்ற இந்துத்துவ பாசிசம், இந்துமைய தேசியம் என்ற வன்கொடுமைத் திட்டங்கள் இந்திய அரசியலாக மாறியதற்கு பின்னுள்ள பன்னாட்டு சதித்திட்டங்கள், உலக வணிக வலைப்பின்னல்கள் இப்பிரச்சினையை இன்னும் சிக்கலாக்கி அடுத்த கட்டத்திற்கு நகர்த்தியுள்ளன. பன்னாட்டு நிதி உதவி பெறும் குழுக்கள் இந்திய அரசியலைக் குலைக்கின்றன எனச் சொல்லும் இந்துத்துவ தேசபக்தி, குழுக்களும் தனிமனிதர்களும் பெறும் நிதிகள் அவற்றைவிடப் பல மடங்கு அதிகமானவை. யோகம், தியானம், ஞானம் என்ற பெயர்களில் இந்தியாவில் இயங்கும் பன்னாட்டு பீடங்கள் உலக வலைப்பின்னலின் மிக கொடிய வடிவங்கள்.

அம்பேத்கரை அறிய மறுக்கும் மார்க்சியம்

தலித் அரசியல் மற்றும் சாதியொழிப்பு அரசியல் பற்றிய பிழையான புரிதலை இந்திய மார்க்ஸிஸ்டுகள், இந்திய கம்யூனிஸ்டுகள் என்ற அடையாளத்துடன் இயங்குகிறவர்கள் எப்போது மாற்றிக்கொள்ளப் போகிறார்களோ தெரியவில்லை.

குஜராத்தில் ஒடுக்கப்பட்ட மக்கள் மீதான வன்முறைக்கெதிராக ஒடுக்கப்பட்ட மக்கள்தான் போராட வேண்டும், பேரணிகளை நடத்த வேண்டும், ஆனால் கம்யூனிஸ்டுகள் தேசிய அளவில் பார்வையாளர்களாக இருப்பார்கள் என்ற வருத்தத்திற்குரிய நிலை ஒரு நூற்றாண்டு கால கம்யூனிஸ்ட் கட்சிக்கு ஏற்பட்டதைப் பற்றிய தன்னறிவு இன்றி இன்னும் அவர்கள் எத்தனை காலத்திற்கு பெருமித உணர்வில் மிதக்கப் போகிறார்களோ தெரியவில்லை.

5-15 ஆகஸ்ட் அகமதாபாத்-உனா விடுதலைக்கான அணிவகுப்பு தலித் கட்சிகளுக்கு மட்டுமானது என்ற நிலை உருவாகியிருப்பதற்கு யார் காரணம்? 'ஜெய் பீம்' முழக்கம் 'லால் சலாம்' முழக்கத்துடன் இணைந்து 'ஆசாதி' (விடுதலை) என்ற பொது விடுதலைக் குரலாக இளைஞர்களிடம் மாறியதைக் கம்யூனிஸ்ட் கட்சிகள் முன்னெடுக்காமல் தயங்குவதற்கு யார் அல்லது எது காரணம். மார்க்ஸா, அம்பேத்கரா என்று முரண்படுத்தும் உரையாடல்களின் உள்நோக்கம் என்ன.

யார் இதற்குப் பதில் சொல்வது. யாரும் இல்லை நாமே காண்டறிய வேண்டும். அம்பேத்கர் மார்க்ஸை இந்தியச் சூழலில் விளக்கி விரிவுபடுத்தி காலம் சார்ந்து பொருள்படுத்தியிருக்கிறார். உண்மையான மார்க்சியம் அம்பேத்கரிடமிருந்து கற்கவே விரும்பும். மார்க்சுக்கு அம்பேத்கர் மட்டுமின்றி இந்தியாவும் செய்திவழி

பின்நவீனத்துவம் பிறவற்றுடன் 147

அறிவுதான், ஆனால் அம்பேத்கர் அப்படியல்ல, உள்ளிருந்து ஒலித்த அறிவு, விடுதலைக்கான நெடிய கனவு! அறிவுடன் இணைந்த போராட்டம், இந்தியாவை இதுவரையான தத்துவவாதிகள் பலவாறு விளக்கியிருக்கலாம், ஆனால் நம் முன் உள்ள பெரும் கேள்வி அதை எப்படி மாற்றுவது என்பது தான், அம்பேத்கர் இதற்கான போராட்டத்தையே தன் முழுமையான வாழ்க்கையாக்கிக்கொண்டவர். அவர் தன் விடுதலைப் போராட்டத்தை காந்தியின் படத்துடன் தொடங்கினார், ஆனால் புத்த நெறியுடன் நிறைவு செய்தார்.

இடையில் அவர் மார்க்சியத்தைத் தன் புரிதலில் உள்வாங்கிக்கொண்டார். ரஷ்யப் புரட்சியை, முதல் உலகப்போரை, இனப்படுகொலைகளை, இரண்டாம் உலகப் போரை, அணுஆயுதத் தாக்குதலை, இரு ஏகாதிபத்தியங்களின் விரிவாக்கத்தை கண்ணால் கண்டவர் அண்ணல். அரசியலில் போரின் இடத்தையும், புரட்சிகளின் உருமாற்றங்களையும் புரிந்து கொண்டவர், மக்கள் அரசியலில் அதற்குள்ள இடம் பற்றி ஆழமாக ஆய்ந்து சொன்னவர். இவை எதுவும் மார்க்சின் காலத்தில் கற்பனையும் செய்து பார்க்க முடியாதவை. ஜெர்மனியின் பாட்டாளி வர்க்கம் உலகத் தொழிலாளர்களின் விடுதலைக்கு முன்னோடியாக இருக்கும் என்று மார்க்ஸ்-எங்கெல்ஸ் கருதினர். ஆனால் பாசிசத்தின் பெருவெடிப்பு அங்கிருந்துதான் நிகழ்ந்தது. இதற்காக மார்க்சியத்தை முற்றிலும் பிழையான தத்துவம் என்று நாம் சொல்லிவிடமுடியாது. அம்பேத்கரும் அப்படிச் சொல்லிவிடவில்லை.

பல கட்சிகளாக இயங்கும் கம்யூனிஸ்டுளைக் கொண்ட இந்தியாவில் இடதுசாரி அரசியல் எல்லா காலத்திற்கும் தேவைப்படுவது. இடதுசாரி அரசியல் மக்களுக்கானது, மக்கள் விடுதலைக்கானது. அதே போல மக்களை ஒடுக்கும் அரசியல், மக்களைச் சுரண்டும் பொருளாதார- சமூகச் சக்திகள் அனைத்திற்கும் எதிரானது. இப்படிச் சொல்வது எளிதானதாக இருந்தாலும் மக்கள் விடுதலை என்ற இயக்க வடிவம் அவ்வளவு இலகுவானதல்ல.

இந்தியாவின் கம்யூனிஸ்ட் கட்சி இன்னொரு காங்கிரஸ் கட்சிதான் என்று ‘நடுநிலையாளர்கள்’ சிலர் கிண்டல் செய்வதை கவனத்தில் கொள்வது தவறில்லை. “உலகத் தொழிலாளர்களே ஒன்றுபடுங்கள்” என்ற முழக்கத்தை இடதுசாரிகள் எழுப்பும் போது “முதலில் இந்திய கம்யூனிஸ்டுகளே ஒன்றுபடுங்கள் பெறவு உலகத் தொழிலாளர்களுக்கு அழைப்பு விடுங்கள்” என்று வலது அரசியல் கும்பல் கேலி செய்வதை காதில் வாங்காமல் புரட்சிக்கான நெடும்

பயணத்தை தொடர்ந்தாலும் சற்று ஓய்வான நேரத்தில் அதைப் பற்றி சிறிது உரையாடுவதிலும் தவறில்லை.

1920-25 காலப்பகுதியிலிருந்து கட்சியாகவும் (கட்சிகளாகவும்) அதற்கு முன்பிருந்தே கருத்தாகவும் கம்யூனிசம்-சோஷலிசம் இந்தியச் சமூகங்களிடையே இயங்கி வருகிறது. ஆனால் இன்று வரை அது ஆதிக்க, பிற்போக்குக் (சக்திகளை) கட்சிகளைத் தனித்து நின்று விலக்குவதற்கான சக்தியற்றதாகவும் வெகுசன அரசியலில் மிகப் பிற்படுத்தப்பட்ட கட்சியாகவும் உள்ளது. 2014- பாராளுமன்றத் தேர்தலில் தேசிய அளவிலான வாக்கு விகிதம் 3.2 என்ற அளவில் பெற்று "இந்தியாவிலும் மார்க்சியம் காலாவதியாகிவிட்டது பாருங்கள்" என்று வலது கட்சிகள் கொண்டாடுகிற நிலையை உருவாக்கிக் கொண்டது.

கம்யூனிசமோ, மார்க்சியமோ தளர்வதும் தேய்வதும் மகிழ்ச்சிக்குரியதோ, மனதைக் குளிர்விப்பதோ அல்ல. மக்கள் அரசியலின் எதிர்காலத்தைப் பற்றிய கவலையை உருவாக்கும் நிலை இது. ஆனால் 1952-இல் தென்னிந்தியாவில் (சென்னை மாகாணம்) பொதுத் தேர்தல் முறையிலேயே சட்டமன்றத்தில் ஆட்சியமைக்கிற அளவுக்கு மக்கள் வாக்குகளைப் பெற்ற அரசியல் சக்தி அதனை நழுவ விட்டு இன்று வரை (இரண்டு) மாநிலக்கட்சியாக மாறி காங்கிரஸ் கட்சியின் தேநீர் இடைவேளைத் தோழர்களாக மாறியிருப்பதன் காரணம் பற்றி அனைவருமே சிந்திக்க வேண்டிய நிலையில்தான் இருக்கிறோம்.

புரட்சி நிகழ்த்தி ஆதிக்க வர்க்கங்களை உடைத்து எறிந்து விட்டு உழைக்கும் வர்க்கம், ஒடுக்கப்படும் வர்க்கம் அரசியல்-பொருளாதார அதிகாரத்தைக் கைப்பற்றுவதன் வழியாக சமத்துவம், சமநீதி, சமஉரிமைகள், சுதந்திரம் கொண்ட சமூகத்தை அமைப்பது அல்லது கட்டுவது என்ற வேலைத்திட்டம்தான் கம்யூனிசத்தின் அடிப்படை.

மனிதர்களைத் துயருற்று மடியச் செய்யும் வறுமையும், அடிமைத்தனமும் இல்லாத சமூகம் அது. தன்மானம் கொண்ட மக்கள், தம் உழைப்பின் மீது முழுமையான உரிமை கொண்ட மக்கள், தம் உழைப்பின் வழி வாழ்வைத் துயரின்றி நடத்திச் செல்லும் மக்களுக்கான சமூகமாக அது இருக்கும்.

அடக்குமுறை கொண்ட அரசுகள், ஆதிக்கம் செய்யும் கொடுங்கோல் வர்க்கங்கள் அங்கு இருக்காது. உழைக்கும் மக்களின் அரசு, உழைக்கும் மக்களுக்கான அரசுதான் அங்கு இருக்கும். இனம், நிறம், மொழி, மதம், பாலினம் எதன் பெயராலும் ஏற்றத் தாழ்வுகளோ,

ஒடுக்குமுறைகளோ அந்தச் சமூகத்தில் இருக்காது. ராணுவம், அரசு என்பவை மெல்ல மறைந்து. இப்படியாக, உங்களுக்குத் தெரியும், இது பெருங்கனவின் அரசியல். ஆனால் ராணுவமும் அரசும் தோன்றிய காலத்திலிருந்தே அந்தக் கனவு மக்களுக்கு இருந்து வருகிறது.

இதுவரை சுருக்கமாகச் சொல்லப்பட்ட வரையறை ஒரு சமய நம்பிக்கை போல, ஒரு இன்னிசைக் கனவாக ஒலிக்கலாம். ஆனால் இதற்கு வரலாற்று, இயங்கியல் அடிப்படையைச் சமூகவியல் தரவுகளோடு தந்துள்ளது மார்க்சியம்.

மார்க்சியம் நவீன சமூகங்களுக்கான கனவை மட்டுமல்ல அறிவையும், அறிதல் முறையையும் அளித்துள்ளது. அது ஒரு முறையியலையும் உருவாக்கித் தந்துள்ளது. கார்ல் மார்க்ஸ் என்ற ஒரு குறியீடு தனிமனித நிலையிலிருந்து மாறி ஒரு மானுட அறிவாக, சிந்தனை முறையாக, பொருளுரைக்கும் முறையாக விரிவடைந்த ஒன்று. எளியோர், ஒடுக்கப்பட்டோர், உரிமைகள் அற்றோருக்கான ஒரு அறம்சார் கருத்தியலின் தொகுப்பு அது.

அதுவரை இருந்த தத்துவங்கள் உலகை விளக்கின. ஆனால் மார்க்சியம் உலகை விளக்கி, அதன் தீமைகளை விளக்கி, உலகை மாற்றுவதற்கான வழிமுறைகளையும் சொல்லித்தருவது. இது வரலாற்றுடன் இணைந்த இயக்கவியல். மனித மாண்புகள் அனைத்தையும் மதிப்பதற்கான ஒரு சமூகம் பற்றி, அதற்கான கட்டமைப்பு பற்றி மார்க்சியமே ஆகச்சிறந்த மாதிரியை வரைந்து காட்டியுள்ளது.

இது போன்ற தகுமதிகள் கொண்ட ஒரு சமூகவியல், அரசியல் கருத்தியலை பின்பற்றும் கம்யூனிஸ்டுகள், மார்க்சிஸ்டுகள் மிகச்சிக்கலான ஒரு உளவியல் நிலையில் இருப்பார்கள். வர்க்க, ஆதிக்கச் சமூகத்தில் வாழ்ந்தபடி சமத்துவம், சமஉரிமை, மனித அறம் பற்றிப் பேசுவதுடன் அதனை நடைமுறையில் பின்பற்றி நடப்பவர்களாகவும் இருப்பார்கள். முதலாளித்துவ சுரண்டல், மூலதனத்திற்கான உற்பத்தி முறை, தொழில் துறைகளின் கொடுமை இவற்றை வெறுக்கிற அவர்களே அதில் உழைக்கிறவர்களாக இருப்பார்கள். முதலாளிகளின் அரசு என்பதால் அரசை அவர்கள் வெறுப்பதும், மறுப்பதும் இயல்பானது. ஆனால் அந்த அரசுகளின் கீழ்தான் வாழவேண்டியிருக்கும், தமது குடிமை உரிமைகளைக் கேட்டுப் பெற வேண்டியிருக்கும்.

ஏற்றத்தாழ்வு கொண்ட சமூக அமைப்பின் மரபுகள், மதிப்பீடுகள் அனைத்தும் பொய்யானவை, அடக்குமுறைக் கருவிகள் என்பதை அறிந்தவர்களாக இருப்பார்கள், ஆனால் அவற்றை விட்டு வெளியேற முடியாமல் அவற்றைப் பின்பற்றி வருபவர்களாக இருப்பார்கள்.

மற்றவர்கள் போலின்றி வேறுவகை அறிவு முறை கொண்டவர்கள் என்பதால் கலை, இலக்கியம், அழகியல் வகையிலும் வேறுபட்டவர்களாக இருந்தாக வேண்டும். தனிமனித, பாலிணை உறவுகளிலும் ஆதிக்கச் சமூகத்தின் வரையறைகளை ஏற்காமல் மாற்று வாழ்வியலைத் தேர்ந்து கொண்டவர்களாக இருப்பார்கள்.

நான் மாய நடப்பியல் கதையொன்றும் சொல்லவில்லை, புரட்சிகர உளவியல் இந்தச் சிக்கல்களைக் கொண்டதுதான், புரட்சியை ஏற்ற உளவியலாக இருந்தால்.

இந்த விளக்கம் உங்களை மட்டுமல்ல என்னையும் பலமுறை குழப்பமடைய வைத்துள்ளது. அதாவது புறவுலகம் ஒன்றாகவும், அறிவு மற்றும் உணர்வுலகம் வேறாகவும் கொண்ட மனிதர்களாக மாற வேண்டிய நிலைதான் இது. புரட்சி, சமூக மாற்றம், விடுதலை பற்றிய விழைவு கொண்டவர்கள், வேட்கை கொண்டவர்கள் எப்போதும் இப்படித்தான் இருக்கமுடியும். ஆனால் புறஉலகம் உங்களுடன் முரண்பட்டதாக இருந்தால் உணர்வு, அறிவு, செயல் என்ற இணைப்புகள் நேர்க்கோட்டில் அமைவது சாத்தியமில்லை. கருத்துருவம் ஒன்றாகவும், புறவுலகின் நடைமுறை வேறொன்றாகவும் இருக்கும்போது ஓயாத முரண், திருகல் உருவாகிக் கொண்டே இருக்கும். இது அரசியல் சார்ந்த உளவியலின் போராட்டக்களம்.

புற அமைப்போடு போராடுவதற்கு முன் அக அமைப்புடன் போராடத் தொடங்க வேண்டும். இது எங்கு முற்று பெறும் என்று சொல்ல முடியாது. புறஉலகம் எப்படி இருந்தாலும், அரசியல்-பொருளாதார அமைப்புகள், உறவுகள் எப்படியிருந்தாலும் நான் புரட்சியாளனாக, சமத்துவ-அறம் கொண்டவனாக இருக்கமுடியும், இருக்கத்தானே வேண்டும் என்று சொல்ல வரும்போது மார்க்சிய அடிப்படையையே தகர்த்து விடுகிறோம்.

அதாவது உலகம் எப்படி இருந்தாலும் உன் உள்ளம் தூய்மையாக இருக்கமுடியும், அந்த வகையில் உன் விடுதலை வெளியே இல்லை உள்ளேயே உருவாகிறது, நீ உணர்வதுதான் உன் சுதந்திரம் என்ற "அத்வைத" நம்பிக்கையாக அது மாறிவிடும். இது இயங்கியலுக்கு எதிரானது.

அதே சமயம் கருத்துருவம், அறிதல் முறை, உளவியல்புகளில் மாற்றம் அடையாமல் நீங்கள் அரசியல், சமூக அறங்களில் மாற்றம் வேண்டிப் போராடவும், அதை நோக்கிச் செயல்படவும் முடியாது. இந்தக் களத்தில் போராட்டம், எதிர்ப்பு, தகர்ப்பு மட்டுமின்றி மாறுதல், உருவாக்கம், கட்டுமானம், புத்துருவாக்கங்கள் எல்லாம் தேவைப்படுகிறது.

சற்றே குழப்பமாக இருந்தாலும் செயல்படும் வகையில் இந்தச் சிக்கல் தீரக்கூடும். அதாவது மாற்றத்திற்கான, விடுதலைக்கான, உருவாக்கத்திற்கான இயக்க நிலையில், இடைப்பட்ட நிலையில் நம்மை வைத்துக் கொள்வது.

வாழும் அமைப்பிற்குள் இருந்து அதனை மாற்றும் ஆற்றல்களை பெருக்குவது. இதனைத்தான் கட்சி, இயக்கம், போராட்டக் களம் என்று சொல்லுகிறோம். இருமை முரணுடன் இயங்கும் உளவியல், புற-அக அமைப்புடன் உள்ள மோதல்களைக் கொண்ட தொடர் செயல்பாடு இது.

இதனை இப்படிச் சொல்வது வழக்கம்: ஒடுக்கப்படும் மக்கள் தாம் ஒடுக்கப்படுகிறோம் என்பதை அறிவதுதான் விடுதலைக்கான தொடக்கம், ஒடுக்குதலில் இருந்து வெளியேற வேண்டும் என்ற உணர்வு இரண்டாவது கட்டம், அதற்கான வழிமுறைகளை அறிவது மூன்றாவது கட்டம், நடைமுறையில் செயலாக்கம் செய்து நிறுவுவது நான்காவது கட்டம். இவை அனைத்துமே தனிமனிதச் செயல்பாடுகள் அல்ல என்பது தற்போது புரியவரும்.

அனைத்து விடுதலைக் கருத்தியல்களும் கூட்டு நிகழ்வுகளான சமூகச் செயல்பாடுகளின் வழியே மெய்நடப்பாக மாறுகின்றன, சமூகம் மாற்றியமைக்கப்படுகிறது. சமூக மாற்றத்திற்கு அரசும், பொருளாதர-உற்பத்தி உறவுகளும் மாற வேண்டும், அந்த மாற்றம் வர்க்கப் போராட்டம், வர்க்கப் புரட்சி வழியாகத்தான் நிகழ முடியும்.

இதற்கு அடிப்படைத் தேவை வர்க்க உணர்வு, வர்க்க அறிவு, புரட்சிகர பிரக்ஞை என்று மார்க்சியம் இதனை விளக்கும். அம்பேத்கரியம் கற்பி, போராடு, ஒன்று சேர் என விளக்கும்.

இந்தியச் சூழலில் இந்த வர்க்க அடையாளத்தில்தான் அடிப்படைச் சிக்கல். இந்தியச் சமூகங்கள் வர்க்க அமைப்புகளாக இன்றி சாதி அமைப்புகளாகச் செயல்படுகின்றன. இது பற்றி அண்ணல் விரிவான விளக்கங்களையும் தரவுகளையும் தந்திருக்கிறார். இதன்

பின்னணியில் நாம் நினைவுபடுத்திக் கொள்ள வேண்டிய பகுதிக்குச் செல்வோம்.

இந்தியச் சமூகத்தில் கம்யூனிஸ்டுகள் வர்க்க-சாதி சிக்கலை முன்னிலைப்படுத்தி தமது கருத்தியல்களை செயல்பாடுகளை அமைத்திருப்பார்களேயானால் இன்றும் நாம் தீண்டாமையும், சாதிவெறுப்புகளும், சாதிவெறியும் கொண்ட சமூகத்தில் வாழ நேர்ந்திருக்காது. வலிமை குறைந்த சாதி அமைப்புடன் கூடிய வர்க்க அரசியலை நோக்கிச் சென்றிருக்க முடியும்.

சாதி ஒழிப்பு அரசியலை முழுமையாக கம்யூனிஸ்டுகள் மறந்துவிட்டார்கள் என்று இதற்கு அர்த்தம் இல்லை. சாதி இருப்பது தெரிந்தும், தீண்டாமையை ஒரு சமூக ஒழுங்கு என நம்பும் கிராமக் கட்டமைப்பு இருப்பது தெரிந்தும் 'கட்சி சார்ந்த கம்யூனிஸ்டுகள்' இவற்றை வர்க்க அரசியலாக வலிந்து விளக்கிக் கொண்டுள்ளனர்.

வர்க்கம் அற்ற சமூகமும் பாட்டாளி வர்க்க அரசும் உருவானால் சாதி ஒழிந்து, தீண்டாமை மறைந்து சமத்துவச் சமுதாயம் உருவாகிவிடும் என்று ஒரு அதிகாரபூர்வமான செயல் திட்டத்தை அறிவித்தபடி உள்ளனர். வர்க்க அரசியல் உருவாகாமல் இருப்பதற்கு சாதியும், தீண்டாமையும்தான் காரணம் என்பதும் சாதியப் பொது உளவியல்தான் ஜனநாயக மாற்றங்களைக்கூட ஏற்க விரும்பாமல் இந்துத்துவ அடையாளத்தை வளர்த்துக் கொண்டுள்ளது என்பதையும் எப்படி நாம் மறைக்க முடியும்.

கம்யூனிஸ்டுகள் தாம் முன்பு அறிவித்துவிட்டதை தகுதிப்படுத்தவும், அந்தக் கனவை தகவமைத்துக்கொள்ளவும் தடையாக இருக்கும் அம்பேத்கரிய, தலித் அரசியல் மற்றும் தலித் கருத்தியல் மீது வெறுப்பை, அல்லது புறக்கணிப்பைக் காட்டிவருகின்றனர்.

இவர்கள் மார்க்சியத்தை இந்தியாவிற்கு அழைத்து வராமல் இந்தியாவை மார்க்சியத்திற்குள் நுழைத்துவிடலாம் என்று நம்புகின்றனர். மார்க்ஸ் இந்தியச் சமூகம் பற்றிச் சொன்னதை, விளக்கியதை இவர்கள் புரிந்து கொள்ளவில்லை.

இந்தியாவில் வர்க்கங்கள் இல்லை, சாதிகள்தான் உள்ளன என்பதுதான் மார்க்சின் விளக்கம். பரம்பரை வேலைப் பிரிவினைகளால் உருவான சாதிகள் ஒவ்வொன்றும் ஒரு வர்க்கமாக அமைக்கப்பட்டுள்ளன என்பதுதான் மார்க்சின் கருதுகோள் முடிவு.

அப்படியெனில் வர்க்கப் போராட்டம், வர்க்கப் புரட்சி என்று மார்க்சிய-கம்யூனிச கட்சிகள் இத்தனைக் காலம் சொல்லி வருவது மாயா வினோதமோ என்று தோன்றலாம். வர்க்கம் இல்லாத, வர்க்கம் உருவாகாத சமூகத்தில் வர்க்கப் போராட்டம் பற்றிய செயல் திட்டம் எவ்வாறு பொருந்தும் என்ற கேள்வி எழும். உண்மையில் கம்யூனிஸ்டுகள் வர்க்கங்களை உருவாக்கும் போராட்டத்தில்தான் ஈடுபட்டிருக்க வேண்டும். சாதி ஒழிப்பும் தீண்டாமை ஒழிப்பும் இணைந்த போராட்டம்தான் வர்க்கங்களை, உழைக்கும் மக்களை உருவாக்கி இருக்கும்.

உற்பத்தி-உழைப்பு வழியாக இணைந்த வர்க்கங்கள் உருவாகாமல் இந்தியாவில் வர்க்க ஒற்றுமையும் புரட்சியும் சாத்தியமில்லை. அப்படியெனில் கம்யூனிஸ்டுகள் அம்பேத்கரிடமிருந்துதானே தொடங்கியிருக்க வேண்டும்.

மார்க்சியம் காட்டும் ஒரு திசைவழியை அம்பேத்கர்தான் இந்தியச் சூழலில் விரிவாக விளக்குகிறார். அம்பேத்கர் விளக்குவது மார்க்ஸ் அடையாளம் காட்டி சிக்கல்தான். மார்க்ஸால் அதிகம் விளக்க முடியாத சிக்கல் அது. மார்க்ஸ் அனைத்தையும் விளக்கித்தான் ஆகவேண்டும் என்ற கட்டாயம் இல்லையே.

இப்போது மார்க்சியம் தரும் இந்தியச் சாதி-வர்க்க சமன்பாட்டைக் காணலாம். "உலக வரலாறு முழுமையுமே வர்க்கங்களுக்கு இடையிலான போராட்டங்களின் வரலாறு." இது கம்யூனிஸ்ட் கட்சி அறிக்கை தரும் மிக முக்கியமான ஒரு விளக்கம்.

ஒடுக்கப்படும் வர்க்கங்கள் அதிகார வர்க்கங்களைத் தூக்கியெறிந்து விடுதலை பெறும். அது உழைக்கும் வர்க்கத்தின் தலைமையில்தான் நடக்கும். சமூகப் புரட்சியும் விடுதலையும் ஆகக்கீழாக ஒடுக்கப்பட்ட வர்க்கத்தின் எழுச்சியால்தான் நடைமுறைப்படுத்தப்படும்.

"ஆகக்கீழான நிலையில் உள்ள உழைக்கும் வர்க்கம் தனக்கு மேலிருந்து ஒடுக்கிவரும் அதிகார வர்க்கத்தைத் தூக்கியெறியாத வரை எழுச்சியுறவோ, மேலெழவோ முடியாது." (கம்யூனிஸ்ட் கட்சி அறிக்கை). இந்தியாவின் ஆகக்கீழாக வைக்கப்பட்டுள்ள வர்க்கம் ஒடுக்கப்பட்ட சாதிகளால் அமைந்த வர்க்கம்தான்.

இப்போது நாம் மார்க்ஸ் இந்தியச் சமூகத்தின் அடிப்படை முரண்கள்- மோதல்கள் பற்றி விளக்குவதைப் பார்க்கலாம். "இந்தியாவை பிரிட்டிஷ் அரசு ரோமானிய அரசு கையாண்ட பிரித்தாளும் தந்திரத்தின் வழிதான் நூற்று ஐம்பது ஆண்டுகளாக

ஆண்டு வருகிறது. இந்தியாவின் உள்ள பல்வேறு இனங்கள், பூர்வகுடிகள், சாதிகள், சமயப் பிரிவுகள், உள்நாட்டு அரசுகளுக்கு இடையிலான பகைமுரண்களைப் பயன்படுத்தி பிரிட்டிஷ் ஏகாதிபத்தியம் தன் அதிகாரத்தின் கீழ் உருவாக்கிய நாடுதான் இப்போதுள்ள இந்தியா." (The revolt in the Indian army). மார்க்ஸ் விளக்கும் இந்தியச் சமூகப் பிரிவுகளிலும் முரண்களிலும் வர்க்கம் இடம்பெறவில்லை. இந்த விளக்கம்தான் மார்க்ஸ் இந்தியச் சமூக முரண் பற்றி முதல் முதலாகவும் கடைசியாகவும் தரும் விளக்கம். இதில் வர்க்கம் இடம்பெறவில்லை. சாதிப் பிரிவுகள் மற்றும் தீண்டாமை இரண்டும்தான் இந்தியாவை காலனிய ஆதிக்கத்திற்குள் செலுத்தியது என்பது சீர்திருத்த தேசியவாதிகள்கூட ஒப்புக்கொண்ட வரலாற்று உண்மை.

அடுத்து இந்தியாவில் பிரிடிஷ் ஆட்சி என்ற கட்டுரையில் "சாதிப் பிரிவுகள், அடிமைத்தனம் இரண்டாலும் சீரழிந்த சமூகம் இந்தியா. மனிதர்களை உயர்த்துவதற்குப் பதிலாக அவர்களை ஒடுக்கி வைத்திருக்கிறது. மாறாத ஒரு அடிமை விதியை அது உருவாக்கி வைத்துள்ளது. அது மனிதர்களை சமயவிதிகளின் முன் மண்டியிட வைத்து மனிதவிழுமியங்களை மாண்புகளை அழித்து வருகிறது." என்று குறிப்பிடுகிறார்.

இதன் ஆங்கில வடிவம், "We must not forget that these little communities were contaminated by distinctions of caste and by slavery, that they subjugated man to external circumstances instead of elevating man the sovereign of circumstances, that they transformed a self-developing social state into never changing natural destiny, and thus brought about a brutalizing worship of nature, exhibiting its degradation in the fact that man, the sovereign of nature, fell down on his knees ..." (The British Rule in India).

இதில் குறிப்பிடப்படும் சாதிப் பிரிவு, அடிமைத்தனம், மாறாத விதி, சீரழிவு என்பவை எல்லாம் தீண்டாமைக்குட்பட்ட மக்களைப் பற்றியதுதான். மார்க்ஸ் தலித் அரசியலின் கருத்து அடிப்படையைத்தான் இங்கு அடையாளப்படுத்துகிறார். இந்தியா நவீனமடைய வேண்டுமெனில் அது சாதியற்றதாக, தீண்டாமைக் கொடுமையற்றதாக இருக்க வேண்டும் என்பதுதான் இதன் பொருள்.

இதனைக் கோட்பாட்டாக்கம் செய்யும் மார்க்ஸ், ஏங்கெல்ஸ் "வேலைப்பிரிவினை சாதி அமைப்பை உருவாக்கியது, சாதி அமைப்பே இந்தியச் சமூகத்தை இயக்கும் சக்தியாக உள்ளது. அதன்

அரசும் மதங்களும்கூட அதனால் கட்டுப்படுத்தப்படுகிறது" என்று பொருள் விளக்கம் தருகின்றனர்.

When the crude form of the division of labour which is to be found among the Indians and Egyptians calls forth the caste-system in their state and religion, the historian believes that the caste-system is the power which has produced this crude social form. (Karl Marx and Frederick Engels. The German Ideology)

இந்திய அரசியலின் அடிப்படைச் சிக்கல் எது என்பதைத் தெளிவாகவும் கோபத்துடனும் குறிப்பிட்டுக் காட்டும் பகுதி இது, "இந்தியாவில் நிலவும் பிரிவினை இஸ்லாமியர்-இந்துக்கள் என்பதுடன் நின்று விடுவதில்லை. அது ஒரு இனக்குழுவுக்கும் மற்றொரு இனக்குழுவுக்கும் இடையிலான பிரிவினையாக, ஒரு சாதிக்கும் இன்னொரு சாதிக்கும் இடையிலான பிரிவினையாக விரிந்து செல்கிறது. இச்சமூகத்தின் ஒவ்வொரு மனிதரும் மற்றவர் மீது காட்டும் பொதுவான வெறுப்பும், சமூக அமைப்பால் நியாயப்படுத்தப்பட்ட ஒதுக்குதலும் (தீண்டாமை) விதியாக மாற்றப்பட்டுள்ளது, அந்த இறுக்கமான சமன்பாட்டின் மீது கட்டப்பட்ட ஒரு சமூகம்தான் இந்தியச் சமூகம்". *A country not only divided between Mahommedan and Hindoo, but between tribe and tribe, between caste and caste; a society whose framework was based on a sort of equilibrium, resulting from a general repulsion and constitutional exclusiveness between all its members (The Future Results of British Rule in India).*

இதுதான் தலித் அரசியலின் அடிப்படை. இதனைத்தான் அம்பேத்கர் தீர்க்கவும், மாற்றவும் தன் வாழ்நாளைத் தந்தார்.

அவர் தன் மக்களுக்கான விடுதலைக்குப் போராட வேண்டும், அத்துடன் தன் மக்களை ஒடுக்கிவரும் சாதிகளையும் மாற்ற வேண்டும். அதற்கு ஒரு தேசிய-தேச நவீனத்துவத்தை உருவாக்கித் தரவேண்டும். ஒடுக்கும் வர்க்கத்தையும் திருத்தி மனித நிலைக்குக் கொண்டு வர வேண்டிய கடமையை ஏற்றுக் கொண்ட ஒரே ஒடுக்கப்பட்ட மக்களின் தலைவர் உலக அளவில் அம்பேத்கரைத் தவிர வேறு யாரும் இல்லை.

அவர் சாதி ஒழிப்பை தன் மக்களின் விடுதலைக்கு மட்டுமானதாகப் பார்க்கவில்லை, இந்தியாவை நவீனப்படுத்துவதற்கான தொடக்கமாகக் கண்டார். தன் கழுத்தை மிதித்துக் கொண்டிருக்கும் காலில் உள்ள புண்ணுக்கும் மருந்து என்ன என்று சிந்திக்கும் நிலைதான் அது. அவர் மாற்றத்தான் நினைத்தார் உடைத்தெரிய

நினைக்கவில்லை. உடைத்தெரிவதால் இந்திய விடுதலையை உருவாக்க முடியாது என்பது அவருக்குத் தெரியும்.

ஒரு ‘மகாத்மாவே’ அவரை எப்படியெல்லாம் அவமானப்படுத்தினார் என்பதை அனுபவித்தவர் அவர். சாதாத்மாக்கள் சாதியொழிப்பில் என்ன நிலையெடுப்பார்கள் என்பதும் அவருக்குத் தெரியும். தன் மக்களை எதிர்ப்பு உடையவர்களாக, போராட்ட அரசியல் உடையவர்களாக மாற்றிய அவர்தான் போரை, மோதலை, ஆயுதப் போராட்டத்தை ஒரு அரசியல் முறையாக வைக்கவில்லை. தற்காப்பிற்காக ஒன்றுபடுவது, ஒன்றிணைந்து எழுந்து நிற்பது, உரிமையுடன் முன் செல்வது இவைதான் அவர் காட்டிய முறை.

அறிவு, பகுத்தறிவு, அறம், விடுதலைக்கான வேட்கை இதுதான் அவர் முன் வைத்த விழுமியங்கள். அம்பேத்கர் இந்தியச் சமூகத்தை ஒருவகையில் காப்பாற்றியிருக்கிறார். ஒடுக்கப்பட்ட மக்களை தேசிய-அரசியல் சட்ட அமைப்பிற்குள் இணைத்து நெடிய ஒரு பாதையைக் உருவாக்கித் தந்திருக்கிறார். இந்த அரசியல் ஒப்பந்தம் அமையாமல் போயிருந்தால் இன்று உள்ளது போல ஒடுக்கப்பட்ட சமூக மக்கள் அமைப்பாக இருந்திருக்க மாட்டார்கள். பிறகு, இழக்க எதுவுமற்ற மக்கள் (மானம், மரியாதை உட்பட) என்ன செய்வார்களோ அதனையே தம் வாழ்வாக்கிக் கொண்டிருப்பார்கள்.

அதனால் அவர்களுக்கு அதிக பாதிப்பு வந்திருக்கக்கூடும், நாங்க மட்டும் சும்மா விரல் சூப்பிக் கொண்டு இருந்திருப்போமா என்று கேட்க விரும்பும் சாதிச் சன்மார்க்கிகளுக்குத் தெரியாது, இழக்க எதுவுமற்ற மக்கள் நவீன குற்றவியல் ஆயுதங்களைக் கையில் எடுக்கும்போது என்ன நடக்கும் என்பது. நான் இப்படிக் குறிப்பிடுவதற்கு வெட்கப்படுகிறேன். ஆனாலும் சொல்லாமல் இருக்க முடியாது, தலித் சமூகத்திற்கான சம உரிமைக்கான இடப்பங்கீட்டை இனி எந்தக் கட்சியாலும் நீக்கிவிட முடியாது. அப்படிச் செய்தால், இந்தியா இப்பொழுது உள்ளது போல இருக்காது.

இடஒதுக்கீடும், ஜனநாயக உரிமைகளும் ஒடுக்கப்பட்ட மக்களின் உழைப்பை விலையின்றி கொள்ளையிடுவதற்கான உத்திதான். ஒரு ஊரில் ஒரே ஒரு பெண், ஒரே ஒரு ஆண் படித்து வேலைக்குச் சென்று விட்டாலும் அந்த ஊர் (சேரிதான்) முழுக்க ஒரு நம்பிக்கை, ஜனநாயக அமைப்பு பற்றிய எதிர்பார்ப்பு பரவிவிடும். அந்த நம்பிக்கை அவர்களை ஓயாமல் உழைக்க வைக்கிறது. இந்திய அரசியலை ஏற்க வைக்கிறது. அந்த நம்பிக்கை ஊரையும்,

நாட்டையும் காப்பாற்றுகிற நம்பிக்கை. ஓயாத வன்முறைக்கும் வன்கொடுமைக்கும் ஆளானாலும் சட்டம்; நீதி என்று எமது மக்கள் காத்திருப்பதற்கான அடிப்படை இதுதான்.

"எப்படியிருந்த போதும் இந்த அரசியல் சட்டம், ஜனநாயக அமைப்பு பாபாசாகேப் உருவாக்கியது, இதன் வழியாக நாம் விடுதலை நோக்கிச் செல்ல முடியும்." என்ற நம்பிக்கை. இது மக்கள் வழக்காறாக, வாய்மொழி மரபாக மாறியிருப்பது சாதி இந்துக்கள், இந்துச் சாதிகள் எத்தனை பேருக்கத் தெரியும் என்று தெரியவில்லை.

ஆனால் ஒன்றை மட்டும் சொல்லி அடுத்த பகுதிக்குச் செல்கிறேன். ஒடுக்கப்பட்ட மக்கள் நம்பிக்கை இழந்தால் நாட்டு பகுதியில் யாரும் நிம்மதியாக நடமாட முடியாது, இனக்குழு மக்கள் நம்பிக்கை இழந்தால் காட்டில் இருந்து ஒரு நீர் ஓடைகூட சமவெளிகளுக்கு வராது.

இந்த நம்பிக்கையை அளிப்பதுதான் நவீன தேசியம், தேச அரசு, ஜனநாயக அமைப்பு. இதுவரை நம்பிக்கையை மட்டும்தான் தந்துள்ளதே தவிர வேறு எதையும் தரவில்லை.

ஒடுக்கப்பட்ட மக்களை உள்ளடக்க, அவர்களுக்கும் நம்பிக்கை அளிக்க காங்கிரஸ் செய்த உத்திதான் அம்பேத்கரை அரசியல் சட்ட வரைவுக்குழுவின் தலைவராக்கியது.

'யார் நம்மைக் கம்யூனிஸ்ட் ஆக்கியது' என்ற பகுதிக்கு மீண்டும் செல்வோம். அடக்குமுறைக்கும் அடிமைத்தனத்திற்கும் எதிரான குணமே ஒருவரைக் கம்யூனிஸ்டாக மாற்றுகிறது, விடுதலைக்கான, சமத்துவச் சமூகத்திற்கான போராட்டமே ஒருவரை கம்யூனிஸ்டாக மாற்றுகிறது. அது வர்க்க உணர்வால், வர்க்க அறிவால் உருவாகிற அரசியல் பிரக்ஞை.

அய்ரோப்பியச் சூழலில் வர்க்கம் என்றால் இந்தியச் சூழலில் சாதிதானே. யார் யாரை ஒடுக்குவது, யார் யாரைச் சுரண்டுகிறார்கள், யார் யாரை ஒடுக்குகிறார்கள், யாரிடமிருந்து யாருக்கு விடுதலை, நான் ஒடுக்குகிற இடத்தில் இருக்கிறேனா, அல்லது ஒடுக்கப்படும் சமூகத்தில் இருக்கிறேனா என்பது தெரியாமல் ஒருவர் வர்க்கப் பார்வை பெற முடியுமா? ஒருவர் மார்க்சிஸ்டாக, கம்யூனிஸ்டாக ஆக முடியுமா?

சாதி என்ற இந்திய வர்க்க அமைப்பு ஒன்றிரண்டாக இன்றி ஒரு நூறாக உள்ள நிலையில் செய்ய வேண்டியது என்ன என்று எப்படித்

திட்டமிடுவது, வர்க்கம் உருவாகாத முன்பு வர்க்கப் புரட்சிக்காக எப்படித் திட்டமிடுவது. மார்க்ஸ் சாதிகள் வர்க்கங்களாக மாறுவதற்கு தொழில் மயமாக்கம், இயந்திர மயமாக்கம் உதவும் என்று ஒரு நம்பிக்கை வைத்தார்.

தனக்கே உரிய சிறு கிண்டலுடன் "ரயில்வே இந்தியாவில் அறிமுகமாகிறது, இது போன்று நவீனத் தொழில்கள் இந்தியாவில் அறிமுகமாகும் போது பரம்பரையான வேலைப்பிரிவினையால் அமைந்த சாதிகள் மறையும். இந்தியாவின் வளர்ச்சிக்குத் தடையாக உள்ள, அதன் அரசியல் அதிகாரத்தை தடுக்கும் சாதி அமைப்பு அழியும்." [Modern industry, resulting from the railway system, will dissolve the hereditary divisions of labor, upon which rest the Indian castes, those decisive impediments to Indian progress and Indian power. (The Future Results of British Rule in India)]

மார்க்ஸ் இப்படித்தான் ஜெர்மனியில் இருந்து பாட்டாளி வர்க்கப் புரட்சி தொடங்கும் என்றார், பின் இங்கிலாந்து பாட்டாளி வர்க்கம் உலகப் புரட்சியை முன்னெடுக்கும் என்றார். இதெல்லாம் அந்தக் கால, இட, நில நடப்புகள் சார்ந்த கணிப்பு, அதில் ஆசைகளும் வெளிப்படும்.

எது எப்படியிருந்தாலும் உலகின் மிகப்பெரும் ரயில்வேயில் இருப்புப் பாதையில் மலம் அள்ளும் வேலை, கழிப்பறை சுத்தம் செய்யும் வேலை மட்டும்தான் ஒடுக்கப்பட்ட மக்களுக்கென ஒதுக்கப்பட்டுள்ளது. "உணவு வழங்கும் பிரிவில் ஒடுக்கப்பட்ட மக்களை நாங்கள் அனுமதிப்பதில்லை அதனால் அடிக்கடி பிரச்சினைகள் உருவாகும். அவர்களைப் பார்த்தவுடன் உயர்சாதிப் பயணிகள் சிலர் கண்டு பிடித்துவிடுவார்கள். பேசினால் சந்தேகத்திற்கு இடமின்றி தெரிந்து கொண்டு எதையும் வாங்கமாட்டார்கள்." இது ரயில்வே உணவுப்பிரிவில் மேற்பார்வையாளராக இருக்கும் ஒருவர் சொன்னது. விதிவிலக்குகள் இருக்கலாம், வெள்ளையாக இருந்தால்.

சேரியைக் கொளுத்தி விட்டு ஒரு மாதகாலம் ரயிலிலேயே இந்தியா முழுக்க அலைந்து தப்பித்த ஆதிக்கச் சாதி குண்டர்கள், ரயில் முழுக்க பிணங்களை நிறைத்த படுகொலைகள், ரயில் எரிப்பு வழியாகத் தொடங்கப்படும் மதவெறிக் கொலைகள் பற்றி மார்க்ஸ் கேட்டால் என்ன சொல்லுவார். இந்தியாவில் இந்து மதம் நவீன வடிவில் பிரம்மாண்டமாக எழுந்து வந்ததற்கு காசி முதல் ராமேஸ்வரம் வரை இணைத்த ரயில்களுக்கு முக்கியப் பங்குண்டு, இந்தியா முழுக்க பக்திப் பயணிகள்தான் ரயில் பயணிகளில் 70 சதவிகிதம்,

இதையெல்லாம் புள்ளி விபரத்துடன் ஏங்கெல்ஸ் படித்தால் என்ன எழுதுவார்? அவற்றைக் கற்பனைக்கு விட்டுவிட்டு நடப்பியலுக்கு வருவோம்.

மார்க்சியம், அம்பேத்கரியம் என்பதெல்லாம் சமூக மாற்றம், விடுதலைக்கான கருத்தியல்கள். கால, இட, சமூக வடிவங்களுக்கேற்ப அவற்றின் கண்டறிதல்கள் கோட்பாடுகள், வழிமுறைகள் மாறும். ஆனால் அவை விடுதலைக் கருத்தியல்கள். இந்திய அரசியலில் சாதியே வர்க்கப் போராட்டக் களம் என்பதை அறிந்து சொன்ன மார்க்சியம் அம்பேத்கரிடமிருந்துதான் மேலும் கற்க வேண்டும்.

சாதி என்ற சொல்லை மார்க்ஸ் 6, 7 முறைதான் பயன்படுத்தியிருக்கிறார். அவருக்குச் சேரி, ஊர் பற்றியோ, தீண்டாமையின் செயல்முறைகள் பற்றியோ தெரியாது. அடிமை முறை, சமூக ஒதுக்குதல், பரம்பரையாக கெட்டி தட்டிய வேலைப் பிரிவு என்ற தொடர்களில்தான் அவற்றை விளக்க முடியும்.

அதேபோல் அவர் கருப்பின மக்களின் அரசியல் பற்றி, விடுதலை பற்றி விரிவாக எதையும் எழுதிவிடவில்லை. அமெரிக்காவின் பொருளாதாரம் அடிமை முறை உழைப்பால் உருவானது, ஆப்பிரிக்க நாடுகளை அய்ரோப்பிய நாடுகள் பிழிந்து எடுத்து விழுங்கிவருகின்றன என்பதெல்லாம் அவருக்குத் தெரியும். ஆனால் அவை பற்றி அவரால் விரிவாக எழுத முடியவில்லை. மார்க்ஸ்-ஏங்கெல்ஸ் இருவருக்கும் கருப்பின மக்கள் பற்றிய தொலைவழிக் கல்விதான். கிண்டல் நிறைந்த பார்வையும் அவர்களிடம் உண்டு.

மார்க்சின் சிந்தனை ஆற்றலைக் கண்ட சில அறிஞர்கள் என்ன இருந்தாலும் யூத மூளையல்லவா என்று வியந்துள்ளனர். மார்க்ஸ், ஃபிராய்ட், அய்ன்ஸ்டைன், தெரிதா என உலகச் சிந்தனைகளை மாற்றியவர்கள் எல்லாம் யூதர்கள் தெரியுமா? என்று விளையாட்டாகக் கேட்பார்கள் யூத அறிஞர்கள். ஆம் உலக வரலாற்றை மாற்றிய யேசு கூட யூத இனத்தவர்தான். இதை இந்த இடத்தில் நிறுத்தி விட்டு, மார்க்ஸ் காலம் கடந்து, இடம் கடந்து இயங்கும் கருத்தியல் என்பதை மறுத்து, வரலாற்று இயங்கியல் பொருள்முதல்வாத அணுகுமுறையை ஏற்றவர். அந்த வகையில் இந்தியாவின் சாதிகள் பற்றி, அதன் சமூக இயங்கியல் பற்றி 1916-இல் அம்பேத்கர் அளித்த “இந்தியாவின் சாதிகள்: இயங்குமுறை, தோற்றம் அதன் விரிவாக்கம்” என்ற ஆய்வைக் கற்கவே விரும்புவார். சாதியழிப்பு (1936) நூலை ஊன்றிக் கற்வே செய்வார்.

அத்துடன் இந்தியாவின் ஆகக்கீழான ஒடுக்கப்பட்ட மக்கள் தங்களில் ஒருவரான நவீன இந்தியாவின் விடுதலைக்கு உருவம் தந்த அம்பேத்கரையே தமது தலைவராக, பாபாசாகேபாக, அண்ணலாக சில இடங்களில் போதிச் சத்வராக ஏற்றுக் கொள்வார்கள். மார்க்ஸ் நிச்சயம் இதனைப் புரிந்து கொள்வார்.

அவர் புத்தரைப் புராதனப் புரட்சியின் வடிவம் என்று ஒப்புக் கொள்வார். ஸ்பார்டகசை வரலாற்று நாயகனாக ஏற்ற இரு பெரும் சிந்தனையாளர்கள் ஒருவருக்கு ஒருவர் பகைமுரணாக மாட்டார்கள். “அடிமைப்பட்டிருக்கிற ஒருவனிடம் சொல் நீ அடிமையாக இருக்கிறாய் என்று, அவர் புரட்சியாளனாகிறான்.” அம்பேத்கரின் வாசகம். இந்தியாவின் புரட்சி அடிமைப்படுத்தியவர்கள் தலைமையில்தான் நடக்க வேண்டும் எனத் தலைவிதி இருக்கிறதா என்ன?

சாதி கடந்த மார்க்சியர்கள் அம்பேத்கரை கற்று சாதி நீக்கம் செய்து கொள்ளட்டும். அது அவ்வளவு இலகுவான செயல்முறை அல்ல என்பதால்தான் அவர் புத்த நெறியை இடைக்கால அரசியலாகப் பரிந்துரைத்தார். அதாவது சாதி மறுத்த, சாதி நீக்கம் பெற்ற பிற சாதி மீறமுடியாத முற்போக்காளர்களும் இணைந்த ஒரு சாதியற்ற அமைப்பு.

இதனை தலித்துகளுக்கு மட்டும் அவர் சொன்னதாகப் புரிந்து கொண்ட முற்போக்கு அறிவாளிகள் அம்பேத்கர் பௌத்தம் சாதி ஒழிப்பிற்கும், தலித் விடுதலைக்கும் வழி என்றார், இன்றும் எதுவும் மாறவில்லையே. புத்தம் செத்தது கச்சாமி! என்று கொள்கை முழக்கம் செய்கிறார்கள்.

இன்று நான் பௌத்தர் என்றால் “நீங்கள் மகரா, மராத்தியா” என்று கேட்கும் அளவுக்கு பௌத்தம் தலித் அடையாளமாக மாறிவிட்டது. இடைநிலைச் சாதிகள், சாதி மறுக்கும் (?) சாதியினர் யாரும் பௌத்தத்திற்குச் செல்லவில்லை. அண்ணல் அதனை அனைவருக்குமான வழியாக, சமூகப் பண்பாட்டு வெளியாகத்தான் முன்வைத்தார். தீண்டாதார் கைப்பட்ட தேரைக்கூட எரித்து விட்டு புதிய தேர் செய்யும் இந்திய வழக்கப்படி புத்தமும் கைவிடப்பட்டது.

ஆம் ஒருநாள் இதுவும் கூட நடக்கலாம். மார்க்ஸிசம் எங்களுக்கானது என்று தலித் அரசியல் தழுவிக்கொள்ளுமானால் அப்போது மார்க்சும் பிறசாதி முற்போக்காளர்களால் கைவிடப்படலாம். (விடுதலைச் சிறுத்தைகள் கருத்தியலில் மார்க்ஸ் இணைந்துள்ளதை ஏளனமாகப் பார்க்கும் முற்போக்காளர்களை நான் சொல்லவில்லை.) புத்தர்,

அம்பேத்கர், மார்க்ஸ், பெரியார் அனைவரிடமிருந்தும் கற்போம் என்பதுதான் விடுதலை அரசியல்.

வருத்தமாகத்தான் உள்ளது, இருந்தாலும், சாதி கடந்து வாருங்கள் மார்க்சிய மாணவர்களே! அம்பேத்கரைக் கற்கத்தொடங்கும் போது இந்திய வரலாற்றையும், இந்திய வாழ்வையும், சாதியின் இன்றைய நிலையையும் நினைவில் கொண்டு வாருங்கள். மாறுதலுக்கான அரசியலை நமது அறிவில் நிகழும் மாற்றத்திலிருந்தான் தொடங்க வேண்டும். அத்துடன் இன்னும் கொஞ்சம் பொறுப்புடன் மார்க்சையும் படியுங்கள். கற்பதும் விடுதலைக்கான ஒரு வழிதான்.

அம்பேத்கரை இன்னும் கற்கவோ, புரிந்து கொள்ளவோ, நடைமுறைப்படுத்தவோ தொடங்காத ஒரு சமூகத்தில் அது காலம் கடந்த கருத்தியல் என்றும் அது பொய்த்துவிட்டது என்றும் ஒருவர் சொல்வதை மார்க்சியர்கள் ஏற்பார்களானால், சோவியத், கிழக்கு அய்ரோப்பிய உடைவுக்குப்பிறகு மார்க்சியம் மடிந்தது, கம்யூனிசம் காணாமல் போனது, தொழிலாளர் வர்க்கம் தொலைந்தே போனது, பாட்டாளி வர்க்க சர்வாதிகாரம் பாடையில் ஏறியது என்ற பாசிசக் குரல்களை சுவர் எழுத்துகளாக எழுதிக் களிப்பார்கள் விடுதலைக்கு எதிரான ஆதிக்கவாதிகள்.

கம்யூனிசம் என்ற பேய் ஐரோப்பாவை ஆட்டிப்படைத்தது போல 'சாதிகெட்ட இந்தியா' பற்றிய கனவு நம்மை உள்ளாக ஆட்டிப்படைக்கிறதா என்று சாதி மனம் கொண்ட அனைவரும் சுயமதிப்பீடு செய்து கொள்ளத்தான் வேண்டும்.

விடுதலைக்கான வழி ஒற்றையடிப்பாதையல்ல, அது ஒருவருக்குள் அடங்குவதும் இல்லை. புத்தர் வேண்டும், அம்பேத்கர் வேண்டும், மார்க்ஸ் வேண்டும், பெரியாரியம் வேண்டும், பெண்ணியம் வேண்டும், கருப்பினப் போராளிகளின் கனவுகள் வேண்டும். அதற்கும் மேலாக போராடுவதற்கு மக்கள் வேண்டும், போராட்டங்களை வழி நடத்தத் தலைமை வேண்டும். அந்தத் தலைமை தலித் தலைமையாக மாறிவிடக்கூடாது என்று கவனமாக இருப்பதல்ல மார்க்சியம்.

எல்லோரும் அமெரிக்கரே

ஜூலை 4-ஆம் தேதி, அமெரிக்காவின் சுதந்திரப் பிரகடன நாள். இவ்வாண்டும் அது கோலாகலமாகக் கொண்டாடப்பட்டது. அமெரிக்க ஜனாதிபதி ஜார்ஜ் புஷ் மகிழ்ச்சி பொங்க தன்னாட்டு மக்களுக்கு வாழ்த்துத் தெரிவிக்கிறார். சுதந்திரமே மனிதர்களின் மாபெரும் சொத்து. அதை என்ன விலை கொடுத்தும் காக்கவேண்டும். சுதந்திரமே மனித வாழ்வின் மாபெரும் லட்சியம் அதை அடைவதே மனிதர்களின் சிறப்பு என்றெல்லாம் நீள்கிறது அவரின் பேச்சு. அமெரிக்கர்கள் பேராரவாரம் புரிந்து அதை அங்கீகரிக்கிறார்கள். திரையில் இதைக் கண்டபோது மனதில் பெரும் அச்சமும் அவமானமும் தோன்றியது.

சுதந்திரம் பற்றி ஓயாமல் பேசுபவர்கள் மேற்குலகத்தினர். அதிலும் அமெரிக்காவின் சுதந்திரப் பிரகடனம் 1776 ஜூலை 4-இல் வெளியிடப்பட்டபோது வாழ்க்கை, சுதந்திரம், இன்பம் என்ற மூன்று இலட்சியங்களே முன்மொழியப்பட்டன. இவற்றை முன்வைத்தே அவர்கள் பிரித்தானியப் பேரரசுக்கு எதிராகப் போரிட்டு தம்மை விடுவித்துக் கொண்டனர். அமெரிக்காவின் அரசியலமைப்புதான் உலகின் முதல் குடியரசு அரசியலமைப்பு. தாமஸ் ஜேஃபர்சன் எழுதிய சுதந்திரப் பிரகடனம் சொன்னது; இறைவன் அனைவரையும் சமமாகவே படைத்திருக்கிறார் (all men are created equaly). அவர்களைப் பொருத்தவரை மனிதர் என்றால் அமெரிக்க பூர்வகுடிமக்கள், ஆப்ரிக்கக் கருப்பின மக்கள், பெண்கள் அதில் அடக்கம் இல்லை. எல்லோருக்கும் சுதந்திரம் என்று சொல்லிப் போராடிய அமெரிக்க பிரபுக்களின் படையில் கருப்பின அடிமைகளும் இருந்தார்கள், தமது ஆண்டைகளுக்குச் சுதந்திரம் வாங்கித்தர உயிரைக் கொடுத்தார்கள். அவர்களுக்குச்

சுதந்திரம் வர மேலும் நூறு ஆண்டுகள் அவர்கள் உயிரைக் கொடுக்க வேண்டியிருந்தது.

அமெரிக்கா, நினைக்கும் போதே அச்சுறுத்தும் ஒருசொல். உலகின் நிறவெறி, இன ஒடுக்குதல், மனித அழிப்பு என்பவற்றில் உச்சத்தில் இருக்கும் ஒரு நாடு - ஒரு சமூகம் - ஒரு கோட்பாடு. இதைக் கேட்கும்போது சிலருக்கு முகச்சுளிப்பு ஏற்படலாம். இது கம்யூனிஸ்டுகள் சுட்டியெழுப்பிய ஒரு கதை என்று கூட சிலர் கூறலாம். ஆனால் வரலாற்றில் அமெரிக்காவின் கொடூரச் செயல்களுக்கு இணையாக வேறு எந்த நாடும் கொடூரம் புரிந்ததில்லை என்பது உண்மை. ஹிட்லரும், முசோலினியும் கட்டியெழுப்பிய நாசிசமும், பாசிசமும் புரிந்த கொடூரங்களைப் போல் ஆயிரம் மடங்கு கொடூரங்களை அமெரிக்கா தனது வாழ்வு, சுதந்திரம், இன்பம் என்ற கோட்பாடுகளை முன்வைத்துப் புரிந்திருக்கிறது. நாசிசமும், பாசிசமும் பத்தாண்டுகால அளவில் அழித்தொழிக்கப்பட்டன. உலகம் அவற்றைக் கொடூரம், கொலைவெறி என்று இழித்துக் கூறியது. ஆனால் அமெரிக்காவின் கொடூரமும் கொலைவெறியும் மறைக்கப்பட்டவை, மாறாகக் கொண்டாடப்படுபவை.

கொலம்பஸ் தனது மூன்று கப்பல்களுடன் பகாமஸ் தீவுகளை 1492 அக்டோபர் மாதம் அடைந்தபோது, அரவாக்ஸ் இனமக்கள் நட்புடன் அவர்களை வரவேற்றனர். அவர்களுக்கு உணவும் இருப்பிடமும் தந்தனர். அரவாக்ஸ் இனமக்களிடம் மூங்கில் ஈட்டிகளைத் தவிர இரும்பு ஆயுதங்கள் எதுவுமில்லை. தமக்கு உணவும் நட்பும் தந்த அம்மக்களை தங்கத்திற்காகவும், அடிமை உழைப்பு வேண்டியும் கொலம்பஸ் முதன் முறையாக கொல்லத் தொடங்கி பத்தாண்டுகளில் அந்த இனத்தை கொன்றொழித்தான். 25,0000 மக்கள் ஹெய்தியில் மட்டும் இருந்தனர். ஸ்பெயினுக்குத் தங்கத்தையும், கூலியற்ற உழைப்பையும் கொண்டுவர தீவுகளின் மக்கள் தினம் கொல்லப்பட்டனர். சுரங்கங்களைத் தோண்டி தங்கம் முதல் பலவித உலோகங்களைக் கொண்டு வர அடிமையாக்கப்பட்ட அந்த மக்கள்; சில மாதங்களிலேயே ஆயிரக்கணக்கில் மடியத் தொடங்கினர். அவர்களது வாழ்க்கை தடை செய்யப்பட்டதால் அவர்களது மனமும் உடலும் குலைந்தது. ஆயிரக்கணக்கில் ஸ்பெயின் நாட்டிற்குக் கொண்டுவரப்பட்டு கட்டாய உழைப்பில் ஈடுபடுத்தப்பட்ட அரவாக்ஸ் மக்கள் சில மாதங்களிலேயே சூழ்நிலை மற்றும் வாழ்முறை மாற்றங்களால் உயிரிழந்து போயினர்.

அடிமைப்பட விரும்பாத பல குழுக்கள் கூட்டம் கூட்டமாய் கடவுளை வேண்டியபடி விஷமருந்தி தற்கொலை செய்து

கொண்டனர். தமது குழந்தைகள் அடிமைகளாகிவிடக் கூடாது என்று அவர்களைக் கொன்றனர். பத்தே ஆண்டில் கியூபா, ஹெய்தி போன்ற தீவுகளின் இனமக்கள் இல்லாது அழிந்தனர். இதன் பிறகுதான் ஆப்பிரிக்காவில் இருந்து கட்டாய உழைப்புக்காக கருப்பின மக்களை அடிமைகளாகக் கொண்டு செல்லும் வரலாறு தொடங்குகிறது.

பகாமஸ் தீவுகளைச் சேர்ந்த அரவாக்குகள், கொலம்பஸ் படையால் கொல்லப்பட்டதுபோல் மெக்ஸிகோவின் அஸ்டெக் இன மக்கள் ஹெர்னான்டோ கோர்டெஸ் படையால் கொல்லப்பட்டனர். பெருவின் இன்கா மக்கள் பிஸார்ரோ படையால் கொல்லப்பட்டனர். ஸ்பெயின், போர்ச்சுக்கல் நாடுகளுக்குப் பிறகு இங்கிலாந்து 1585 இல் ரிச்சர்ட் கிரேன்வில் தலைமையில் தனது ஏழு கப்பல்களை அனுப்ப இன்றைய அமெரிக்க ஐக்கிய நாட்டிற்கான நிலத்தைக் கைப்பற்றியது. பௌகாடன் இனமக்கள் இவர்களையும் முதலில் வரவேற்றவர்களே. முதல் படுகொலை தொடங்கிய பிறகு ஐரோப்பியர்களின் கொடூரம் அவர்களுக்குப் புரியத் தொடங்கியது.

ஆளற்ற கண்டம் என்றும் பிறகு புதிய கண்டம் என்றும் பிறகு மனிதர்களைத் தின்னும் விலங்கு போன்ற குணமுடைய மனிதர்கள் சிலர் இருந்த கண்டம் என்றும் ஐரோப்பியர்களும், அமெரிக்க வெள்ளையர்களும் அடையாளம் காட்டிய வட, தென் அமெரிக்கக் கண்டங்களில் 75 மில்லியன் மக்களும், 2000க்கு முற்பட்ட மொழிகளும், 45க்கு மேற்பட்ட நாடுகளும், 100க்கு மேற்பட்ட இனங்களும், 1492க்கு முன்பே இருந்தன. பௌகாடன், பேகுவத், மாயன், ஸபோடெக், குவச்சுவன், இன்கா, அரவாக்ஸ், அகோமா, லகுனா, அரிகரா என நீளும் பட்டியல் தொல் சமூக, நாகரிக, நாட்டமைப்பைக் கொண்ட இயற்கையை நேசித்த இனங்கள். செவ்விந்தியர்கள் என்று சொல்லப்பட்ட அமெரிக்கக் கண்டங்களின் பூர்வகுடி மக்கள் மட்டுமே 25 மில்லியனுக்கு மேற்பட்டவர்கள். (தமிழ் நாட்டின் மக்கள் தொகை 19 நூற்றாண்டின் முற்பகுதியில் சுமார் 33.7 மில்லியன்).

அமெரிக்காவில் குடியேறிய ஆங்கிலேயர்களும், ஸ்பானியர்களும், போர்ச்சுக்கீசிய - டச்சுக்காரர்களும் தினம், தினம் பூர்வகுடி மக்களைக் கொல்வதை தமது கடமையாகவும் சாகசமாகவும் பொழுதுபோக்காகவும் கொண்டிருந்தனர். கிராமம் கிராமமாகத் தீவைத்து, வயல் வயலாக சாம்பலாக்கி மண்ணின் மக்களை வெளியேற்றினர். முதலில் மண்ணின் மக்களை அடிமைகளாகக் கொண்டே அமெரிக்க நிலங்களை விளைவித்தும், சுரங்கங்களைத் தோண்டியும் வளங்களைக் கொள்ளையடித்து ஐரோப்பாவை

நிறைத்து விடலாம் என்றுதான் இவர்கள் நினைத்தார்கள். ஆனால் அமெரிக்கப் பூர்வகுடிகள் அடிமையாக இருப்பதை விட சாவையே தேர்ந்தெடுப்பவர்கள். கப்பலில் ஒருமுறை ஸ்பெயினுக்குக் கொண்டு செல்லப்பட்ட 1500 அடிமைகளில் 500 பேர் எந்த நோயும் இன்றியே இறந்து போயினர். தமது மண், இயற்கை, தெய்வம் இவற்றை நேசித்த அவர்கள் போரிட்டு மடிந்தனர். பலர் ஓடி ஓடி தூரமான காட்டுப் பகுதியில் பதுங்கினர். இவர்களைப் போன்றவர்களைக் கொன்று குவிக்கத்தான் மாசச்சுசேட்ஸ் மாகாண சட்டசபை நவம்பர் 3, 1755-இல் ஒரு சட்டம் இயற்றியது. ஒரு செவ்விந்திய ஆணைக் கொன்று தலையின் மேற்பகுதித் தோலை உரித்துக்கொண்டு வந்தால் (தலையின் சுழி உள்ள பகுதி) 40 பவுண்ட் பரிசு. ஒரு பெண்ணையோ, 12 வயதுக்குக் குறைந்த சிறுவனையோ கொன்று தலைத் தோலைக் கொண்டு வந்தால் 20 பவுண்ட் பரிசு. இப்படியாக நேரடியான படையெடுப்பு, சதிகள், கொலைக்கூட்ட நடவடிக்கைகளின் மூலம் 19-ஆம் நூற்றாண்டு வரை இனப்படுகொலை நடந்து கொண்டே இருந்தது. இந்த இனப்படுகொலைகளைச் செய்ய படை தேவைப்பட்டபோது 1776-இல் சுதந்திரப் பிரகடனம் செய்யப்பட்டது. அமெரிக்கப் பூர்வகுடியினரை வெள்ளை இனத்தவர்கள் கொடூரமான காட்டுமிராண்டிகள் என்றும் கொலைவெறி பிடித்தவர்கள் என்றும் தொடர்ந்து சொல்லி வந்தனர். தங்களை நூற்றுக்கணக்கில் கொன்றதால் படை எடுக்க வேண்டிய கட்டாயம் ஏற்பட்டது என்றும் கூறினர். அவர்களுடைய வளமான ஊர்களைக் கைப்பற்றும் போது அவர்கள் எதிர்ப்புத் தெரிவித்ததை இனவெறி, கொலைவெறி என்றனர்.

1503-இல் முதல் அடிமைக் கப்பல் கருப்பின மக்களை விலங்கிட்டு இன்றைய கியூபா தீவுக்குக் கொண்டு சென்றது. தோட்ட வேலை, சுரங்க வேலை பிறகு தீவு மக்களைக் கொல்லவும் தீவு மக்களின் தாக்குதலிலிருந்து காக்கவும் கருப்பின மக்கள் பயன்படுத்தப்பட்டனர். 1800-இன் கணக்குப்படி 15 மில்லியன் கருப்பின மக்கள் அடிமைகளாகக் கொண்டு செல்லப்பட்டனர். வாழ்வு, சுதந்திரம், இன்பம் என்பதைக் கட்டியெழுப்ப அமெரிக்கர்களுக்குத் தேவைப்பட்டவை பூர்வகுடி மக்களின் 75 மில்லியன் மண்டையோடுகளும் ஆப்பிரிக்க மக்களின் 15 மில்லியன் சங்கலி பூட்டிய உடல்களும்.

இந்த அடிமைக் கொடுமையை நீக்கி கருப்பின மக்களுக்குச் சட்டப் பூர்வமான சுதந்திரம் தரவேண்டும் என்று ஆப்ரகாம் லிங்கன் குழுவினர் கூறியபோதுதான் 1861 முதல் 1865 வரை அமெரிக்க உள்நாட்டுப்போர் நடந்தது. இதில் 9,00,000 பேர் உயிரிழந்தனர். அப்போது கருப்பின மக்களுக்கு விடுதலை தரமுடியாது என்று

கூறிய தென்பகுதி எஜமானர்களின் வீடுகளுக்குக் காவலாக வைக்கப்பட்டவர்கள் கருப்பின மக்களே. அவர்கள் தமது எஜமானர்களின் குடும்பங்களைக் காப்பாற்ற தமது உயிரைத் தந்தனர். 1965 வரை அமெரிக்காவில் கருப்பின மக்களுக்கு முழு அரசியல் உரிமைகள், குடிமை உரிமைகள் இருந்ததில்லை என்பது எல்லோருக்கும் தெரிந்ததுதான். இன்று அமெரிக்கா உலகின் முதல் வலிமையான நாடாக இருக்க கருப்பின மக்களின் உழைப்பு கட்டாயம் தேவை என்ற நிலையிலும், உலகின் பிற பகுதி மக்களைக் கொன்றொழிக்க வெள்ளைப்படை மட்டும் போதாது என்ற நிலையிலும் கருப்பின மக்களுக்கான இடஉரிமைச் சட்டங்கள் இயற்றப்பட்டுள்ளன என்பது இன்னொரு கதை. அமெரிக்க மனம் என்பது என்ன, அதன் கொடூரத்தின் உள்ளளவு எவ்வளவு என்பதெல்லாம் சிக்கலான கேள்விகள்.

1945 ஆம் ஆண்டு மே மாதத்தில் பெர்லின் கைப்பற்றப்பட்டவுடன் இரண்டாம் உலகப்போரின் மையம் தகர்ந்தது. அமெரிக்கா, இங்கிலாந்து, ரஷ்யப் படைகள் எல்லா நாடுகளுக்குள்ளும் ஊடுருவி ஜெர்மானிய, ஜப்பானிய, இத்தாலிய ஆக்கிரமிப்புகளை அகற்றத் தொடங்கி விட்டன. இனி அமைதி ஒப்பந்தங்களும் நிவாரணப் பணிகளுமே நடக்க வேண்டியவை. தீராதத் துயரத்தின் ரத்தப் பெருக்கு, சாம்பல் மூடிக் கிடக்கும் ஒரு காலகட்டம் அது. ஜெர்மானியர்கள் 3,50,000 உயிர்களையும், ரஷ்யர்கள் 70,00,000 உயிர்களையும் பலி கொடுத்தும் அதைப் போல இரண்டு மடங்கு பிறநாட்டு உயிர்களை பலியெடுத்தும் முடிந்து போன தருணம்.

அமெரிக்காவால் போரை அப்படியே விட்டுவிட முடியவில்லை. நேரடியாக தாக்கப்படாமல் காத்துக் கொண்ட நாடு அது. போரில் நடக்கும் உயிர்க்கொலை என்றால் என்ன என்பது அதன் மக்களுக்கு அப்போது தெரிந்திருக்கவில்லை. அந்த உலகப்போரை உலகின் மீதான தனது தீராத வல்லாண்மைக்கும் ஆக்கிரமிப்புக்கும் ஒரு மூலதனமாகப் பயன்படுத்திக்கொள்ள அது திட்டமிட்டுக் கொண்டிருந்தது. அந்த சமயத்தில்தான் ஐன்ஸ்டைனின் மூளை உழைப்பை அடிப்படையாக வைத்துக் கட்டப்பட்ட பேரழிவு அணு ஆயுதத் தயாரிப்பு அவர்களிடம் முழுமை அடைந்திருந்தது. ஆனால் அதன் தாக்கம் யாருக்கும் தெரிய வாய்ப்பில்லை. நியு மெக்ஸிகோவின் பாலைவனத்தில் பயன்படுத்தப்பட்ட 13 பவுண்ட் அணுவெடிப் பொருளின் அதிர்த் தாக்கம் 200 மைல் வரை இருந்ததை அமெரிக்கா கண்டிருந்தது. ரூஸ்வெல்ட் இருந்தவரை அணு ஆயுதத்தைப் பயன்படுத்துவதில் தயக்கம் இருந்தது. இந்த சமயத்தில் ஹாரி எஸ்.ட்ரூமன் அமெரிக்க ஜனாதிபதியானதால்

அமெரிக்க விஞ்ஞானிகளுக்கு புதிய உத்தி உருவானது. அணு ஆயுதத்ததை எப்படியாவது 'சோதனை முறையில்' பயன்படுத்தித் தமது வலிமையை உலகுக்குக் காட்டிவிட வேண்டும். இதன் மூலம் அரசியல் வலிமை பல மடங்காகப் பெருகும். ரஷ்யா போன்ற நாடுகளும் அடங்கிக் கிடக்கும் ஜே.ஆர்.ஹோபென் ஹெய்மர் என்ற யூத விஞ்ஞானியின் தலைமையில் குழு செயல்பட்டு எப்படியும் அணு ஆயுதத்தைப் பிரயோகித்தே ஆக வேண்டும் என்று தொடர்ந்து கூறி ஜுலை 24, 1945 இல் குண்டு வீச்சிற்கான உத்தரவை உருவாக்கிவிட்டனர். ட்ரூமன் இதன் மூலம் அதிகக் கிளர்ச்சி அடைந்திருந்தார். ஹிரோஷிமா, கோகுரா, நிஜ்கடா, நாகசாகி என்ற நான்கு ஜப்பானிய நகரங்களின் மீது அணு ஆயதம் வீச உத்தரவு பிறப்பித்த அன்று ட்ரூமன் தனது குறிப்பில் இப்படி எழுதினார். *"it seems to be the most terrible thing ever discovered, but it can be made the most useful."*

1945 ஆகஸ்டு 6-ந்தேதி ஹிரோஷிமாவில் காலை நேரத்தில் முதல் அணு ஆயதத் தாக்குதல் 2,00,000 மனிதர்கள் பலியானார்கள். உடனே தொலைக்காட்சியிலும் வானொலியிலும் அமெரிக்க ஜனாதிபதியின் அறிவிப்பு வெளியானது: *"The world will note that the first atomic bomb was dropped on Hiroshima a military base."* இதைப் பற்றி ஜெனரல் குரோவ்ஸ் என்பவன் ஹோப்பன் ஹெய்மருக்கு அனுப்பிய செய்தி *I am very proud of you and all of your people.*

1945 ஆகஸ்டு 9-ந்தேதி மீண்டும் ஒரு அணுத்தாக்குதல் நாகசாகி மீது 70,000 மனித உயிர்கள் பலி. உலக அமைதிக்கு அமெரிக்கா அளப்பரிய பங்காற்றி விட்டதாக அவர்கள் அறிவித்தனர். உலக அமைதி, உலக நலத்தின் பாதுகாவலர்களும் தலைவர்களும் தேவர்களும் அவர்களே. *(We are the leader of the world for the common welfare)*. போர் ஆபத்து இன்னும் உள்ளது. வேறு நாடுகள் அணுத்தாக்குதல் செய்து விடலாம் அதனால், ஜப்பானுக்கு எச்சரிக்கை விடுக்கவோ கால அவகாசம் தரவோ கூடாது என்று ஹோப்பன் ஹெய்மர் தொடங்கி ட்ரூமன் வரை கூறியபோது *Leo Szilard* போன்ற விஞ்ஞானிகள் சொன்னார்கள்: *Today with the defeat of Germany this danger is averted and we feel impelled to say what follows: Nuclear weapon is not necessary. (July 7,1945).* ஆனால் பிற விஞ்ஞானிகளும் ஜனாதிபதியும் இதை ஒப்புக்கொள்ளவில்லை. இரண்டு வகை அணு ஆயுதங்களை இருவகையாக இயக்கி அவர்கள் சரிபார்த்தார்கள். அணு ஆயுதத் தாக்குதலின் கொடூரம் சொல்லிலோ, நினைவிலோ அடங்குவதில்லை. ஆனால் விஞ்ஞானமும் அரசியலும் அதைக் கொண்டாடின. அமெரிக்க ஜனாதிபதி எப்போதும் போல் உண்மையையே உலகுக்குச் சொன்னார்.

அணு ஆயுதம் ராணுவத் தளத்தின் மீதுதான் செலுத்தப்பட்டது. இது உலக அமைதிக்கும் நலத்துக்காகவும் செய்யப்பட்டது.

மேற்குலக அறிவு, தத்துவம், வரலாறு என்பவையும் விஞ்ஞானம் என்பதும் உலகின் உச்சம் என்றும் அவையே மனித குல மீட்பு என்றும் கொண்டாடப்படுவதையும்; அமெரிக்கா உலக அமைதிக்காகவும், உலக மக்களின் நலனுக்காகவுமே தியாகம் செய்து கொண்டிருக்கிறது என்பதையும் நாம் நம்பித்தான் ஆக வேண்டிய கட்டாயத்தில் இருக்கிறோம்.

தனது பதவியேற்பு நிகழ்ச்சியில் *(12.4.1945)* அமெரிக்க மரபுப்படி பேசிய ஹாரி எஸ்.ட்ரூமன் சொன்னார்: The supreme need of our time is for men to learn to live together in peace and hormony. We belive that all men are created equally because they are created in the image of God.

உருக்கமான உண்மைகள். அவரே மேலும் சொன்னார்: கம்யூனிசம் மனிதர்களை அடிமைப்படுத்துகிறது. இந்த நூற்றாண்டின் மிகப் பிழையான தத்துவம் கம்யூனிசமே. அது மனிதர்களை வன்முறை நோக்கித் தள்ளுகிறது. பெரும் பலம் பொருந்திய ஆதிக்கத்தின் கட்டுப்பாட்டுக்குள் மனிதர்களைக் கொண்டு வருவதுதான் கம்யூனிசம். இதற்காகப் பலர் தமது சுதந்திரத்தையே பலியிட்டிருக்கிறார்கள். கம்யூனிசம் வன்முறையை நியாயப்படுத்துகிறது. போர் தவிர்க்க முடியாதது என்கிறது. ஆனால் நமது ஜனநாயகம் அமைதியான முறையில் மாற்றத்தைக் கொண்டுவரப் பாடுபடுகிறது.

புஷ் இப்போதும் சொல்கிறார். மனிதர்களின் மாபெரும் பேறு சுதந்திரம். அதை எப்போதும் காக்க வேண்டும். சுதந்திரம், சமத்துவம், சகோதரத்துவம் - வாழ்க்கை, சுதந்திரம், இன்பம் - மேற்கு சொல்கிறது. நாம் கேட்டுக் கொண்டே இருக்கிறோம்.

விடுபட்ட சிறு தகவல்: 1945 ஜூன் மாதத்தில் ட்ரூமன் சோவியத் தலைவர் ஸ்டாலினைச் சந்தித்துக் கூறுகிறார்: We have a new weapon of unusual destructive force. அதற்கு மகிழ்ச்சி நிறைந்த முகத்துடன் ஸ்டாலின் கூறுகிறார்: we would make good use of it against the Japanese.

கடவுளைக் கொல்பவர்கள்

உலகச் சிந்தனை மரபுகள் அனைத்தையும் இருபெரும் பிரிவுகளுக்குள் அடக்க முடியுமென்றால் அவை இறை நம்பிக்கையுடையவை, இறைநம்பிக்கை அற்றவை என்ற பகுதிகளாகப் பிரிவுபடும். இறை நம்பிக்கை எவ்வளவு தொன்மையானதோ அதே அளவுக்கு இறை மறுப்பும் தொன்மையானதே. ஆனால் இறை நம்பிக்கை என்று கூறப்படும் 'மன அமைப்பு' சமூக அளவில் இறை மறுப்புக்குச் சற்றே முன்னானது என்பதையும் நாம் கவனத்தில் கொள்ள வேண்டும். மொழி, சமூக விதிகள், பண்பாடு என்பவை 'மனிதரின் நிலை' என்பதற்கு அடிப்படையாக அமைவது போலவே இறை நம்பிக்கையும் ஒரு அடிப்படைக் கட்டமைப்பு. குழந்தைகள், பித்தர்கள், கலகக்காரர்கள் பொதுவாக இறை நம்பிக்கையுடன் இருப்பதில்லை. ஏனெனில் அவர்கள் சமூக விதியமைப்புகளுக்கு வெளியே இருக்கிறார்கள். 'உள்ளுணர்வு' என்ற வகையில் இறை நம்பிக்கைக்கு எந்த இடமும் இருப்பதில்லை. சமூக மனிதராதல், மொழியறிதல், மொழிக்குள் இடம்பெறுதல், அறிவு பெறுதல் என்ற செயல்பாட்டின் ஒரு கட்டத்தில்தான் இறை நம்பிக்கையும் இறையுணர்வும் வடிவம் பெறுகிறது. குழந்தை மனம் இறை நம்பிக்கை மட்டும் அல்ல எந்த நம்பிக்கையும் உடையதாக இருப்பதில்லை. அப்படியெனில் சமூகமாதல் என்ற அறிவுச் செயல்பாட்டில்தான் எல்லா நம்பிக்கைகளும் தொடங்குகின்றன. கடவுள் என்பது வேறொன்றுமில்லை. 'சமூகமே' என்பது மிகப் பழங்காலத்தே அறியப்பட்டுவிட்ட ஒன்று. ஆனால் 'இறை மறுப்பு' எங்கே தொடங்குகிறது என்பது சற்றே சிக்கலான கேள்வி. எந்த ஒரு இறை நம்பிக்கையாளரும் மற்றொரு சமயத்தின் 'இறை மறுப்பாளர்' என்பது வெளிப்படையான ஒன்று. எந்த ஒரு மதமும் தனக்கான கடவுளை ஏற்று மற்றவற்றின்

கடவுளை மறுக்கிறது. எந்த ஒரு இறை நம்பிக்கையாளரும் அதே போல் பிற தெய்வங்கள் என்ற வகையில் மறுப்பாளராகவோ, நாத்திகராகவோ இருக்கிறார். தனது தெய்வங்களின் புராணங்களும் தொன்மங்களும் 'உண்மையானதாக' மறுக்கவும் ஐயப்படவும் கூடாத எதார்த்தங்களாக உள்ளபொழுது பிற தெய்வங்கள் பற்றி அனைத்தும் கட்டுக்கதைகளாகவும் வெறும் புனைவுகளாகவும் அவருக்கு இருக்கிறது. உலகையும் உயிர்களையும் படைத்தவர் யார் என்ற கேள்விக்கு ஒரு மதத்தில் ஒரு பதில்தான் இருக்க முடியும். மற்றவை பொய்த்தெய்வங்கள்தான். நாத்திகம் தொடங்கும் இடம் இது. இருவேறு நம்பிக்கைகளின் மோதலில் ஏற்பும் மறுப்பும் தொடங்கி விடுகிறது. பிறரின் கடவுள் மறுக்கப்பட வேண்டியதாக அல்லது கொல்லப்பட வேண்டியதாக மாறும் இடம் இது. தொல் சமூகங்களின் தெய்வங்கள் இவ்வகையில் ஒன்றுடன் ஒன்று மோதிக்கொள்ளும்போது அச்சமூகங்களின் மனிதர்களும் மோதிக்கொள்கிறார்கள். மீந்து நிற்கும் தெய்வங்களுடன் அத்தெய்வங்களின் மக்களும் மீந்து நிற்கிறார்கள். தெய்வங்களுக்கிடையிலான போர்களின் வரலாறு மனித இனங்களின் வரலாறாகத் தொடர்ந்திருக்கிறது. இந்திய நிலங்களின் இரு பெரும் இனமோதல்களின் வடிவமாக தேவரும் அசுரரும் எதிர்ப்பட்டு நிற்கிறார்கள். அரக்கர்களின் பூமி தேவர்களால் வெற்றி கொள்ளப்பட்டதின் தடயங்களாகவே இன்றைய இந்திய சமயங்கள் மீந்து நிற்கின்றன. 'இந்து மதம்' இவ்வகையில் பல ஆயிரம் கடவுளர்களைக் கொன்று உருவாக்கப்பட்ட ஒரு தொகுப்படையாளம். சில தெய்வங்கள் கொல்லப்படாமல் அடிமை கொள்ளப்பட்டு பூத கணங்களாகவும் ஏவல் தேவதைகளாகவும் வாகனங்களாகவும் சேவகர்களாகவும் மாற்றப்பட்டிருக்கின்றனர். வேறு பல தெய்வங்களோ இந்தியப் பெருஞ்சமயக் கடவுளர்களின் 'குலவழி' மரபில் ஏதாவது ஒரு உறவுமுறையில் இணைக்கப்பட்டு உள்வாங்கப்பட்டிருக்கிறார்கள். தேவ-அசுர கணங்கள் ஒற்றைக் குலவழியைக் கொண்டதெனப் பின்னாளைய புராண மரபு ஏற்றுக் கொண்டு மும்மூர்த்தி கற்பிதத்தை முதன்மைப்படுத்தியதற்குக் காரணமாக அமைந்தது சிராமண, நாஸ்திக மரபுகளின் பரவலைத் தடுப்பதற்கான கூட்டு முயற்சி.

கடவுளைக் கொல்வதில் எல்லா மதங்களும் ஓய்வின்றி ஈடுபட்டுக்கொண்டே இருக்கின்றன. கடவுள் இல்லாத நிலத்தில் மனிதர்கள் புதிய கடவுளர்களை உருவாக்கப் போர்களைச் செய்து கொண்டிருக்கின்றனர். யூத மதம் தனது வரையறைக்குள் இல்லாத அனைத்துக் கடவுளர்களையும் கொலை செய்ததுடன் அக்கடவுளர்களின் மக்களை அடிமை கொள்ளவும் செய்தது. கிறித்தவம் முதலில் ஏசுவைக் கொன்றது பிறகு ஐரோப்பிய,

ஆப்பிரிக்க, ஆசிய பூமியின் சிறு தெய்வங்களையும் தேவதைகளையும் தொடர்ச்சியாக கொன்று கொண்டே தனது எல்லைகளை விரித்துக் கொண்டது. இஸ்லாம் முதலில் குலதெய்வச் சிலைகளை உடைத்துப் பிற தெய்வங்களுக்கெதிரான போரைத் தொடங்கியது. பிறகு ஆயிரக்கணக்கான கடவுளர்களைத் தவணை முறையில் கொலை செய்தது. கிறித்தவமும், இஸ்லாமும் பிற கடவுளர்களைக் கொன்று கொண்டே முன்னோக்கி நகர்ந்து ஒன்றை ஒன்று சந்தித்தபொழுது ஒரு கடவுள் மட்டுமே மீந்து நின்றார், இரண்டு பெயர்களுடன், இரண்டு நபிகளின் வழிகள் முட்டிநின்றன, இரண்டு மொழிகள் வேறுபட்டன. அது ஒரு வகையில் இனக்குழு முரண், நிலம் சார் முரண் ஆனால் இறை நம்பிக்கையின் போராக அது தொடர்ந்தது. அப்போது தொடங்கிய போர் இருபெரும் கடவுளரில் யார் யாரைக் கொல்வது என்பதில் தொடர்ந்தது. ஓர் ஆயிரம் ஆண்டு தினசரிக் கடமையாக போர் நேரடியாக நடந்த பின் தனது வடிவத்தை மாற்றிக் கொண்டது.

இன்று உள்ள ஆயுதங்கள் அனைத்திலும் ஏதோ ஒரு தெய்வத்தின் பெயர் எழுதப்பட்டிருக்கிறது. ஆயுதங்கள் அனைத்துமே தெய்வத்தின் அம்சம். அவை ஒன்றை ஒன்று எதிர்ப்படும் பொழுது ஏதாவது ஒன்றுதான் மீந்து நிற்க முடிகிறது. ஆயுதம்கொண்ட கடவுள் ஆயுதமற்ற கடவுள்.

அப்படியெனில் கடவுள் மறுப்புதான் மாற்றத்தின் தொடக்கமா என்ற கேள்வி எழுகிறது. அப்படியும் இல்லை என்பதுதான் வரலாறு. முன்னாளைய அறிவியல் ஆய்வுகள் சமயத் துறவிகளால் செய்யப்பட்டவை, ஆனால் மர்மவாத மரபாக காப்பாற்றப்பட்டவை. இன்றுள்ள மேற்குலக அறிவியல் கடவுள் மறுப்பில் தொடங்கியது. உலகின், பிரபஞ்சத்தின் உள்ளார்ந்த விதிகளைக் கண்டறிய தெய்வீக விளக்கங்கள் பயன்படாது என்று கண்டவர்கள் மேற்குலக அறிவியலின் தொடக்கத்தைச் செய்தார்கள். வேதங்களும், சமய நூல்களும் மறைத்தவற்றைத் தேடி இவர்கள் வேறு திசையில் நடந்தார்கள். அரிஸ்டாடில் தொடங்கி ஐன்ஸ்டைன் வரை மறைக்கப்பட்ட தெய்வீக சங்கேதங்களைப் பிளந்து பார்க்கத் தொடங்கியவர்களே. இவர்கள் தெய்வீக இருப்பை, இறைவனின் முழுமையை நேரடியாக மறுத்தவர்கள் இல்லையென்றாலும் சமய விதிகள் மறுத்த, சமய விதிகள் தடைசெய்த கேள்விகளை உபாசித்துத் திறந்து, கலைத்து, விளையாடிப் பார்த்தவர்கள். கலிலியோவின் பிரபஞ்சம் பற்றிய விளக்கம் கிறித்தவத்தின் அடிப்படையை கேள்விக்குள்ளாக்கியது. டார்வினின் உயிர்த்தோற்றம், பரிணாமம் பற்றிய விளக்கம் ஆதி ஆகமத்தை கட்டுக்கதை என்று கூறியது. மறுமலர்ச்சி காலச் சிந்தனையாளர்களின் கலைஞர்கள், தொழில் நுட்பவியலாளர்கள் அனைவரும் திருச்சபையின்

விதிகளை நேரடியாகவோ, மறைமுகமாகவோ மீறியும் எதிர்த்தும் செயல்பட்டவர்கள். இறை மறுப்பு என்பதை இவர்கள் முன் நிபந்தனையாக வைக்கவில்லையென்றாலும் இறை இருப்பைக் கேள்விக்குள்ளாக்கியபடி மர்மங்களை உடைத்து வேறு மர்மங்களை உருவாக்கினார்கள். அறிவியலும், விஞ்ஞானமும் தெய்வீக மர்மங்களை நுணுகி அறிவதற்கான மார்க்கங்கள் என்ற ஒரு நம்பிக்கையும் உண்டு.

இன்னொரு வகையில் இவர்கள் புதிய கடவுளர்களை உருவாக்க முனைந்தார்கள். இறைமையை உருவாக்கும் வலிமையை, உத்தியை, மனிதர்கள் அடைய முடியுமா என்று சோதித்துப் பார்த்தார்கள். சாத்தானையும், தடை செய்யப்பட்ட பிற எதிர்த் தெய்வங்களையும் இவர்கள் தமது துணையாகக் கொண்டார்கள். இவர்களின் முயற்சி ஒரு வகையில் சிக்கலானது.

இதற்கு முன் கொல்லப்பட்ட, தண்டிக்கப்பட்ட, தெய்வங்களை மீட்டு மீண்டும் தெய்வீகப் போர்க்களங்களைக் கட்டியெழுப்பியவர்கள் இவர்கள். கிரேக்க தெய்வங்களின் பெயர்கள் நவீன விஞ்ஞானத்திற்குள் ஊடுறுவி நிற்பதற்கு இது ஒரு காரணம். சாத்தானின் பெருவலிமை இவர்களுக்குத் தேவைப்பட்டது. அதே சமயம் கடவுளும் சாத்தானும் தமது ரகசிய நிலவறையில் மது அருந்தியபடி சதுரங்கம் விளையாடிக் கொண்டிருப்பதை சாவித்துவாரத்தின் வழியே கண்டு மிரண்டு போய் மீண்டு வந்தவர்கள். இவர்களின் அடுத்த முயற்சி புதிய தெய்வங்களை உருவாக்குவதில் முடிந்தது.

'இறை மறுப்பு' இவ்வகையாகக் காலனிய வரலாற்றைத் தொடங்கி வைத்ததுடன் புதிய வகை அழிவின் வலைப்பின்னலையும் உருவாக்கித் தந்தது. நவீன அறிவியலும், நவீன கொடுங்கோன்மையும் இவ்வாறாக இறை மறுப்பில் தொடங்கி மனித மறுப்பில் முடிந்தன. இவர்கள் தெய்வத்தை இனி நேரடியாகக் கேள்வி கேட்கமாட்டார்கள். கடவுள் இருப்பதும் இல்லாததும் இனி ஒருபொருட்டல்ல. கடவுள் அற்ற உலகில் தாமே கடவுளர்களாகி மனிதர்களை அழிக்கும் வல்லமை இவர்களுக்கு உண்டு. முதலாதிக்கமும் ஏகாதிபத்திய முதலாளித்துவமும் பாசிசமும் 'இறைமை' என்ற புனைவை மறுக்காமலேயே இறைமை எனப்படுவதைக் குலைத்து விளையாடும் உத்திகளாகி விட்டன.

இந்திய வரலாற்றில் ராஜ தந்திரிகளும் அரசர்களும் போர் வல்லவர்களும் ஏன் பல ஆச்சாரிய, சடங்குத் தொழிலாளர்களும் இறை நம்பிக்கையோ, தெய்வீகம் பற்றிய உணர்வோ அற்றவர்கள்தாம். இவர்களின் சதிகளும் கொலைகளும் மக்களைக் கொன்றொழித்த விதமும், இவர்கள் வகுத்த சட்ட விதிகளும் தெளிவாகப்

புலப்படுத்துவது இது. இவர்கள் யாருக்கும் இறை அச்சமோ, இறை உணர்வோ, இறை நம்பிக்கையோ ஒரு துகளும் இல்லை. இன்றைய முதலாளித்துவ உயர் தொழில் நுகர்பொருள் பண்பாட்டு வல்லுநர்கள் யாருக்கும் இது போலவே இறை உணர்வோ, மனித உணர்வோ இருப்பதில்லை. இவர்களுக்குத் தெரியும் இது கடவுள் அற்ற உலகம் என்பது. புனிதம், ஆன்மீகம், மனிதநேயம், தெய்வீகம் என்பவை எல்லாம் வெறும் கட்டுக்கதைகள், இவை அடிமைகளுக்கானவை. ஆதிக்கம் அதிகாரம் என்பதை விரும்புகிற, வெற்றி நோக்கிச் செல்ல விரும்புகிற எவருக்கும் இவை நோய் போன்றவை. இவையெல்லாம் முட்டாள்களுக்கும் அப்பாவிகளுக்குமானவை. இறை நம்பிக்கையை பிறருக்கு வலியுறுத்து, நீ விட்டொழி என்பதுதான் இவர்கள் கற்றுத் தெளிந்த பாடம்.

தமிழகத்தில் இருபதாம் நூற்றாண்டின் நடுப்பகுதியில் தொடங்கிப் பரவிய 'நாத்திகம்' என்ற சொல்லாடலைச் சற்றே கூர்ந்து நோக்கினால் சில விபரங்கள் தெரியவரும். சமூகத்தில் ஆதிக்கமும் அதிகாரமும் பெற எதையும் செய்யலாம், பொது நிலங்களையும், பொதுக் குளங்களையும் கைப்பற்றி அடுக்குமாடி வணிக வளாகங்கள் கட்டி பணம் சம்பாதிக்கலாம், சுற்றுச் சூழலை அழிக்கலாம், மரங்களையும் வயல்களையும் அழித்து ஊர்களை உருவாக்கலாம், காடுகள் அழிந்தால் கவலையில்லை, விவசாயம் கேவலமானது, அழிய வேண்டியது. நகரங்களிலும், கிராமங்களிலும் அடிப்படை வசதியற்ற மக்கள் எந்த துயரமும் வலியும் அடைந்தாலும் கவலையில்லை, சினிமாவும் தொலைக்காட்சியுமே தமிழ்ப் பண்பாடு. சமூகம் பற்றிய பொது உணர்வு தேவையில்லை, இப்படியாகத் தொடரும் மனித மறுப்பு, சமூக மறுப்புப் பார்வைகளுக்கும், உணர்வுகளுக்கும் இந்த 'நாத்திகம்' ஒரு நியாயத்தை வழங்கியிருக்கிறது.

இந்த நாத்திகம்தான் கோயில்களையும், சமயச் சடங்குகளையும் பெருக்கியிருக்கிறது. இன்றைய 'பக்திமான்கள்' தெய்வீகச் செம்மல்கள் ஒவ்வொருவரும் நாத்திகத்தை தனது அடிமனதிலும் உள்மனதிலும் கொண்டிருப்பவர்கள், ஆனால் சமயப் பற்றாளர்கள். இவர்கள் அனைவருக்கும் 'பெரியார்' என்ற அந்த மனிதர்தான் 'ஜென்ம விரோதி'. ஏனென்றால் அவர் உண்மையான இறை மறுப்பைப் பற்றியும் மனித உணர்வைப் பற்றியும் சில மர்மங்களை உடைத்துப் போட்டுவிட்டவர். அவரை வெளியேற்றி விடலாம், அல்லது சிலை வைத்து செயலிழக்கச் செய்து விடலாம். தமிழகத்தின் இன்றைய 'சமூக மனம்' இவ்வகையில் உள்ளார்ந்த நாத்திகத் தன்மை கொண்டது. குடிநீர்க் குளங்களில் சாக்கடை கலப்பது பற்றி எந்த உணர்வும் அற்றது. ஒரு வேளை சோற்றுக்காக வேலை கேட்டு வரும்

சிறுமியை பாலியல் அடிமையாக வைத்துக் கொள்வது பற்றியோ வேலை செய்யும் இடங்களில் பெண்களை கேவலப்படுத்துவது பற்றியோ, திரைப்படத் தொழிலை தெய்வீக நிறுவனமாகக் கொண்டாடுவது பற்றியோ, அரசியல்வாதிகள் மட்டுமே மனித உரிமைகளுக்கு உகந்தவர்கள் என்று ஏற்றுக் கொண்டது பற்றியோ எந்த உறுத்தலும் அற்றது. ஆனால் ஆறுகால பூசைகளையும் கோயில் வழிபாடுகளையும் தவறாமல் வளர்த்துக் கொண்டிருப்பது. இவர்களின் பொதுமன அமைப்பு மட்டும் நாத்திகம், மக்கள் அரசியல், சமூக மாற்றம், பெண்ணிய விடுதலை என்பவற்றைப் படுபாதகச் செயல்களின் தொடக்கம் என்று கூறுவது. வரலாற்றில் சமயப் பற்றாளர்களின் வன்முறை எப்போதும் இப்படியே. இவ்வாறுதான் இந்திய அளவில் இந்துத்துவ எழுச்சியும் தனது படுகொலை அரசியலை ஒரு சமயப் பண்பாடாக, கூட்டுமன அமைப்பாக வளர்த்து வருகிறது. இவர்களுக்கு இறைமையோ, புனிதமோ, பிரபஞ்சத்தின் பெறும் பேறாக நிற்கும் மனிதர்கள் பற்றியோ எந்தக் கவலையும் இல்லை. இரத்தம், நெருப்பு, தாக்குதல் இவர்களுக்கு பெரும் இன்பக் களியாட்டமாக இருக்கிறது. நேரம் கிடைக்கும்போதெல்லாம் கொலைவெறி ஆட்டம் போடும் இவர்கள் கடவுளர்களைக் கொன்று தின்பவர்கள். காவியும் சூலமும் மடங்களும் பஜனைகளும் இவர்களுக்கு படுபாதகச் செயல்களைச் செய்வதற்கான சடங்குகள். இந்திய மரபில் இருந்துவரும் வேறுபல மாற்று வழிகளில் பெருகி வழியும் மனித நேயமும், சக மனித வாஞ்சையும் இவர்களுக்குத் தண்டிக்கப்பட வேண்டிய எதிர்ச் சக்திகள்.

சமயம், இறை நம்பிக்கை என்பவை ஒரு வகையில் கூட்டான மனித உணர்வுகளின் வெளிப்பாடு. வாழ்க்கை முறை, பண்பாடு, அழகியல், அறம், சமூக நடத்தைகள், அறிவுப் புலங்கள் எனப் பலவற்றை ஒவ்வொரு மனித இருப்புக்கும் கொண்டு செலுத்தி தனிமனித இருப்பைப் பாதுகாத்து உள்ளடக்கிப் பயிற்றுவிப்பதற்கான வழிமுறைகளில் சற்றுப் புராதனமானது. ஆனால் நோக்கங்கள் சிதையும் போது இவை வெறும் ஆதிக்க, அதிகார வன்முறைகள். இறைமறுப்பை இறையின்மையைத் தனது ஆய்வறிவால் ஏற்ற அம்பேத்கரும், இறை உணர்வு, பக்தி என்பதைத் தனது அடிப்படையாகக் கொண்ட காந்தியும் இரு 'மகாத்மாக்களாக' சந்திக்கும் ஒரு புள்ளி ஆன்மிகம், இது முக்கியமானது. மனிதர்களை மையமாக வைத்து அறத்தை இலக்காக வைத்து இவர்கள் வேறு வேறு திசைகளில் தமது பயணத்தைத் தொடங்கி நடத்தினாலும் மிக முக்கியமான தளத்தில் சந்தித்துக் கொள்கிறார்கள். இறை மறுப்போ, இறை நம்பிக்கையோ, மனித அறம் என்பதைத் தமது அடிப்படையாகக் கொண்டு இயங்க முடியும் என்பதற்குக் காந்தியும் அம்பேத்கரும் இரு பெரும் எடுத்துக்காட்டுகள்.

கடவுளைக் கொல்லும் அரசியலுக்கும் சமயங்களுக்கும் இவர்கள் இருவருமே பெரும் எதிரிகள்.

தமிழ் மரபில் இருந்து நாம் கற்பது ‘தன்னிற் பிறிதில்லை தெய்வம் நெறிநிற்பில், தன்னொக்குந் தெய்வம் பிறிதில்லை, அருட்கண்ணே நிற்ப தறிவு’(அறநெறிச்சாரம்). கடவுள் என்பது கற்பனையாக இருந்தாலும் கடவுள் தன்மை சாத்தியமானது. ஆன்மா என்பது புனைவு என்றாலும் ஆன்மிகம் என்பது உயரிய உணர்வு என்பது பற்றிய விரிவான விவாதம் பின் நவீனத்துவத்தில் உண்டு.

தமிழ்ச் சிந்தனை மரபுகளில் சமயப் பற்றுக்கும் இறை நம்பிக்கைக்கும் இடையிலான வேறுபாடும் இறை நம்பிக்கைக்கும் இறை உணர்வு, இறைத் தன்மை என்பவற்றிற்கும் இடையிலான வேறுபாடுகள் அடையாளப்படுத்தப்பட்டுள்ளன. தாயுமானவர், வள்ளலார் போன்ற இறையுணர்வாளர்கள் மனித நிலையின் உயரழகைக் கண்டறிந்தவர்கள். எத்தனை கோடி இன்பம் வைத்தாய் எங்கள் இறைவா இறைவா என்பதில் ஒலிக்கும் பாரதியின் இசை இறை உணர்விலிருந்து சூஃபிய அழகியல் நோக்கி நகர்வது. வள்ளுவம் காட்டும் இறைமை நிலை வேறானது. மனத்துக்கண் மாசிலன் ஆதல் ஆகுல நீற பிற, புறத்தூய்மை நீரான் அமையும் அகத்தூய்மை வாய்மையாற் காணப்படும். வாய்மை எனப்படுவது யாதெனின் யொதான்றும் தீமையிலாத சொலல். பொய்மையும் வாய்மையிடத்து புரைதீர்த்த நன்மை பயக்குமெனின் என்றவாறு வாய்மையின் வழியே அறம் பற்றிய தேடல் நீள்கிறது.

இறை மறுப்போ, இறை நம்பிக்கையோ, எதுவாயினும் ஆக்கத்திற்கும் அழிவுக்கும் பயன்படுத்த உகந்தவையே. அறத்திலும் அழகியலிலும் அவற்றின் திசைமாற்றம் நிகழ்கிறது. இறை உணர்வும் இறைமை பற்றிய தேடலும் உடைய பலர் சமய நம்பிக்கைகளையும் பற்றுகளையும் கடந்து சென்றதற்கு இந்தப் புள்ளியே திறப்பாக அமைந்திருக்கிறது. கடவுளர்கள் என்ன செய்வார்கள், பாவம் மனிதர்களால் படைக்கப்பட்டவர்கள், கடவுளைப் படைத்தவர்கள் என்ன செய்வார்கள், பாவம்! அவர்கள் கடவுளை மட்டுமே படைக்கவில்லையே. படைப்பின் மர்மம் போலவே அழிவின் மர்மங்களும் அவிழ்க்க முடியாதவை.

பின் குறிப்பு: மொழி வழி உருவாகும் மனித அறிவு மற்றும் அடையாளத்தின் தொடக்கத்தில் இறைமை முன்நின்றாலும், மொழியை விளக்கும் மொழி இறைமையைக் கற்பிதம் என அறிந்து கொள்கிறது. கற்பிதங்களைக் கொண்டு என்ன செய்வது என்பதுதான் பின்நவீனத்துவ கேள்வி.

அம்பேத்கரின் புதிய வாழ்வும் புத்த நெறியும்

தனிமனிதன் என்ற கருத்தாக்கத்தை அங்கீகரிக்காத ஒரு மதம் தன்னைப் பொறுத்தவரையில் ஏற்றுகொள்ளத் தக்கதல்ல என்று தனது நிலைப்பாட்டை பாபாசாகேப் அம்பேத்கர் கூறுவது வெறும் மதம் பற்றியது மட்டுமல்ல என்பது அவரது முழு தத்துவத்தையும் புரிந்து கொள்ளும் பொழுது நமக்குத் தெரிய வருகிறது. தத்துவம், அரசியல், அறவியல் என அனைத்து அறிவமைப்புகளுக்கும் கூட அவர் இதே வகை அளவுகோலையே கையாளுகிறார் என்பது மதம் பற்றி அவர் செய்த விரிவான ஆய்வுகளில் விளக்கிச் செல்கிறார்.

நாம் இன்று புரிந்து கொள்ள வேண்டியது அம்பேத்கர் ஏன் புத்த மதத்தைத் தேர்ந்தெடுத்தார் என்பதைத்தான். அப்படி அவர் தேர்ந்தெடுத்த புத்தமதம் அம்பேத்கரின் வாழ்வியல், அறவியல் நிலைப்பாடுகளுக்கு எவ்வளவு பொருத்தமாக அமைகின்றது என்பதையும் இன்றைய சூழலில் வைத்துப் புரிந்து கொள்ள வேண்டிய நிலையில் நாம் இருக்கிறோம்.

உலகின் மிகச் சிறந்த தத்துவவாதிகள் அனைவரையும் போலவே அம்பேத்கரின் வாழ்க்கைத் தேடுதல் முழுமையும் மனித அவலங்களுக்கான காரணங்களையும் அவற்றிற்கான தீர்வுகளையும் தேடுவதாகவே அமைந்திருக்கிறது. அவருடைய அறவியல் தத்துவத்தை, சமூக மதிப்பீடுகளை அவரே அடிக்கடி குறிப்பிடுவது போல சுதந்திரம், சமத்துவம், சகோதரத்துவம் என்ற மூன்று கோட்பாடுகளில் அடக்கிவிடலாம். ஆனால் இந்தியச் சூழலில் இந்த கோட்பாடுகளைக் கண்டடையும் ஒரு தத்துவவாதிக்கு எவ்வளவு கொடுமையான வலிகள் காத்திருக்கும் என்பதை இந்தியச் சமூகங்களின் வரலாற்றை அறிந்த எவரும் புரிந்து கொள்ள முடியும். இதுவரைக்குமான இந்திய மன அமைப்பை முழுமையாக தகர்த்துக் கொண்டால்

ஒழிய இந்தக் கோட்பாடுகளைப் புரிந்து கொள்ள இயலாது என்றுதான் கூறவேண்டும். ஏனெனில் இங்கு மனம், சிந்தனை, எண்ணம், உணர்வு எனவாகும் பல்வேறு உள்ளச் செயல்பாடுகள் இந்தியாவின் பெரும்பான்மை மக்களுக்கு முற்றிலும் மறுக்கப்பட்டதாவே இருந்து வந்திருக்கிறது.

உடலும் உடலின் பல்வகைப் புலன்களும் மறுக்கப்பட்டு ஒதுக்கப்பட்ட, ஒடுக்கப்பட்ட மக்களாக நாம் சில ஆயிரம் ஆண்டுகள் இருந்திருக்கிறோம். நம்முடைய உடல் நமக்கானது இல்லை, நம்முடைய புலன்கள் நமக்கானது இல்லை. நாம் உணரும் வலியும் இன்பமும் கூட நமது உணர்வுகளின் அடிப்படையில் அமையக்கூடியதில்லை என்ற நிலை இருந்திருக்கிறது. ஒரு வகையில் கூறினால் இந்தியப் பெருமரபில் மனிதன், மனிதர்கள், மனிதகுலம் என்று பேசுவது எந்த அர்த்தமும் அற்ற சொற்கள்தான் என்பது இந்தியத் தத்துவங்கள், வேதங்கள், அறங்கள் போன்றவற்றைப் பார்வைக்குள்ளாக்கும் யாவரும் புரிந்து கொள்ள முடியும்.

இந்திய மனம் என்று அறியப்படும் ஒன்று முற்றிலும் சாதி, வர்ணம் என்பதால் மட்டுமே அமைந்தது என்பதைக் குறிப்பிட்டால் அது அதிர்ச்சியூட்டக் கூடியதாக இருக்காது. மனம் என்னும் போது நினைவு, நினைவிலி என்பதுடன் ஆழ்மனம் என்பதையும் சேர்த்தே கூற வேண்டியிருக்கிறது. இந்திய சமூகங்களின் ஒவ்வொரு உறுப்பினரும் சாதி என்பதைத் தனது உயிர்ச்சாறாக, தசையாக, நரம்பணுவாக, மூளைச் செயலாகக் கொண்டிருக்கும் நிலை கொடுமையானது என்றாலும் உண்மையாகவும் உள்ளது. ஆதிக்கச் சாதிகளுக்கு தமது உயிர்ச் செயலை பெருக்கும் ஆற்றலாக அது சூழ்ந்துள்ளது போல் ஒடுக்கப்பட்ட சாதிகளுக்கு உயிர்ச் செயலை சுண்டிப் போகச் செய்வதாகவும் உடலோடு சுமத்தப்பட்டதாகவும் உள்ளது.

மகாபாரதத்தில் குருட்சேத்திரப் போர்க்காட்சி. இங்கு இந்திய வேதநூலாகக் கொண்டாடப்படும் பகவத் கீதை பிறக்கிறது. இதை இந்திய மன அமைப்பின் ஒரு பகுதியாகக் கொண்டால் இந்திய வாழ்வியல், அறவியல் பற்றிய முழு அடிப்படையுமே இதற்குள் மறைந்திருக்கிறது என்று கூறலாம். அர்ச்சுனன் போர்க்களத்தில் தனக்கு முன்னே நிற்கும் அனைவரையும் பார்க்கறான், சில விநாடிகள் தான். அவனால் போர் செய்ய முடியவில்லை, மனம் பதைக்கத் தனது கருவிகளைத் தளரவிட்டு சோர்ந்து போகிறான். ஏனெனில் எதிரே இருக்கும் ஆயிரக் கணக்கானவர்களைக் கொல்லப் போவதின் துடிப்பு. அவனுக்குத் தேர்ப்பாகனாக வரும் கண்ணன்

அர்சுனனை போர் செய்யத் தூண்டுகிறான். இந்த பின்னணியைப் பலரும் பலவாறாக விளக்கியும் விவரித்தும் இருக்கிறார்கள். போரின் அவலம், தான் செய்யப்போகும் கொடுமையின் பதைப்பு, தான் என்ன செய்யவேண்டும் என்ற அறத் தவிப்பு எனப் பல்வேறு விளக்கங்கள். ஆனால் கீதையில் அர்சுனன் பாத்திரத்தின் மூலமாக வெளிப்படும் இவ்விதத் தவிப்புகள் மனிதக் கொலைகளின் மீதான அவலம் அல்ல; வேறு ஒன்று, அர்ச்சுனன் சொல்கிறான்:

'இதோ எதிரே நிற்கும் அனைவரும் நமது குலத்தைச் சேர்ந்த ஆண்கள். இவர்களைக் கொல்வதன் மூலம் நமது குலம் சிதறிப் போகும். ஆண்கள் அழிந்தால் நமது குலப் பெண்கள் (வேறு குலத்தவருடன் கலந்து) தூய்மை அழிவார்கள். பெண்களின் குலத்தூய்மை அழிந்தால் சமூக ஒழுங்கும் வர்ண தர்மமும் அழியும். எனவே நான் இந்த கொடுமையைச் செய்யமாட்டேன்'.

இதற்குக் கண்ணன். 'அப்படி தர்மம் அழிய நான் விடமாட்டேன். ஒவ்வொரு யுகத்திலும் பிறந்து அதர்மத்தை (வர்ணக் கலப்பு) அழிப்பேன்' என உறுதி வழங்கி கொலைக்குத் தூண்டுகிறான். எவ்வளவு பெரிய அழிவையும் விட வர்ண தர்மத்தின் அழிவே மிகப் பெரும் அழிவாகவும், இந்திய மனதின் மிகப் பெரும் அச்சமாகவும் செயல்படுவதை நாம் அறிந்து கொள்ள முடியும்.

மனுதர்மத்தில் உலகின் பெரும் அழிவு என்பதே வர்ண தர்மத்தின் அழிவுதான் எனவும், உலகின் மிகப் பெரும் தீமை வர்ணக் கலப்புதான் எனவும் திரும்பத் திரும்ப சொல்லப்படுவதையும், நீதி, தர்மம் என்ற அனைத்தும் இவ்வகை வர்ணக் கலப்பு உருவாகாமல் தடுப்பதற்கே என வலியுறுத்தப்படுவதையும் நாம் ஒவ்வொரு வாக்கியத்திலும் காண முடியும். உலகின் மிகக் கேவலமான நிலை என்பது 'கீழ்ச்சாதி' மேல்நிலை அடையும் நிலைதான் என்பது இந்து தர்மங்கள் அனைத்தும் தொடர்ந்து வலியுறுத்திக் கூறும் கருத்து.

கலி என்ற யுகமே அழிவு உருவாகும் யுகமாகும். ஏனெனில் கிருதயுகத்தில் தவமே மேலான அறமாக இருக்கும். திரேதாவில் அறிவு மேலான அறமாக இருக்கும். ஆனால், கலியில் சுதந்திரம் மேலோங்கி இருக்கும். அதனால் அழிவு உறுதி என்று இந்திய அறிவு மனுதர்மத்தின் மூலம் பேசும் போது மக்களுக்கான சுதந்திரம் இந்திய மொழியில் அழிவு என்பதாக அர்த்தமடைவதைக் காண முடியும்.

'இவ்வுலகில் என்னவெல்லாம் இருக்கிறதோ அவையாவும் பிராமணர்களுக்கே சொத்தாகும்' என மிக உறுதியாகத் தீர்மானித்துக் கூறுகிறது மனுதர்மம். அதே போல் சூத்திரர்களுக்கு தர்மம் தனக்கு

பின்னவீனத்துவம் பிறவற்றுடன் ▶179

மேலான மற்ற மூவர்ணத்தார்க்கும் சேவை செய்து இறப்பதே என்பதையும் அதே உறுதியுடன் கூறுகிறது. ஒரு பிராமணனைக் கொல்வது பற்றி ஒரு அரசன் நினைத்துப் பார்ப்பது கூட பூமியில் உள்ள பாவங்களிலெல்லாம் பெரும் பாவம் என்று தீர்மானமாக வலியுறுத்துகிறது. ஆனால் அவர்ணர் என்று ஒதுக்கப்பட்டவர்கள் இருப்பது பற்றி பேசுவதும் சிந்திப்பதும் கூட அதே அளவுக்கு பாவம் என்றே கூறுகிறது. இந்த வகையாக இன்னும் பலவாக இந்திய தர்மம் என்பது இந்து தர்மமாக, பிராமண தர்மமாக இருந்து வந்திருக்ககிறது என்பதையும் இப்பொழுதும் மேலும் புதிய வடிவங்களில் இருந்து கொண்டிருக்கிறது என்பதையும் அம்பேத்கர் மிகமிக விரிவாக ஆய்வு செய்து விளக்கி இருக்கிறார். நம்மை மனிதர்களாகவோ, உயிர்ப் பொருள்களாகவோ கணிக்காத ஒரு வரலாற்றுச் சூழலில்தான் பாபாசாகேப் சுதந்திரம், சமத்துவம், சகோதரத்துவம் என்பதை இந்தியச் சமூகத்திற்கு முன்மொழிகிறார். இவற்றை அடையத் தடையாக இருப்பவை சாதியும் வர்க்கமும் என்பதைத் தனது முதல் ஆய்விலேயே தெளிவுபடுத்திய அம்பேத்கர் தலித் சமூக விடுதலை மட்டுமே இந்த இலட்சியங்களுக்கு தொடக்கமாகவும் அடிப்படையாகவும் அமைய முடியும் என்பதைத் தமது வாழ்நாள் முழுக்க தெளிவுபடுத்திக் கொண்டே இருந்தார்.

அம்பேத்கரின் விடுதலை பற்றிய கோட்பாடு உலகின் பல்வேறு கோட்பாடுகளுடன் பின்னிப் பிணைந்ததாக உள்ளது. அதே சமயம் தனக்கேயுரிய தனித்தன்மைகளையும் கொண்டுள்ளது. சாதி அழிப்பையும் தலித் சமூக விடுதலையையும் முதன்மையாகக் கொண்டு உருவான அம்பேத்கரின் தத்துவங்கள் மிக நீண்ட வளர்ச்சிக்குப் பின் உலக சமூகங்களின் விடுதலைக்கானதாக மாறி விரிவடைகிறது. அந்த நிலையிலேயே அம்பேத்கர் இரண்டு மிக முக்கியமான தத்துவங்களை, வாழ்வியல் கோட்பாடுகளைத் தனது ஆய்வுக்கு எடுத்துக் கொள்கிறார். அவைதான் மார்க்ஸியமும் பௌத்தமும். மனித விடுதலைக்கான வழிகளாக மனித அவலங்களுக்கான தீர்வுகளாக அம்பேத்கர் இவை இரண்டிலிருந்தும் தனக்கான தத்துவங்களை உருவாக்கிக் கொள்கிறார். அதே சமயம் இரண்டையும் மீறி மிகப் புதிதான சில அறவியல் நிலைப்பாடுகளையும் உருவாக்குகிறார். தான் உருவாக்கிய அறவியல் தத்துவங்கள் அதிகமாக பௌத்தத்துடன் பொருந்தி வருவதை நிதானமாக ஆய்ந்தறிந்த பின்பே அவர் முழுமையாக புத்த மதத்தில் இணைகிறார், தலித் சமூக விடுதலைக்கும் வளர்ச்சிக்கும் பௌத்தப் பண்பாட்டை முன்மொழிகிறார். கம்யூனிசம் என்பதை விமர்சிப்பதோ மறுப்பதோ அல்ல அம்பேத்கரின் நோக்கம்.

கம்யூனிசம் என்ற நிலையை அடைய இன்று உள்ள வழிமுறைகள், கட்சி அமைப்புகள், சித்தாந்தங்கள் பொருத்தமற்றவை என்பதையே அவர் நிறுவிக் காட்டுகிறார். மார்க்ஸியத்தின் நோக்கத்திற்கே மார்க்ஸிய வழிமுறைகள் பொருந்தவில்லை என்பது தான் அம்பேத்கரின் ஆய்வு. 'புத்தரா கார்ல் மார்க்ஸா' என்ற கட்டுரையில் ஏறக்குறைய தனது அரசியல், சமூக, கலாச்சாரம் பற்றிய முழு கருத்தையும் அம்பேத்கர் கூறியிருக்கறார் என்பதை நாம் உணர்ந்து கொள்ள முடிகிறது.

அம்பேத்கர் மதம் என்பது சமூக வாழ்வுக்கு அடிப்படையானது என்பதை தொடர்ந்து வலியுறுத்துகிறார். மதம் அமைப்புகளைத் தவிர்த்துவிட்டு ஒரு சமூகத் தத்துவத்தை உருவாக்கக் கூடிய சாத்தியங்கள் இருபதாம் நூற்றாண்டில் பல தத்துவவாதிகளுக்கு இருந்திருக்கிறது. அதே போல் அம்பேத்கரும் மதத்தை மறுத்துவிட்டு சமூக மாற்றம் பற்றி பேசியிருக்க முடியும். ஆனால், அப்படிச் செய்வது சமூக உளவியல், மானுடவியல், சமூகவியல் ஆய்வறிவுள்ள ஒருவருக்கு இயலாத ஒன்று.

மதம் என்பதை அம்பேத்கர் இறையியல், அப்பாலைத் தத்துவம் போன்றவை உள்ள விதித் தொகுப்பாக விளக்கவில்லை. மாறாக, மதம் ஒரு சமூகத்தின் கூட்டு நினைவாக விளக்கப்பட்டிருக்கிறது. மதத்தை தன்னளவில் வரையறை செய்த பின்பே அதைப் பற்றி அம்பேத்கர் பேசுகிறார். இந்து மதத்தைப் பற்றிக் கூறும் போது அது ஒரு மதம் அல்ல, சட்ட விதிகளின் தொகுப்பு என்று விளக்கவும் செய்கிறார். சட்டங்களால் ஆன மதம் (Religion of laws), கோட்பாடுகளாலான மதம் (Religion of principle) தொல்குடி மதங்கள் (Primitive Religion) என மதங்களைப் பகுத்து விளக்கியபின் கோட்பாடுகளால் ஆன மதம் உலகை அறியும் முறை, வாழ்வியல் தத்துவங்கள், அறவியல், அழகியல் போன்றவற்றை உள்ளடக்கிய மதம் சமூக வாழ்வுக்கு அவசியம் என்று கூறுகிறார். எப்பொழுது சமூகம், குழுமம் என ஒன்று உருவாகிறதோ அப்பொழுதே ஒரு மத அமைப்பு உருவாகிவிட்டதாகச் சமூகவியல் விளக்குகிறது. பொது நம்பிக்கை, கூட்டு நினைவு, இனத் தொகுப்பு, பொதுக் கனவுகள் என்பவை இவ்வகை மதத்தின் அடிப்படையாக இருக்கும்.

கூட்டு நினைவு, சமூக மனம் என்னும் ஒரு தொகுப்புச் செயலிலிருந்து 'தனிமனிதர்' என்ற நிலை முழுமையாகப் பிரிந்து உருவாக முடியாது என்னும் போது, மதம் என்பது மனிதச் சமூகச் செயலின் அடிப்படையாக இருக்கிறது என மானுடவியல் ஆய்வுகளும் விளக்கிச் சொல்கின்றன.

இதன் அடிப்படையிலேயே அம்பேத்கர் எல்லா வகை மதங்களும் ஏற்றுக் கொள்ளத் தக்கவை அல்ல என்னும் நிலைப்பாட்டை எடுக்கும் அதே சமயம் இருவகை மதங்களை உயர்ந்ததாகவும் மனித வாழ்வுடன் நேரடித் தொடர்பு உடையதாகவும் கூறுகிறார். ஒன்று தொல்குடி மதங்கள், இவை அப்பாலைத் தத்துவமோ, இறையியலோ, பூசக அதிகாரமோ அற்ற வாழ்வின் நேரடியான செயல்களுடன், உயிர், உடல் செயல்களுடன் உறவுடையவை. அவற்றை குறியீட்டுத் தன்மையுடனோ புனைவுத் தன்மையுடனோ அணுகும் போதுகூட பயன்பாட்டு நிலையில் மனித வாழ்வியலையே முதலும் முடிவுமாகக் கொண்டவை.

மற்றொன்று அறவியல், அழகியல், தன்னாய்வு உடைய தத்துவம் சார்ந்த மதங்கள். இந்த வகை மதம் என்ற வகையிலேயே அம்பேத்கர் பௌத்தத்தை மிகவும் நேசித்தார். எந்த ஒரு மதத்தையும் மதிப்பீடு செய்ய இரு அளவுகோல்களை அம்பேத்கர் நிர்ணயித்தார். ஒன்று அறநெறி, இரண்டாவது பயன்பாடு. அறநெறி என்பது சுதந்திரம், சமத்துவம், சகோதரத்துவம். பயன்பாடு என்பது மனித வாழ்வின் நிலைப்பாடு முன்னேற்றம், படைப்புத் தன்மையை வளர்ப்பதற்கான சூழலை உருவாக்குவது. இந்த இரண்டு அளவுகோல்களின் அடிப்படையிலேயே அம்பேத்கர் மதத்தை மட்டுமல்ல அரசியல், பொருளாதாரம், கலை இலக்கியம், தத்துவம் அனைத்தையும் மதிப்பீடு செய்கிறார் என்பது அவருடைய ஒவ்வொரு ஆய்வுகளிலும் நமக்குத் தெரியவருகிறது.

அறநெறி, பயன்பாடு என்ற அளவில் புத்தமதம் மட்டுமே தொன்மையானதும் மிகப் புத்துயிர்ப்பு உடையதுமாக அம்பேத்கரால் அடையாளம் காணப்பட்டது. அதனுடன் ஒப்பிடும் பொழுது கம்யூனிசம் பற்றிய மார்க்சியக் கோட்பாடு முழுமையடையாததாக அம்பேத்கரால் அடையாளம் காணப்பட்டது. அதற்கான காரணங்களை `புத்தரா கார்ல் மார்க்ஸா' கட்டுரை தெளிவாகவும் சுருக்கமாகவும் விளக்குகிறது. அம்பேத்கர் மார்க்சிய அடிப்படையில் உருவாகும் சோஷலிச சமூகங்கள் பற்றி மிக முன்பே கூறியவை இன்று நடைமுறையில் நிரூபிக்கப்பட்டுள்ளதை அறியும்பொழுது இக்கட்டுரை மிகவும் முக்கியத்துவம் உடையதாக புதிய அர்த்தங்களைத் தருவதாக உள்ளது.

சோஷலிச நாடுகள் என்று சொல்லப்பட்ட நாடுகளில் எங்குமே சமத்துவம் உருவாகவில்லை என்பது வெளிப்படையான ஒரு வரலாற்றுச் செய்தியாகிவிட்டது. சுதந்திரம் என்பது அதன் முழு அர்த்தத்தில் அங்கு மக்களிடையே செயல்படவில்லை என்பதை

அச்சமூகங்களே இன்று ஒப்புகொண்ட ஒன்று. அச்சமூகங்களில் அரசும் கட்சியும் அதிகாரத்தின் மையங்களாகிவிட்ட நிலையில் சகோதரத்துவம் என்பது மக்களிடையே ஒரு ஏக்கமாக மாறி, அது சாத்தியமற்றதாகப் போகும் நிலையில் சமூக வெறுப்பாக உருவம் கொண்டது.

சமூக மாற்றத்திற்கும் மனித வளர்ச்சிக்கும் முன்தேவை அரசியல் பொருளாதார மாற்றம். அது அரசியல், கட்சிசார் போராட்டங்களால் மட்டுமே நடைபெறும் என்று ஒரு செயல்முறைக் கோட்பாடு உருவாகிவிட்ட நிலையில், அம்பேத்கர் அதற்கு முன்பாக கலாச்சார, அறவியல், அழகியல் மாற்றங்கள் உருவாக வேண்டும் என்பதற்கு அதிக முக்கியத்துவம் தருகிறார். அரசியல் புரட்சி என்பது இவற்றின் விளைவாக ஏற்படக் கூடியதே தவிர, அரசியல் புரட்சியால் இவை நடக்கும் என எதிர்பார்க்க முடியாது என அம்பேத்கர் தெளிவுபடுத்துகிறார்.

சமூக மனம் அமைப்பில் அடிப்படை மாற்றம் ஏற்படாத சூழலில் சுதந்திரம், சமத்துவம், சகோதரத்துவம் என்பவை பொருளற்ற வார்த்தைகளாக மட்டுமே மீந்து நிற்கும் என்பதுதான் அம்பேத்கரின் நிலைப்பாடு. அதே சமயம் அரசியல் பொருளாதாரக் காரணிகளை ஒதுக்கி விடுவதும் அவர் வழிமுறையல்ல.

புத்த மதம் மனிதத் துயரங்களைப் பற்றிய கேள்விகளை அடிப்படையாகக் கொண்டு உருவான மதம். அதை மதம் என்று கூறுவதை விட ஒரு தத்துவத் தொகுப்பு, பண்பாடு என்று கூறலாம். அது மனம், உடல் என்பதற்கு முக்கியத்துவம் தருகிறது. உலகின் எந்த தத்துவத்திற்கும் முன்பாக மனித மைய பொருள் முதல் பார்வையை முன் வைத்தது. அதன் மிக முக்கிய கூறுகளாக அறவியலையும் அழகியலையும் கூறலாம். மனிதர்களின் மீதான நிறுவனமயமான வன்முறைகளை, கருத்து, உடல் என இரண்டு வடிவிலும் அது எதிர்க்கிறது, மறுக்கிறது. புத்த மதத்தில் பூசக இறையாண்மைகோ மையப்படுத்தப்பட்ட மத அதிகாரத்திற்கோ இடமில்லை. அறிவு, சுயபிரக்ஞை என்பதற்கும் படைப்பாற்றல் என்பதற்கும் அதிக முக்கியத்துவம் தரும் அதே வேளையில், அனைத்திற்கும் ஒரு மதிப்பீட்டு எல்லையாக சமூக அறம், சங்க நெறி என்பதையே புத்த மார்க்கம் முன் வைக்கிறது.

தனிமனிதர்கள் தமது வாழ்வின் அர்த்தமாக சங்கத்தில் (சமூகம், இனம், இனக்குழு) தன்னை ஒப்படைப்பதும் அதன் வளர்ச்சிக்குத் தன்னைத் தருவதும், சமூகம் தனக்குள்ளான ஒவ்வொரு

உறுப்பினருக்கும் முக்கியத்துவம் தருவதுமான இருச்சமநிலை புத்தப் பண்பாட்டில் உள்ளது. இயற்கை, பிரபஞ்சம், மனிதர் இடையிலான உறவை புத்தநெறிக்கு ஈடாக வேறு எதுவும் இவ்வளவு அழகாக அமைத்திருக்க முடியாது என்றே கூறலாம். இவையாவும் இன்னும் பலவும் அம்பேத்கருக்கு புத்த நெறியின் மீது நேசிப்பை அதிகமாக்கி இருக்கிறது என்பதை நாம் அறிந்து கொள்ள முடிகிறது.

'ஒவ்வொரு உள்ளுணர்வும் ஒடுக்கப்படாதவரை ஏதோ ஒரு வகை படைப்பாக்கச் செயல்களாக மாறும்' என்று மனித மனதையும் அதன் மதிப்பையும் புரிந்து கொண்ட நிலையில் அம்பேத்கர் கூறுவது இருபதாம் நூற்றாண்டின் வெளி விளிம்பில் நிற்கும் ஒரு தத்துவவாதிக்கு வியப்பூட்டுவதாகத் தோன்றும். இதைக்கூற இன்றுள்ள பல தத்துவங்களுக்கு மேலும் ஒரு நூற்றாண்டு தேவைப்படலாம். மார்க்ஸிசத்திற்குப் பின்னான தத்துவவாதியாக வெளிப்பட்ட அம்பேத்கரே இந்திய பின்நவீனத்துவத்திற்கும் முன்னோடியாக இருப்பதை நாம் மிகவும் வியப்புடன் அறிந்து கொள்ள வேண்டியவர்களாக இருக்கிறோம். "பிளேட்டோவிற்கு ஒவ்வொரு தனிமனிதரின் ஒப்புவமை அற்ற தனித்தன்மை பற்றிய பார்வை இல்லை. ஒவ்வொருவரும் மற்றொருவருடன் பொத்தாம் பொதுவான வகைக்குள் அடங்காமல் இருக்கும் வித்தியாசம் பற்றிய பார்வையில்லை. ஒவ்வொரு தனிமனிதரும் தானே ஒரு வர்க்கமாகவும் இனமாகவும் இருப்பது பற்றிய பார்வை இல்லை" என அம்பேத்கர் பிளேட்டோவின் தத்துவம் பற்றி விமர்சிக்கும் பொழுது அவர் கூறும் பொத்தாம்பொது வகை அடக்காமை, *Class of his own* என்பவை புத்துயிர்ப்புடன் நம்மைப் புதிய புரிதல்களுக்கு இட்டுச் செல்லக்கூடியவை.

புதிய வாழ்க்கை என்பது வாழ்க்கை பற்றிய அடிப்படைக் கருத்தமைவில் முழுமையான மாற்றம். புதிய வாழ்க்கை என்பது வாழ்வு பற்றிய மதிப்பீடுகளில் முழுமையான மாறுதல். புதிய வாழ்க்கை என்பது மனிதர்களையும் பொருள்களையும் பற்றிய அறிதல் முறையிலும் அணுகுமுறையிலுமான முழு மாற்றம் என்று அம்பேத்கர் கூறும் பொழுது, புதிய வாழ்க்கை, புதிய மனித நிலை பற்றிய அவருடைய வரையறை நமக்கு விளங்குகிறது.

இப்படி புதிய வாழ்வை, புதிய மனித நிலையை நோக்கிய ஏக்கமே அம்பேத்கரை புத்தநெறிக்குச் செலுத்தியது என்பதற்கு அவருடைய வாழ்வின் ஒவ்வொரு நிகழ்வும் ஒவ்வொரு ஆய்வும் சான்றாக அமைகின்றன.

புத்தமதம் இந்தியத் தொல் சமூகங்களின் பலவித உயிர்த்தன்மையான பகுதிகளைத் தனக்குள் அடக்கியது. தியானம், மனம் மனதை அறியும் தன்னிகழ்வுச் சிந்தனை, தன்னறிவு வழியாகச் சக மனித மனதையும் உடலையும் மதிப்புமிக்கதாகப் பார்க்கும் ஒரு பயிற்சி புத்தமதத்தின் ஒரு பகுதி. உடல், புலன், மனம், கற்பனைகள், உயிராற்றல் இவற்றை வெவ்வேறு சேர்க்கையில் மாற்றி உருவமைத்து உயிர்ப்பற்ற பழகு தன்மையிலிருந்து மாறிய இயக்கமுடைய மனம், உடல், புலன் என்பதைப் பரவவிடுவது புத்தப் பயிற்சியின் மற்றொரு பகுதி. இவற்றை புத்த தாந்த்ரிகம் தனது பகுதியாக வைத்துள்ளது. மனதின் ஆற்றலைப் பயிற்சியின் வழியாக இயற்கையுடனும் பொருள்களுடனும் உயர்நிலை உறவுடையதாகப் பழக்குவதை மாந்த்ரிகம் என்று கூறலாம். இதனைப் புத்தமதத்தின் சில பிரிவுகள் ஏற்றுள்ளன. இவற்றை வைதிக, இந்து, சனாதன பிராமணீய நிறுவனங்கள் தமக்குரியவையாக ஆக்கிக்கொண்ட போது புத்த மதம் அவற்றிலிருந்து விலகியது. மனிதரின் உடல், புலன், மனம் சார்ந்த சுதந்திரம், இன்பம் என்ற கருத்தாக்கம் இந்து வைதிக மதத்தில் இல்லை. புத்த நெறியிலும் தொல்குடிச் சமூகங்களிலும் உள்ளார்ந்த பகுதி இது. மனித மையம் கொண்ட இந்தத் தீவிர நிலையே புத்தமதம் இந்தியாவில் அழித்தொழிக்கப்பட்டதிற்குக் காரணம்.

அம்பேத்கர் ஒருவகையில் புத்த நெறியை புதுவிளக்கத்திற்கும் புத்துயிர்ப்புக்கும் உள்ளாக்கி அதை அரசியல் சமூக மாற்றத்திற்கான தத்துவமாக, தலித் விடுதலைக்கான ஒரு மார்க்கமாக ஆக்கிக் காட்டுகிறார். மன ஆற்றல், அறிவுத் திறம் வளர்க்கப்படாமல் ஒரு சமூகம் தனது அரசியல், சமூக விடுதலையை அடைய முடியாது என்பதைத் தெளிவாக உணர்ந்ததினால்தான் அம்பேத்கர் தலித் விடுதலைக்கு மதமாற்றம் அவசியம் என்று கூறினார். அதையும் தெளிவுபடுத்த வேண்டும் என்ற நிலையில் குறிப்பாக புத்த மதத்தை அவர் தெரிவு செய்தார். அவர் கூறிய புதிய வாழ்க்கை பற்றிய செய்தி இதன் அடிப்படையிலானது.

சகலவிதமான ஆதிக்கத்திலிருந்தும் கொடுமைகளிலிருந்தும் மனித சமூகங்கள் விடுபட வேண்டும் என்பதையே தனது தத்துவத்தின் அடிப்படையாகக் கொண்டிருந்த அம்பேத்கரின் முழு நிலைப்பாட்டையும் *'A good man cannot be a master and a master cannot be a good man'* என்ற அவரின் வாசகத்தில அறியலாம். இந்த அறவியல் அடிப்படையிலிருந்து தனது நடைமுறைகளை வகுத்துக் கொள்ள முடியாததாலேயே, கம்யூனிச அரசுகள் தமது நோக்கங்களுக்கே

எதிராகத் தமது நிறுவனங்களை அமைத்துக் கொண்டன என்பது அம்பேத்கரின் பார்வை.

சமூக ஆன்மீகம் என்பதற்கு அழுத்தம் கொடுத்து தனது தத்துவங்களைத் தொகுக்கும் அம்பேத்கர் பகுத்தறிவு மரபிலிருந்து தொடங்கி பன்மைத் தன்மைகளுக்கு முக்கியத்துவம் தருகிறார். பன்மைத் தன்மைக்கும் இனக்குடி மரபுகளுக்கும் முக்கியத்துவம் தரும் புத்தமதம் பற்றிக் குறிப்பிடும் அம்பேத்கர், *"Buddhism was a revolution. It was as great a revolution as the French Revolution. Though it began as a religious revolution. It became more than religious revolution. It became a social and political revolution"* என்று குறிப்பிடுகிறார்.

இவ்வகைப் புரட்சி பற்றிய அம்பேத்கரின் புரிதல், 'புதிய வாழ்வு' பற்றிய செய்தி பரவலாக்கப்படும் பொழுது ரஷ்ய சமூகத்திற்கு அவர் அளித்த எச்சரிக்கையும் ஆலோசனையும் தலித் விடுதலைக்கும் பொருந்துவதைப் புரிந்து கொள்ள முடியும்.

ஏகாதிபத்திய கொடூரங்கள், உலக முதலாளித்துவ வன்முறை, இனவியல் படுகொலை, இன ஒழிப்பு, இயற்கை நாசம், சுற்றுச் சூழல் அழிவு, உயர் தொழில் நுட்ப பயங்கரவாதம், மனித ஒதுக்கல் நிறுவனங்கள், மேலாதிக்க சமூகக் கண்காணிப்பு, மனித உரிமை மீறல்கள், நிலம் சார் தினப்போர்கள் என உலக மக்களை அலைக்கழிக்கும் வன்முறைகளிலிருந்தும் அச்சுறுத்துதல்களிலிருந்தும் விடுபடும் புதிய வாழ்வுக்கான ஆவல், ஏக்கம், செயல் நோக்கிச் செல்ல அம்பேத்கரின் ஆய்வுகள் நமக்கு விரிவான வழிமுறைகளைச் சொல்லித்தருகின்றன.

புத்தரிடம் ஒரு முறை கேட்கப்பட்டது: புத்தரே உமக்குப் பின்னால் யார் உமது இடத்திற்கு உரியவர்? புத்தர் கூறினார்: புத்தன் என்று யாரும் தனியாக இல்லை. புத்தரைப் போல் சிந்திப்பார் யாவரும் புத்தரே. புத்தநிலைக்கு அழைப்பது புத்தநெறி. வேறு எந்த நெறியிலும் தொல்மதங்கள் தவிர இவ்வகை அழைப்பு இல்லை. மனிதராக அழைப்பது அம்பேத்கரின் நெறி, அனைத்து அர்த்தங்களுடன் பலவித வேறுபாடுகளுடன் தன்னுணர்வுடன் படைப்பாற்றலுடன் அதிக அறவியலுடன்.

இந்து பாசிஸம் தனது நவீன ஆயுதங்களுடனும் தன்னுணர்வற்ற வெகுசன உளவியல் பயங்கரவாதத்துடனும் பரவிக் கொண்டிருக்கும் இன்றைய கால கட்டத்தில் விடுதலைக்கான பண்பாட்டை, சமூக நெறியை, உலகு பற்றிய பார்வையை சரியாக அமைத்துக் கொள்ள

வேண்டியதன் தேவை, அம்பேத்கர் விளக்கும் புதிய வாழ்வுக்கான தேவை அதிகமாக உள்ளது.

பின்குறிப்பு:

மார்க்சியம் மற்றும் பிற நெறிகள், மதங்களின் தத்துவங்களுக்கும் நடைமுறைக்கும் இடையில் முரண்பாடுகள் வரும்போது அவற்றின் நெறிப்படுத்தும் கோட்பாடுகளிலேயே அடிப்படைச் சிக்கல் இருப்பதைக் காண முடியும். புத்த நெறியைப் பொறுத்தவரை அதன் தத்துவத்திற்கும் நடைமுறைக்கும் முரண்பாடு வரும்போது தத்துவம் தெளிவாகவும் நடைமுறை அதற்கு எதிராக அமைவதைக் காணமுடியும். புத்த மதம் அடிப்படையில் அறவியல், அழகியல், கலாச்சாரம், சமூக மனம் என்பதை முன் வைக்கிறதே தவிர, நிறுவன அமைப்பு பற்றிய நடைமுறை உதாரணங்களை முன் வைப்பதில்லை.

ஒரு சமூக எழுச்சியின் அரசியல் தகவமைப்பாக நிலைப்பெற்ற கம்யூனிச சமூகத்தில் ஏற்படும் வெற்றிடம் பற்றி மேலதிக கவனம் கொள்ளும் அம்பேத்கர் அந்த வெற்றிடத்தில் பௌத்தத்தை நிரப்பிப் பார்க்கிறார்.

கிழக்காசியப் பகுதிகளில் ஒரு கணிசமான நிலப்பரப்பை ஆட்கொண்டிருக்கும் பௌத்தம் உருவாக்கி இருக்கும் மனப் பண்பாட்டுச் சட்டகமும் அந்நிலப்பரப்பின் அரசியல் அதிகாரச் சட்டகமும் முரண்பாடானவை. பௌத்த நெறியைத் சமயப் பண்பாடாகக் கொண்ட சமூக உறுப்பினர்களின் அரசியல் நிலைப்பாடு அதற்கு நேரெதிரான முரண்நிலையில் உள்ளது. அம்பேத்கர் ஆய்வுக்குட்படுத்திய சமூக ஆன்மீகம் இந்நிலப் பரப்புகளில் கேள்விக்குரியதாகியுள்ளது. அதிகார நிறுவனமயமான புத்தமதப் பிரிவுகள் அரசியல் கட்சிகளின் அதே தன்மைகளில் செயல்படுகின்றன. இந்த இடத்தில் இக்கட்டுரையின் முக்கிய புள்ளிகளைக் கவனத்தில் கொள்ள வேண்டும்.

அம்பேத்கர் கம்யூனிச சமூக உருவாக்கத்தை விமர்சித்து மறுதலிக்கவில்லை. மாறாக, கம்யூனிஸம் உருவாகி நிலைபெறுவதற்கான மனித நிலையை மேலதிக கவனத்தில் கொள்கிறார். ஒரு சமூக உறுப்பினர் அரசியல் உயிரியாக வளர்வதின் உடன் வினைத் தொடராக சமூக ஆன்மீக ஜீவியாக பரிணமிப்பதும் அவசியமான உயிர்வினை என்கிறார். எனவேதான் அவர் கம்யூனிச சமூக அரசியல் சட்டகத்தின் உள்ளீடாகப் பௌத்தப் பண்பாட்டை நிறைத்துப் பார்க்கிறார். அம்பேத்கர்

பௌத்தத்தையும் கம்யூனிசத்தையும் எதிரிணைகளாகத் தமது ஆய்வில் முன்வைக்கவில்லை.

இந்திய தலித் அரசியல் விடுதலைக் கோட்பாட்டாளரான இவர்தான் தலித் சமூகத்தின் ஆன்மீகக் கோட்பாட்டாளராகவும் பௌத்தநெறியின் வழி அதற்கான அடிப்படைகளை வகுக்கிறார், அது இந்தியச் சமூகத்திற்கானதாக விரிவடைய வேண்டும் என்ற விருப்பத்துடன்.

உலகு தழுவிய ஓரமைவாக்கக் கலாச்சாரம், அரசியல் சார்ந்து உருவாக்கி வரும் அறத்திற்கு இடமற்ற ஒரு மயான வெளியில் ஒவ்வொரு தனி மனிதரும் நிறுத்தப்பட்டிருக்கும் இன்றைய நிலையில், பௌத்தத்தின் அறத்தை புதிய ஒளியோடு உலகு முழுமைக்கும் அம்பேத்கர் முன் மொழிகிறார். உலகின் அனைத்து வன்முறைகளுக்கும் தெரிந்தோ தெரியாமலோ காரணமாகிவிடும் ஒவ்வொரு தனிமனித உயிரும் அதிலிருந்து மாறுவதற்கான அறத்தின் தேர்ந்தெடுப்பாக அம்பேத்கர் முன்மொழியும் பௌத்தம் இருக்கிறது.

ஒவ்வொரு மனிதரையும் மிக எளிதாக எந்தவித குற்றவுணர்வுமற்ற வன்முறையாளனாக மாற்றிவிடக்கூடியது இந்து மதம். சமூக ஒதுக்குதலையும் தண்டனைகளையும் தனது தர்மமாக, நெறியாகக் கொண்டு உருவாகி வளர்ந்துள்ள இந்துமதப் பண்பாட்டு அமைப்பிலிருந்து மீளுவதே இந்திய தலித்துகளுக்கான முதல் விடுதலை என்பதை அம்பேத்கர் தமது இறுதி நாட்களில் உறுதியாகக் கூறிச் செல்கிறார். அம்பேத்கர் விளக்கும் புதிய வாழ்வு புத்த நெறியையும் புதிதாக்கும் நவயானமாக அமைவது கூடுதலான வரலாற்றுப் பெருமதி கொண்டது.

(உன்னதம், 1996)

மனிதார்த்த பொருண்மை நோக்கு

தத்துவவியலாளர்கள் உலகிற்குப் பலவகைகளில் பொருளுரைத்து வந்துள்ளனர்; பிரச்சனையோ அதை மாற்றுவதென்பதுதான். (கார்ல் மார்க்ஸ். ஃபாயர்பாக் பற்றிய ஆய்வுரையில்)

மாற்றங்களூடாக உருவாகி, மாற்றங்களுக்குள் மாற்றம் நிகழ்த்தி, ஓயாமல் மாறிக் கொண்டிருக்கும் இந்த 'உலகில்' நாம் மாற்றப்போகும் உலகம் எது? மாற்றுவதற்கான தேவை எது? (அதீதன், ஆத்மார்த்திக்கு எழுதிய கடிதத்தில்)

மனிதம் என்பது என்ன, மனிதவாழ்தல் என்பது எது என்னும் கேள்விகள் மௌன நிலையிலேயோ அன்றிச் சலன நிலையிலேயோ நமது ஒவ்வொரு நகர்வுக்கும் உள்ளாகவோ அன்றி வெளியாகவோ செயல்பட்டபடி இருக்கின்றன. மனித சரித்திரத்தின் மொத்தமான மொழிபுத்திரள் அனைத்தையும் வகைப்பாடு செய்து சில பிரிவுகளுக்குள் கொண்டு வருவோமானால், அவை அடிப்படையில் இந்தக் கேள்விகளுக்குப் பதில் தேடுவனவாகவோ அல்லது பதில் கூற முயற்சிப்பனவாகவோ இருப்பதை அறிய முடியும்.

இந்தக் கேள்விகள் சரித்திரத்தின் ஒவ்வொரு கட்டத்திலும் கேட்கப்பட்டும், பல்வேறு விடைகள் அளிக்கப்பட்டும் வந்திருக்கின்றன. ஆனால் இவை கேட்கப்படும் நிலையிலேயே தமக்குள் பல மர்மங்களைக் கொண்டிருப்பதான ஒரு மிரட்சியை உண்டுபண்ணக் கூடியனவாகவும் அமைந்திருக்கின்றன. அதனால் இந்தக் கேள்விகளுக்கு விடை தேடுவதற்கு முன், இந்தக் கேள்விகள் உருவாவதற்கான காரணங்கள், இந்தக் காரணங்களை உருவாக்கும் உபகரணிகள், இவை உருவாக்கப்படும் சூழ்நிலைகள், இந்தச் சூழ்நிலைகளை உருவாக்கும் காரணிகள் பற்றியும், இவற்றிற்கிடையிலான

உறவுகள், உறவின்மைகள், முரண்கள் அல்லது ஈர்ப்புகள் பற்றியும் சில கேள்விகளைக் கேட்பதன் மூலம், குவிக்கப்பட்டிருக்கும் இந்தக் கேள்விகளின் இறுக்கமான வடிவத்தைத் தளர்த்திக் குறைந்த ஆற்றலுடைய கேள்விகளாக மாற்றிக் கொள்வதும் அதன்பின் இவற்றைப் பகுத்து ஆய்வதும் மொழித்தளத்தில் இலகுவான வினைகளாக நிகழ முடியும்.

பெருவெளியில் ஒரு பொருளின் இருப்பு என்பது அதன் இன்மை என்பதன் மூலமே வடிவம் கொள்கிறது. அது இல்லாத வெளிகளின் பின்புலத்தில் அது தரும் தோற்றமே அதன் இருப்பு என்றும் இதை விளக்கலாம். ஒரு குறிப்பிட்ட பொருள் தனது வடிவத்திற்கு அப்பாலும் 'இல்லை' என்பதே அதன் வடிவம் என்றும் இதைக் கூறமுடியும். இந்த இடத்தில் வெளி என்றால் என்ன என்பது சிக்கலுடையதாகிறது. வெளி என்பதே வெற்றிடம் எனக் கொண்டால் அதன் உள்ளடங்கிய எல்லையற்ற அனைத்தும் எங்கிருந்து இதனுள் நிரப்பப் பட்டன என்னும் கேள்வி எழுவது இயல்பு. இருப்புகள் அனைத்தையும் உள்ளடக்கிய ஒன்றை இல்லை என அடையாளம் காண்பது சாத்தியமில்லை. இந்நிலையில் வெளி என்பது எங்கு தொடங்குகிறது அல்லது எங்கு முடிகிறது என்ற கேள்வியும், ஒவ்வொன்றும் இருக்க ஒரு ஊடகம் தேவையென்ற நிலையில் வெளியின் ஊடகம் எது என்ற கேள்வியும் மர்மங்களாக நம்முன் நிற்கும்.

நீரில் ஒரு பொருள் மூழ்கும்போது அந்தப் பொருளின் கன அளவுக்குச் சமமான நீர் இடப்பெயர்ச்சி செய்யப்படுகிறது. அதைப்போல் வெளியில் ஒரு பொருள் மூழ்கி இருக்கும்போது அப்பொருளுக்குச் சமமான வெளி இடப்பெயர்ச்சி செய்யப்பட்டிருக்க வேண்டும் என்னும் ஒரு யூகம் மொழியளவில் சாத்தியம். ஆனால், இங்கு நிகழும் முரண் கடுமையானது. வெளியில் பொருள் அடங்குவது போல, பொருளில் வெளி அடங்கிவிடுகிறது. அதாவது வெளியின் உள் அலகாகிய பொருள்கள் அனைத்தும் வெளியில் அடங்கிவிடுவதுபோல வெளி அப்பொருள்களுக்குள் அடங்கியிருக்கிறது. அப்படியெனில் வெளியும் பொருளும் மிகத் துல்லியமாக வேறு படவில்லை என்பதும், இரண்டும் ஒன்றில் ஒன்று பிரித்தறிய முடியா சிக்கல் வடிவம் கொண்டிருக்கின்றன என்பதும் விளக்கமுறுகின்றன.

நாம், இங்கு வெளியை பொருள் என்று கொள்ளாமல் பண்பு என்று மட்டுமே வரையறுக்க வேண்டியவர்களாக இருக்கிறோம். பண்பு அல்லது தன்மை என்பது மட்டுமே கொண்டியங்கும் வெளி,

வடிவமற்ற பரிமாணமற்ற ஒன்று என்பது வெளிப்படையானது. அதன் நிறை என்பது இன்மம்(0) என்று குறிக்கப்படக்கூடியது. இன்னும் இன்மம்(0) என்பதற்கும் ஈறிலி(∞) என்பதற்கும் இடையிலான தொடர் வினைகளே பிரபஞ்சத்தின் முழுவடிவத்தையும், இயக்கத்தையும் சாத்தியப்படுத்தக் கூடியதாக அமைகின்றன.

ஒரு பொருள் இல்பின்ன (indivisible) நிலைக்குச் செல்லும் பொழுது அதன் நிறை மற்றும் பருமன் என்பது இன்மமாகவும். அதன் பண்பே வடிவமாகவும் கொண்டியங்கும் தன்மையை அடைகிறது என்பது அறியப்பட்டபின் பொருண்மை மற்றும் பண்பு மொழித்தளத்தில் சாத்தியமாவது போல் தனித்தனியானதோ அல்லது முரண்பாடு உடையதோ அல்ல என்பதும் அறியப்பட வேண்டியதாகிறது.

பொருண்மை மற்றும் பண்புக்கிடையிலான உறவுகள் மாறுதிசை இயக்கத்தின் மூலமே தனித்து அறியப்படக் கூடியனவாக அமைகின்றன. அதாவது பொருண்மையிலிருந்து உருவாகும் பண்பும் பண்பிலிருந்து உருவாகும் பொருண்மையும் இயக்கச்சுழற்சி உறவை அடைகின்றன. இந்நிலையில் மனிதரின் பொருண்மை நிலைக்கும் அவரது பண்பு நிலைக்கும் இடையிலான உறவு என்ன என்பது பற்றிய கேள்விக்கும், பகுப்பாய்வுக்கும் திரும்புவதற்குமுன் மனிதரால் அறியப்படும் வெளியின் தன்மைகளையும் அதன் பல்வேறு சிக்கலான உறவமைவுகளையும் புரிந்து கொள்வது அவசியம்.

இயல்பெருவெளியும், மனிதரால் அறியப்படும் வெளியும் முற்றிலும் ஒன்றானவை இல்லை. மனிதரால் அறியப்படும் வெளி அல்லது பொருள் பரிமாணம் உடையது. அதாவது, வரையறுக்கப்பட்ட தோற்றம் மற்றும் பண்பு உடையது. வரையறுக்கப்படாத எல்லையின்மை என்னும் நிலையும், வரையறைகளுக்குள், அதாவது மனிதனால் அறியப்பட்ட பரிமாணங்களுக்குள் அடங்காத ஒன்றின் கருத்துருவ நிலையாகவே வடிவம் கொள்கிறது. துல்லியமான வெளி என்பது மனிதரால் அறிப்படுவது போல் மூன்றோ அல்லது நான்கோ அல்லது அதற்கு மேற்பட்ட பரிமாணங்களோ உடையது என்று கூறுவது நிஜமற்றுப் போகும் சாத்தியங்கள் அதிகம்.

மேல், கீழ், இப்பக்கம், அப்பக்கம், இடம், வலம், குறுக்கு, நெடுக்கு என்ற எந்தத் திசையலகை எடுத்துக் கொண்டாலும் எதற்கு மேல் கீழாய் எதற்கு இடவலமாய், எதற்குக் குறுக்கும் நெடுக்குமாய் என்ற கேள்விகள், அடிப்படையாக எழும். இந்த நிலையில் நமக்குக் கிடைக்கும் பதில் மனிதருக்கு அதாவது அறியும் தன்னிலைக்கு மேல்

கீழாய், இடவலமாய் என்பதாகத்தான் இருக்கும். இதன் பின்னணியில் நமக்குத் தெரியவருவது மனித வெளிக்கு மையமாய் அமைவது மனிதத் தன்னிலை என்பது. மனிதத் தன்னிலையின் மூலகங்களாக அமைவது மனிதரின் உடல் வெளி மற்றும் மனிதகாலம் இவற்றின் பல்வேறு பிணைவுக்கூறுகளாகும். நிஜத்தில் மனிதரின் முழு அறிவும் தன்னால் பிரபஞ்சத்தை அளத்தல் என்பதாகவும், மனிதனின் முழு இயக்கமும் தன்னால் அளந்தறியப்பட்ட பிரபஞ்ச அலகுகளின் மூலம் தன்னை அளத்தல் என்பதாகவும் பகுக்கப்பட முடியாத முரண் இயக்கத்தைக் கொண்டிருக்கின்றன. மையத்திலிருந்து விளிம்பு நோக்கிய விலக்கமும் விளிம்பிலிருந்து மையத்தை நோக்கிய ஈர்ப்பும் ஒருவிதச் சமநிலையை அடைவது என்பதன் மூலமே பொருட்களின் பருமை அமைவது போல மனிதத் தன்னிலைக்கும் இவ்வித ஈர்ப்பு விலக்கங்களின் எதிர்ச் சமநிலையே அடிப்படையாக அமைகின்றன.

உயிர் வேதிப் பொருட்களின் கூட்டமைவால் உருவான மனித உடல் என்பது, தனது உயிர் மற்றும் உயிர்த்தலின் காலம் என அறிவது, தனது உடல் திரளை உருவாக்கிய மூலகங்கள் ஒரு குறிப்பிட்ட விகிதத்தில் இணைந்து அவற்றிற்கேயுரிய உறவியக்கத்தை ஏற்படுத்தும் ஒரு காலப் பகுதியாகும். உடலை உருவாக்கும் மூலகங்கள் நிஜத்தில் கால எல்லையற்ற இருப்பையும், இயக்கத்தையும் உடையவை. அவை மனித உடல் திரளாக உருவாவதற்கு முன்னும் மனித உடல்திரள் நிலையிலிருந்து போனபின்னும் எல்லையற்ற காலங்களுக்கான இருப்பை உடையனவாக இருக்கின்றன. கரிம அணுக்கள், நீரக அணுக்களுடைய சேர்க்கையுடன் இன்னும் பல உலோக, அலோக அமிலச் சேர்மங்களும் மனித உடல் தனது உயிர் நிலை இருப்பிலிருந்து பிறழ்ந்தபின் பல்வேறு மூலக்கூறுகளாகப் பிரிந்து வெளியின் பல்வேறு வினைகளில் பங்கெடுத்துக் கொண்டு தமது வினையைத் தொடர்ந்துகொண்டிருக்கக் கூடியவை. ஆனால், இவ்வினைகளை மனிதர் தனது உயிர்வினையாக கொள்ளமுடியாத நிலையில் அவரது உயிர்த்தல் உணர்வு, அல்லது உயிர்த்தல் இருப்பு, பல்வேறு மூலக்கூறுகள் பிணைந்து ஒரு குறிப்பிட்ட வடிவைப்பெற்று அந்த அமைப்பு நிலைகேயுரிய பண்பையும், இயக்கத்தையும் பெறும் ஒரு காலப் பகுதியாகும். இந்த இடைப்பட்டக் காலப்பகுதியையே நாம் மனித காலம் என்று அறிகிறோம். அதனால் பொருள் திரளின் ஒரு குறிப்பிட்ட காலவினையே உயிர்வடிவம் என்று கொள்வது பொருத்தமுடையதாகும். இந்தக் காலப்பகுதியை அடிப்படையாகக் கொண்டதே மனிதரின் உடல்வெளி என்பதாக அமைகிறது. மனிதவெளி மனிதகாலம் இவற்றிற்கப்பால் உள்ள கால, வெளி இயக்கங்கள் மனிதநிலையுடன் எவ்விதத் தொடர்புமற்ற,

யூகங்களுக்கு அப்பாற்பட்ட பெருவினையாகும். இதன் பின்னணியில் நோக்கும்போது மனிதரின் பொருண்மை இருப்புக்கப்பால், மனிதரின் அர்த்தம் ஏதுமற்றது என்பது தெளிவாகிறது.

இவ்வகையான மனிதகாலம் மனிதவெளி என்பதன் பிணைந்த வடிவ இயக்கம் சங்கேத நிலையில் படிவுற்ற வடிவத்தையே நாம் மன அமைப்பு என்கிறோம். இவ்வகை மன அமைப்பின் மூல துருவ ஆற்றல்களாக இருப்பவை உயிர் உறை ஆற்றல், உயிர்சிதை ஆற்றல் என்பவையாக அமைகின்றன. மேற்குறிப்பிட்ட மனிதவெளி, மனிதகாலம் இவற்றின் நிலைப்படு யத்தனிப்பு உயிர்உறை ஆற்றல் எனவும், இவை நிலைப்பட்டு இருத்தல் எல்லைக்குட்பட்ட வினையென்பதால், அதன் சிதைவு தவிர்க்க முடியாமல் உயிர் வினைகளின் போதே நடைப்பெற்றபடி இருப்பதை உயிர்சிதை ஆற்றல் எனவும் கூறலாம்.

ஓர் உயிர்ப்பொருள் தன் வினைகளின் பொழுதே சிதைந்துகொண்டிருப்பதனால் அதன் உயிர் வாழ்தல் என்பதே சிதைவுகளை நோக்கிய இயக்கம் என்று கூறப்படக்கூடியதாக அமைகிறது. இவ்வகையான முரண்பாடான வினையின் சமிக்ஞை நிலை இயக்கமே உயிர் உறை உணர்வும் உயிர்சிதை உணர்வும் பிணைந்த மன அமைப்பாகும். சார்புகளற்ற பொருண்மை நிலையில் இவை நோக்கப்படும்போது உருவாக்கம், சிதைவு, உயிர்ப்பு, உயிரழிவு என்கிற இருமைகள் நிஜத்தில் அற்று இவை அனைத்துமே ஒரு இயக்கம் அல்லது வினை என்பதாகத்தான் அமையும். ஆனால் மனித நிலையில் அதாவது, அமைந்துவிட்ட ஒரு பொருள் திரள் அமைவின் ஒப்பீட்டு நிலையில் நோக்கும் பொழுது இவை பல்வேறு திசைத் தன்மைகளைப் பெறுகின்றன. இவ்வகை அறிதலின் மையமாக அமைவது ஒரு குறிப்பிட்ட கால அளவுக்குட்பட்ட வேதிச் சேர்மமான மனித அலகு என்பதால் இங்கு உருவாகும் அர்த்தம் அனைத்திற்கும் மனித உயிர்ப்பு என்பது மையமாக அமைகிறது. இதற்குப் பிறகு அறியப்படும் ஒவ்வொரு துகளும், கதிர்வீச்சும், ஆற்றலும் மனிதரால் அறியப்படும் துகள்களாக கதிர்வீச்சுகளாக ஆற்றல்களாக மட்டுமே தமது அர்த்தத்தைப் பெறுகின்றன.

ஒவ்வொரு பொருளையும் போலவே மனித உடலும் இருப்பு என்னும் பொருண்மை நிலையும், இயக்கம் என்னும் வடிவிலி நிலையும் பிணைந்த ஒரு அமைப்பாகும். அதன் இயக்கங்களில் ஒன்றான உயிர் நுண் கூறுகளின் இடையீட்டு இயக்கத்தால் உருவாக்கப்படும், செயல் படுத்தப்படும், பதிவுறுத்தி வைக்கப்படும் மொழி என்பது மற்ற இயக்கங்களிலிருந்து சிறிது வேறுபட்ட தன்மைகள் உடையதாக

இருக்கிறது. இன்னும் சரியாகக் குறிக்கப்பட வேண்டுமெனில் மற்ற இயக்கங்களைப் போல் அவற்றிற்கே உரிய பண்பையும் உறவியல் திசைக் கூறுகளையும் கொண்டிராமல் பல்வேறு இயக்கங்களின் தன்மைகளில் சிற்சிலவற்றைக் கொண்டு அமைந்த தனித்தன்மையற்ற பண்பியக்கங்களின் தொகுப்பு வடிவமாக இருக்கிறது.

உடல் செயலில் மொழியின் பங்கு என்ன என்பதைத் தெரிந்துகொள்வதற்கு உடல், மொழியை எவ்வாறு உருவாக்குகிறது என்பதைத் தெரிந்து கொள்வதே பதிலாக அமையக்கூடும். ஒவ்வொரு உயிர்த் துகள்களும் தனது மையத்தில் தனக்கான செயல்களின் சங்கேதப் பதிவுகளைத் தாங்கியிருக்கிறது. உட்கரு அற்ற உயிர் நுண்கூறு என்பது உயிர்ப்பற்ற சேர்மமாக மட்டுமே எஞ்சும். தனக்குள் எவ்வகை மூலகூறுகளை, அயனிகளை உள்வாங்குவது, வெளியேற்றுவது என்பதை நிர்ணயிக்கும் காரணிகளாக அமைவது உயிர்நுண்கூறு எவ்வகைத் தனிம அணுக்களால் ஆகி இருக்கிறதோ அவற்றின் கூட்டுப்பண்பு என்பது தெளிவான ஒன்று. நீரக அணுவின் சேர்திறன் மற்றும் அது எவ்வகை அணுக்களோடு வினைபுரியும் என்பதை அடிப்படையாகக் கொண்டும் கரிம அணுக்களின் இணை ஆற்றல் மற்றும் சேர்க்கைப்பண்பு இவற்றை அடிப்படையாகக் கொண்டும் அமைவதே ஒரு உயிர் நுண்கூறின் இருப்பும் இயக்கமும் ஆகும். உயிர்ச்செயலின் அடிப்படை அலகாக அறியப்படும் உயிர் நுண்மங்கள் (gene) உட்கரு அமிலங்களின் பல்வேறு வடிவ மாறுபாடுகளே நாம் அறியும் உயிர் வடிவங்கள் மற்றும் அவற்றின் இயக்கங்களாக அமைகின்றன. மாற்று நோக்குக்குக்காக ஒரு உயிர்க்கூறு கரிம, நீரக அணுக்களின் சேர்மங்களினால் ஆகாமல் கதிர்வீச்சு உடைய அல்லது நீருடன் வினைபுரியாத வேறுவகைத் தனிம அணுக்களால் ஆகியிருக்கும் எனில் நாம் அறியும் உயிர் மண்டலம் முற்றுமே வேறு தன்மையுடையதாக அமைந்திருக்கும் வாய்ப்பு உண்டு. இங்கு நடைபெறும் உயிர்ச்செயல் என்பது மின்காந்தப் பகிர்வுகளாகவோ அன்றிக் கதிர்வீச்சுகளின் இடையீட்டு நிகழ்வுகளாகவோ அமைந்திருக்கும் சாத்தியங்களும் உண்டு. இந்த இடத்தில் நாம் அறிவது உயிர்ப் பண்பு என்பது முன்னனுமானமற்ற யதேச்சைப் பண்பு நிறைந்த பருண்மைச் சேர்க்கைகளின் பண்பியக்கம் என்பதாக எஞ்சுகிறது. இவ்வகை வினைகளின் சிக்கல் நிறைந்த அமைவு தமது தொடர் இயக்கத்தை நிகழ்த்துவதற்கான தகவமைப்பே இவற்றின் உறவியல் தர்க்கங்கள். இவ்வகை, உறவியல் தர்க்கங்களின் அடிப்படையில் உடலியக்கம் நிகழும்போது உருவாவதை அமைப்பு மண்டலம் என்று கணிப்போமானால் உடல் எனும் அமைப்பு மண்டலம் தனது மூலகங்களின் அடிப்படைப் பண்புகளிலிருந்து

வெகுதூரம் விலகிய பண்புத் தொகுப்பைப் பெறுவதற்கான சாத்தியங்கள் அதிகம்.

இவ்வகையான நுண்பண்புகளுக்கும், அமைப்பு மண்டலத்திற்கும் இடையிலுள்ள உறவையே நாம் சமிக்ஞைகளின் உறவு என்று கணிக்க வேண்டியிருக்கிறது. இவற்றிற்கு இடையிலான இயக்கப் போக்கை சங்கேத நிலை இயக்கம் என்றும் கொள்ள வேண்டியிருக்கிறது. உதாரணமாக, உடலின் சில திசுக்கள் சிதைதல் என்னும் நிகழ்வு உடலைப் பொறுத்தவரை முதல் நிலையில் வலி என்பதாக அமையும் பொழுது சிதைவு, வலி இவற்றிற்கிடையிலான உறவையே சமிக்ஞைநிலை உறவு என்றும் இதற்குள் செயல்படும் இயக்கப் படிநிலைகளைச் சங்கேத நிலைகள் என்றும் கூறுகிறோம். இந்த இடத்தில் உடல் என்னும் அமைப்பு மண்டலம் பெறும் ஒவ்வொரு சங்கேதமும் அதன் உப மண்டலங்களின் சமிக்ஞையாகவும், உபமண்டலங்கள் பெறும் சங்கேதங்கள் அவற்றின் நுண் கூறுகளின் சமிக்ஞைகளாகவும் இயங்குகின்றன. இவற்றின் உறவுத் தொடர் பின்னல்களையே நாம் புலன்கள் என்கிறோம். புலன்கள் அனைத்தும் பல்வேறு வட்டப்பாதைகளில் பல்வேறு வேக மாறுபாடுகளுடன் இயங்கிக் கொண்டிருந்தாலும் அவற்றின் மைய ஆற்றலாக அமைவது உயிர் நிலைப்பு அல்லது உயிர் இயக்கத் தொடர்ச்சி என்பதாகவே அமைகிறது. இரண்டு பண்புருவங்கள் இணையும் பொழுது அங்கு உருவாவது வெறும் பண்புக் கலவையாக மட்டும் இல்லாமல் முற்றிலும் புதிதானதும், அதே சமயம் புதிதல்லாததுமான மூன்றாவது ஒரு பண்பு, பதிலீடு செய்ய முடியாத ஒரு பண்பு உருவாவது இயற்கையின் எண்ணற்ற விதிகளில் ஒன்றாக அமைவதால் உயிரியக்கம் என்பது தனித்தன்மை வாய்ந்ததும் அதே சமயம் தொடர்பியக்கம் உடையதுமான எண்ணற்ற நுண்ணியக்கங்களின் பின்னலாக அமைந்திருக்கிறது. இந்த இயக்கங்களில் ஏதோ ஒன்றைப் பிரித்து இதுதான் உயிரியக்கம் என்று கூறுவது எவ்வளவு சாத்தியமற்றதோ அந்த அளவுக்கு மொழியையும் இந்த உயிரியக்கங்களிலிருந்து பிரித்து அறிவது சாத்தியமற்றதாகவே இருக்கும். ஆனால், இதன் செயல்பாட்டை வைத்து வேறுபட்ட தன்மைகளுடைய இயக்கங்களுக்கிடையில் செயல்படும் நிலைமாற்ற இயக்கம் என்று இதை வரையறுக்க முடியும்.

நாம் மொழி என்று குறிப்பிடுவது ஒலித்துகள்களால் அமைந்த கருத்துப் பரிமாற்ற இயக்க வடிவம் மட்டுமில்லை என்பதை முதலில் தெளிவுபடுத்திகொள்ள வேண்டும். காட்சிப் படிமங்கள், வெப்ப மாறுபாடுகள், ஒளிக் கூறுகள், திட திரவ வாயு நிலைகள் பற்றிய பௌதீக அளவைகள், இவை பற்றிய

தொகுப்புணர்வும் இவற்றிற்கிடையிலான அர்த்த உறவுகளும் பிணைந்த உருவகத்திரள்களையே நாம் மொழி என்று குறிப்பிட வேண்டியவர்களாகிறோம். இந்த உருவகத் திரள்களின் அடுத்த கட்ட வினையே நம்மால் பரிமாற்ற மொழி என்று மட்டும் அறியப்படும் மொழிச் செயல்பாடு ஆகும். மொழி மற்றும் மொழிச் செயல்பாடு நம் உடல் செயல்பாட்டில் எப்படி உருவாகிறது என்பதைப் பற்றி பல்வேறு ஆய்வுகளும், முடிவுகளும் சிறிதும் பெரிதுமான வேறுபாடுகளுடன் விளக்கங்களைத் தந்திருக்கின்றன. இவை அனைத்தும் ஒன்றுபட்டு ஏற்றுக் கொள்ளக் கூடியது மொழி என்பது மூளைச் செயல்பாடு என்னும் அடிப்படையான கருதுகோளாகும்.

மூளை பல கோடிக்கணக்கான நரம்பணுக்களால் ஆன தொகுப்பு என்பதும் நரம்பணுக்களுக்கிடையிலான பரிமாற்றங்கள் மின் பரவல் தன்மையுடன் நிகழக்கூடியது என்பதும் உடலியல் கூறக்கூடிய உண்மைகள். உடல் என்பது பலநூறு கோடி நரம்பணுக்களால் பின்னப்பட்ட, பல்வேறுபட்ட மின்காந்த அதிர்வுகளை, உயிர் அலை வீச்சுகளை, கதிர்ப்புலங்களை ஒவ்வொரு நொடியிலும் வெளியிட்டும் ஏற்றும் இயங்கிக் கொண்டிருக்கும் பொருண்மைத் தொகுப்பு என்பதையும் நுண் ஆய்வுகள் நமக்கு விளக்கி இருக்கின்றன.

ஒரே வகையான ஆற்றல் வெவ்வேறு தன்மையுடைய பொருட்களூடே வினைபுரிந்து வெவ்வேறு வகையான இயக்கத்தையும், விளைவுகளையும் ஏற்படுத்தும் என்ற இயற்கை விதிகளுக்குட்பட்ட உடலும், தனது புலன்களூடே ஒரே வகை ஆற்றலைப் பல்வேறு வகையாகச் செயல்படுத்தியபடி உள்ளது. இந்தச் செயல்களுக்கிடையில் ஒரு சங்கேத உறவியக்கமாக செயல்படும் மொழியும், இவற்றின் பன்முகத்தன்மையை உடையதாக உள்ளது, ஒரு புலன் மூலமாகப் பெறப்படும் ஆற்றல் வேறு புலன் மூலமாகச் செயல்படுவதே மொழி என்றும் இதன் பின்னணியில் கூறலாம்.

புலன்கள் வெளியோடும் பொருட்களோடும் உறவு கொள்ளும் ஒவ்வொரு வினாடியும் சில ஆற்றல் அலைகளை வெளியேற்றவும், சில ஆற்றல் அலைகளை உள்வாங்கவும் செய்கின்றன. உள்வாங்கப்படும் ஆற்றல் உடலின் பல்வேறு பாகங்களுக்கு அவற்றிற்கேயான சங்கேதங்களாக மாற்றப்பட்டுக் கடத்தப்பட்டபடி இருக்கின்றன.

இச்செயல்பாட்டை நிகழ்த்துவது நரம்புத் தொகுப்பு. நரம்புத் தொகுப்பின் மையமாக அமைவது மூளைத்திரள். எந்தவொரு

புலன் மூலமாகவும் பெறப்படும் செய்தி நரம்பணுக்களுக்குள் சங்கேத அலைகளாக அதாவது, அவற்றின் RNA, DNA மூலகங்களின் நகர்வு அமைவுகளால் உருவாக்கப்படும் மின் அலைகளாக மாற்றப்பட்டு, ஒவ்வொரு நரம்பணுவூடும் கடத்தப்படுகின்றன. இவ்வகையாகக் கடத்தப்பட்ட செய்தி அலைகள் மூளையின் செயல் மண்டலத்திற்குள் வரும் போது மீண்டும் அவற்றின் மூலக அமைவுகளை உருவாக்குகின்றன.

மூளையின் இணைவுகள் பல்வேறு புலன்கள் புலன்கூறுகளோடு நேரடித் தொடர்புடையவையாக இருப்பதனால் அந்தந்தப் புலன்களுக்குத் தேவையான செய்திகளாக அவற்றை மாற்றித் திருப்பி அனுப்புகின்றன. இவ்வினை மின்வேதி விதிகளின் ஒழுங்குறவுகளின் அடிப்படையில் நடைபெறுகின்றது.

விரல் வெப்பமான ஒரு பொருளைத் தீண்டும் பொழுது, அதன் செய்தி மூளைக்கு அனுப்பப்படுவதும், வெப்பம் விரல் திசுக்களை அழிக்கும் அளவுக்கு இருந்தால் உடனடியாக விரல் தன்னை விலக்கிக்கொள்வதற்கான செய்தியை மூளை விரலுக்குச் செலுத்துவதும் என்ற வினையை எடுத்துக்கொண்டு ஆயும்பொழுது அது விரல், மூளை என்ற நேரடி உறவுநிலைகளில் நிகழ்வதை அறிய முடியும். அந்த வெப்பமான பொருளிடமிருந்து உடல் விலகி வர வேண்டிய தேவை இருக்குமெனில், மூளை கால்களுக்கு அனுப்பும் செய்தியும், விரலில் எவ்வகைப் பாதிப்பு நேர்ந்திருக்கிறது என்பதை அறிய வேண்டுமெனில் கண்களுக்கு அனுப்பப்படும் செய்தியும் அங்கு நேரும் சிறு எரிச்சலைக் குறைப்பதற்கு விரல் எச்சில் ஊறும் இடமான வாயை அடையும்பொழுது அதற்கு ஒத்துழைக்கும்படி எச்சில் சுரப்பிகள் உதடுகள், நாக்கு போன்றவற்றிக்கு அனுப்பப்படும் செய்திகளும் அங்கு நேர்ந்த சக்தி இழப்பை ஈடு செய்ய அதிகமான சக்தியுடைய ரத்த அணுக்கள் ரத்த ஓட்டத்தின் மூலம் அங்குச் செலுத்தப்பட ரத்தக் குழல் இதயம் போன்றவை பெறும் செய்திகள், இவை அனைத்தும் செயல்படுவதனால் ஏற்படும் சிறு அதிர்வுகள், தடைகள் மற்றும் வெப்ப ஏற்ற இறக்கங்களை ஏற்றுக்கொள்ளும்படி உடலின் அத்தனைப்பகுதிகளுக்கும் செலுத்தப்படும் செய்திகள் எனத் தொடர்ச்சியாகச் செய்திகள் அனுப்பப்படுவதும், செயல்படுத்தப்படுவதும் சில வினாடிகளில் நடந்து விடுகின்றன.

இவ்வினை ஒருமுறை நிகழும்போது ஏற்படும் தகவமைப்புகள் அனைத்தையும் தனக்குள் பதிவு செய்து கொள்ளும் தன்மையுடையதாக மூளை செயல்படுவதனால் இவை வேதி மூலங்களின் சமிக்ஞையாக

மூளையின் பகுதிகளில் எப்பொழுதும் பாதுகாக்கப்படுகின்றன. அடுத்தமுறை இதே வகையான வெப்பமான பொருள் ஒன்று எதிர்ப்படும் போதே, கண்களின் மூலம் பெறும் செய்திகளைக் கொண்டே மூளை மீண்டும் இவ்வகை திசு அழிவு ஏற்படாத வண்ணம் அனைத்து ஏற்பாடுகளையும் செய்து செய்திகளை உடலின் பல்வேறு பகுதிகளுக்கு அனுப்பி விபத்தைத் தடுக்க முடிவதற்கு இந்தப் பதிவுகளே காரணமாய் அமைகின்றன.

மேற்குறிப்பிட்ட வினையில் பங்கேற்கும் உடல் புலன் அல்லாத வேறு காரணிகளையும் இங்கு குறித்துக் கொள்வது அவசியம். வெப்பமான பொருளுக்கும், உடலுக்கும் இடையிலுள்ள தூரம், ஒரு பொருள் வெப்பமாக இருந்தால் அது கொள்ளும் நிறமாற்றம் மற்றும் மணம், எவ்வகைப் பொருட்கள் பொதுவாக வெப்பமடைந்து காணப்படும், எந்தச் சூழலில் அவை வெப்பமாக இருக்கும் என்பவை போன்று இன்னும் பல காரணிகள் இங்கு பல்வேறு புலன்களினூடாகப் பெறப்பட்டு மூளையுள் சேமிக்கப்படுகின்றன. இப்படி சேமிக்கப்பட்ட செய்திகளையே நாம் அறிவு மற்றும் உணர்வு என்று குறிப்பிட்டு வருகிறோம். இதே வகையான உடலின் பல்வேறு புலன்களூடாகப் பெறப்படும் எண்ணிக்கையற்ற சிக்கலான செய்தித் தொகுப்புகள் அடங்கிய பகுதியாகிய மனித மூளை தனக்குள் நிகழ்த்தும் வேதிமின் வினைகள் வெளியின் பல்வேறு அதி நுண்கூறுகளின் பண்புகளோடும், அகாலக் கூறுகளின் பண்புகளோடும் உறவுடையனவாகவும் அமைந்திருக்கின்றன.

தனது உயிர்த்திரளின் இயக்கத்தோடும் தனது உயிர்த்தன்மைகளை நிர்ணயிக்கும் பொருண்மைக் கூறுகளின் பண்பியக்கத்துடனும் உறவற்ற எதையும் மனித மூளை மட்டுமல்ல பிரபஞ்சத்தின் எந்தவொரு நுண்கூறும் ஏற்றுக் கொள்வதில்லை. செயலற்ற இயக்கமற்ற நிலை என்பது இயற்கையில் சாத்தியமே இல்லை என்பதனால் மனித மூளையின் செயல்பாடுகள் அனைத்தும் மறுக்க முடியாத அளவுக்குப் பொருண்மைத் தன்மை உடையனவாகவே உள்ளன. நமது நினைவுகள், சிந்தனை, செயல்பாடு போன்ற அனைத்தும் மின் வேதிச் செயல்களின் வடிவ மாறுபாடுகளாகவே உள்ளன. உடல் தொகுதி தனது தனிப்பட்ட பண்பால் நிச்சயம் நிலைப்பட்டிருக்க முடியாது என்பதால் அது ஓயாமல் புறவெளியோடு இயங்கியல் உறவை நிகழ்த்திகொண்டிருக்கிறது. அதனாலேயே உடல் இருப்பு இன்னும் பொருண்மைத் தன்மை உடையது என்பதும் தனது ஒவ்வொரு நிலையிலும் தானற்ற ஒரு இயக்க வடிவத்தைக் கொண்டிருக்கிறது என்பதும் நிரூபணமாகிறது. இவ்வகையாகத் தொடர்ந்து மாறிகொண்டிருக்கும் ஒரு குறிப்பிட்ட

காலப் பகுதிக்குப் பின் முற்றிலும் புதிய ஒரு பொருள் தொகுதி என்றே கூறப்படக்கூடிய உடலின் மையமாக ஒரு தொடர்ச்சியுடைய இயக்கப் பகுதியாக அமைவது இருப்பு (+) மற்றும் (-) என்னும் நேர் முரண் இருமைகள். இவற்றையே நாம் உயிர் உறை உணர்வு மற்றும் உயிர் சிதை உணர்வு என்று உளவியல் கருதுகோள்களினூடாக விளக்குகிறோம். மனித சரித்திரம் முழுவதையும் மேற்குறிப்பிட்ட நேர் முரண் இருமைகளால் உருவாகும் தொடர் வரைவு என்று நாம் விளக்க முடியும். மனித சரித்திரத்தின் மையமாக அமையும் மனித உடல் அதன் விளிம்பாகவும் அமைந்திருக்கிறது. இதற்கிடைப்பட்ட எண்ணற்ற சங்கேத அமைப்பாக்கங்களே மனிதர் காணும் அர்த்தங்கள், அர்த்தமின்மைகள் என்று விரியும் புனைவுக் கூறுகளாகும்.

மூளையின் மிக முக்கியமான செயல்பாடாகக் குறியீட்டு உருவாக்கம் அமைந்திருக்கிறது. இவ்வகைக் குறியீடுகள் உயிர் அமிலங்களின் பலவித வடிவ வரைவுகளாய்ப் பதிவுறுத்தப்பட்டு மீண்டும் செயல்படத்தக்கனவாய் அமைந்திருக்கின்றன. கண்கள் மூலமாக நாம் பெறும் காட்சி என்பது நேர்க்கோட்டுத் தன்மையற்ற பல காரணிகளால் உருவாவதாகும். கண்கள் என்பதை கூம்பு வடிவுடைய, உயிர் நுண்கூறுகளால் அமைந்த திரள், அந்த உயிர்நுண்கூறுகள் ஒளிக்கதிர்களால் போட்டோன்கள் என்னும் நுண்துகள்களால் நேரடியாக தூண்டப்படும் தன்மை உடையவை. ஒரு பொருளின் பிம்பம் விழித்திரையில் தாக்கும்போது நியூரான்களால் கடத்தப்படும் பதிவுகள் மூளை நுண்கூறுகளில், அப்பிம்பத்தின் வேதிச் சமிக்ஞைகளைப் பதியவைக்கின்றன. உயிரக மூலக்கூறுகள், அப்பிம்பத்தின் மாற்றுவடிவங்களாகப் பிணைவு வடிவம் கொள்கின்றன. இந்த மூலக்கூறுகள் தூண்டப்படும்பொழுது அப்பொருள் பார்வையில் படாத நிலையிலும் மூளையில் அப்பொருளின் பிம்பம் மிக நுட்பமாக உணர்த்தப்படும் தன்மை இங்குச் செயல்படும் மின்வேதிச்செயல்களால் சாத்தியமாகிறது. இந்தச் சமிக்ஞைகள் வேற்றுப்புலனான செவி மூலம் பெறப்படும் ஒலிகளுடன் ஒரு உறவைப் பெறுவதன் மூலம் பெயரிடுதல் என்னும் வினை நிகழ முடிகிறது. இங்கு ஒவ்வொரு ஒலிக்குறிப்புக்கும் இணையான உயிரகமூலக் கூறுகளே வேறு நரம்பணு இணைவுகளில் பதிவாகி இருக்கிறது. இந்த வினைக்கு முன் தேவையாகப் பல இடைக்கால வினைகள் நிகழ வேண்டிய தேவையும் இருக்கிறது.

சில வகை ஒலிக்குறிப்புகள் சில பொருட்களுக்குத் தொடர்புடையனவாகத் தொடர்ந்து பதிவாவதன் மூலமே மூளையின் மொழிச் செயல்பாடு சாத்தியமாகிறது. ஒலியும் வரியும் மொழிவடிவின் கூறுகளாக அமைவதையும் கவனத்தில்

கொள்ளவேண்டும். ஒலி வரிக் குறிப்புகளால் உருவாக்கப்படும் மொழி இரண்டு மனித மூளைகளுக்கு இடையில் மிக இலகுவாகச் செயல்படும் சாத்தியம் அதிகம் என்பதால் மனிதர்களுக்கிடையில் குறியீட்டு மொழி அதிக அளவில் வளர்வதற்கான சாத்தியமும் நேர்ந்திருக்கிறது. மனித மூளைகளின் ஒத்த தன்மைகளின் காரணமாகவே மொழி என்பது தொடர்புச் செயல்பாடாகும் நிலை வாய்த்திருக்கிறது என்பது மிகவும் அடிப்படையானதாகும். இந்த மொழிச் செயல்பாடு மனித வெளியின் நிலைப்படும் எத்தனிப்புகளில் ஒன்றாகச் செயல்பட்டு உயிர்சிதை உணர்விலிருந்து விடுபடும் தொழில் நுட்பமாக வளர்வதற்கு இதன் நுட்பமான நிலைமாறு தன்மை, இலகுவான சேர்திறன், போன்றவற்றோடு வெளியூடே மட்டுமின்றி காலத்தூடேயும் செயல்படும் தன்மை போன்றவை காரணமாகின்றன. இந்தவகை மொழியமைவுகளின் தொடர்படிவே மனித மூளை என்றும் இவற்றின் இடையீட்டு இயக்கமே மனித சரித்திரம் என்று சற்று எளிமைப்படுத்தி நாம் விளக்க முடியும். மொத்தத்தில் மனித சரித்திரம் முழுமையும் ஆர்.என்.ஏ (RNA) மற்றும் புரத மூலக்கூறுகளின் பன்முகப்பட்ட வினைகள் என்று கூறினாலும் விஞ்ஞான அடிப்படையில் மறுக்க முடியாததாகவே அமையும்.

மனித மனதின் மிகச்சிக்கலான செயல்களில் உருவக ஆக்கம் முக்கிய இடத்தை வகிக்கிறது. உடலை வெப்பம், குளிர் மற்றும் சூழலின் உராய்வுகளில் இருந்து பாதுகாப்பதற்காக உருவாக்கப்பட்ட ஆடை என்பதற்கும், நவீன மனிதரின் பாலியல் குறியீடாக, இன்னும் பரவலாக அரசியல் நிகழ்வாக மாறிப்போன ஆடை என்னும் உருவகத்திற்கும் இடையில் பலநூறு ஆண்டுகால உருவகத்திரட்சியின் இடைவெளி இருக்கிறது. முதல்நிலையில் உடலைப்பாதுகாத்தல் என்பதன் மூலம் அவசியமான ஆடை, பின்பு தான் சார்ந்த நிலவியல், தாவரவியல் சூழல்களின் மூலம் நிறப்பண்புகளைப் பெறுகிறது. தான் வாழும் பகுதியில், தன் உணவுக்குத் தேவைப்படும் விலங்குகளைப் பிடிப்பதற்காகவும், தன்னை அழிக்க முயலும் விலங்குகளிடமிருந்து மறைந்து நிற்கவும், அவற்றின் நிறங்களுக்கேற்ற வண்ணங்களைத் தன் உடலில் பூசிக் கொள்வதன் மூலம் ஆடையும் நிறங்களும் இணைகின்றன. இந்த வினை உயிர் நிலைப்பு வினையோடு தொடர்புடைய நுட்பமாக மாறும் பொழுது, நிறங்களும் ஆடைகளும் உயிர்ச் செயல் குறியீடுகளாக மாறுகின்றன. ஆடைகள் அற்ற மனிதர் விலங்குக் குழுக்களுடன் போட்டியிட முடியாதவராக மாறுவதனால் வலிமை மற்றும் தற்காப்பின் தொழில் நுட்பமாக ஆடை உருவாக்கம்

வளர்ச்சியடைகிறது. உயிர்ச்செயலின் தொழில் நுட்பங்களில் ஒன்றாக ஆடை மாறியபின் சகமனிதரை அறியும் ஒவ்வொரு வினையின் பொழுதும் ஆடை முக்கியக் குறியீடாகச் செயல்படத் தொடங்குகிறது. ஆடைக்கும் கவசங்களுக்கும் உள்ள உறவையும் இங்கு நினைவு கொள்ள வேண்டும்.

இனக் குழுவின் ஒவ்வொரு உறுப்பினரும் பயன்படுத்தும் ஆடையின் நிறங்கள் அவற்றின் தோற்றங்கள் பல்வேறு செய்திகளை இனக் குழுவுக்குள் உணர்த்தியபடி இருக்கின்றன. இந்த நிறம் மற்றும் தோற்றக் கவர்ச்சி மனிதர்களுக்கு மட்டுமின்றி விலங்குகளுக்கிடையிலும் முக்கிய இடத்தை வகிக்கிறது. இனக்குழுவில் இவ்வகைத் தொழில் நுட்பத்தைச் சரியாகக் கையாளும் ஒவ்வொரு உறுப்பினரும் இனவலிமையை, உயிர்ச் செயலைக் கட்டமைப்பவர்களாக அடையாளம் காணப்படுவதால் இதனோடு தொடர்பு கொண்ட பாலியல் நிகழ்வாகவும் இது மாற்றமடைகிறது. இவ்வகை உருவகத் திரள்கள் மனத்தின் உள்ளார்ந்த புலன்களினூடே தொடர்ந்து படியும்போது மொழியாகிய நினைவிலித் தளத்தில் ஆடை பற்றிய பல்வேறு புனைவுகள் தோன்றியபடி இருக்கின்றன. பாலியல் இணைகளைத் தேர்ந்தெடுக்கும் பொழுதும், இனத் தலைமையைத் தேர்ந்தெடுக்கும் பொழுதும் இப்புனைவுகள் முக்கிய இடத்தை வகிக்கின்றன. இந்தத் தொடர் உருவகப் பெருக்கம் ஒரு குறிப்பிட்ட நிலைக்குப்பின் தனது பொருண்மை உறவை இழந்து மன இயக்கத்தின் பல்வேறு செயல்பாடுகளைக் கட்டுப்படுத்தும் கருத்தியலாக, அழகியலாக மாறுகின்றன. விலங்குகளுடனான கவர்ச்சியும், மிரட்சியும் பல நிலைகளில் பிணைந்து உருவான இவ்வகை உருவகங்கள் பாலியல் நிகழ்வுகளுடன் மிக அடிப்படையில் பிணைப்புடையனவாக உள்ளதால் ஆடை பற்றிய கருத்தாக்கங்கள் வாழ்தல் என்பதைப் பலவகையில் நிர்ணயிக்கும் ஆற்றலைப் பெறுகின்றன. பாலியல் குறியீடுகளிலிருந்து தொடங்கி தொழிற்புரட்சி வரை நீண்டிருக்கும் இவ்வகை வினையையே உருவகங்களின் நீட்சி என்று நாம் அறிந்து கொள்ள வேண்டியவர்களாக இருக்கிறோம். இவ்வகை உருவகங்களின் பல்வேறு பின்னல்களால் அமைந்த உருவகத்திரள்களே இன்றைய அரசியல், பொருளியல், அழகியல், மத ஒழுக்க செயல்பாடுகள் என்பதை மனிதரின் பொருண்மை இயக்கத்திற்கும் சங்கேத இயக்கத்திற்கும் இடையில் உள்ள உறவுகளை, உறவின்மைகளைப் பகுத்து ஆய்வதன் மூலம் தொடர்ந்து வெளிப்படுத்த முடியும்.

இவ்வகை உருவகங்கள் உருவாகும்பொழுது உறைந்துபோகும் மௌனங்களும் அவற்றின் இடைவெளிகளில் சேகரமாகும்

இருண்மைகளுமே சரித்திரத்தின் கருத்தியல் வன்முறைகளுக்குக் காரணமாக அமைகின்றன.

மனித உடல் கூறுகளிடையே உருவாகும் மின் அழுத்தம் ஒரு குறிப்பிட்ட முறையில் சமப்படுத்தப் படாத நிலையில் உருவாகும் வாதைகளே மன அழுத்தம், உளைச்சல், வாழ்வியல் சார்ந்த பதற்றங்கள் என்பனவாக வடிவமைந்து வெளிப்படுகின்றன. உடலியல் சார்ந்த அச்சங்கள், அதிர்வுகள், திகைப்பு, வியப்பு, தாபம், குழப்பம் என்பவை ஹார்மோன் மற்றும் என்ஸைம் என்பவற்றோடு நேரடித் தொடர்புடையவை. இவற்றால் உருவாகும் உபரி ஆற்றல், அலைகள் மொழிவடிவாக மாற்றப்பட்டு செயல்படுவதன் மூலம் உடல் ஒருவித சம நிலையை அடைகிறது.

மொழி வெளியூடாகப் பயணம் செய்வதோடு காலத்தினூடாகவும் பயணம் செய்வதன் மூலமே இவ்வகை வினைகள் சாத்தியமாகிறது. குறுகிய வெளிக்குள் மனித உடல் கட்டுப்பட்டிருக்கும் நிலையிலும் காலத்தினூடான மொழியின் பயணம் விடுதலையைச் செயலாக்குகிறது. உருவமற்றுப்போதல் மிகை இயக்கத்தின் வழி அனைத்துத் துகள்களுக்கும் சாத்தியம், மனதின் உள்ளீடான ஒரு ஆற்றல் உருவமின்மையை அடையும் யத்தனிப்பில் மொழிவழியான காலத்தினூடான பயணத்தையும் இயக்கத்தையும் தொடர்ந்து கொண்டிருக்கிறது.

ஒரு படிமம் தொடர்ந்து தோன்றுவதன் மூலம் ஒரு சொல் தொடர்ந்து உச்சரிக்கப்படுவதன் மூலம் உருவாகும் உடல் வேறுபாடுகளை புலன் இயக்கங்களைக் கவனிக்கும் பொழுது இதன் தனமைகள் பலவகையாக அர்த்தமடையக்கூடும். காலத்துக்குள் காலமெனும் விரிந்து செல்லும் தொடரியக்கம் மனத்தில் பிம்பங்கள், மொழிச் செயல்பாடுகள் மூலம் நிகழ்வதால் இறுகிய வெளிக்குள்ளான உயிர்த்தன்மை எல்லையின்மையை நோக்கிய அணுவட்டச் சுழற்சி நிலையை அடைகிறது. இவை எண்ணற்ற திசைகளில் எண்ணற்ற தோற்றங்களுடன் தொடர்ந்து செயல்படுவதால் உடலின் அலை இயக்கம் ஏதாவது ஒருவகையில் மாற்றீடு செய்யப்பட்டு உயிர் இருப்பின் மையம் சிதைந்து போகாததான ஒரு பிரக்ஞை நிலைத்தோற்றத்தை உருவாக்கமுடிகிறது. ஆனால் சுதந்திரமான சொல் தேர்ந்தெடுப்பும், அர்த்த உருவாக்கமும் சாத்தியமற்ற இறுகிப் போன பிம்பங்களும், மிகக் குறுகிய மாதிரி வடிவங்களுக்குள் செயல்படும் தோற்ற உருவாக்கங்களும் மனத்தின் இயக்கத்தைக் குறைப்பனவாகவும் உயிர்ச் செயல்பாட்டை இடையூறு செய்வனவாகவும் மாறி உயிராற்றலில் பிறழ்வுகளை ஏற்படுத்துகின்றன. இந்த வினையை அதிகாரத்தின்

சரித்திரச் செயல்பாடு என்று கூறலாம். மனிதர்களுக்கிடையேயான தடையற்ற உயிர்ச் சங்கேதப் பரிமாற்றங்கள் ஒடுக்கப்படுவதன் மூலம் மனச் செயல்பாட்டில் பல அடுக்குகள் உருவாகி மனம் தனக்குள் பல உள் முரண்களைக்கொண்ட சிக்கலான அமைப்பாக மாறுகிறது. இங்கு வெளியூடான இயக்கமும் காலத்தினூடான இயக்கமும் ஒன்றாக இறுக்கப்படுவதன் மூலம் உயிர்ச் செயல் முழுமையும் தனக்குள் ஒடுங்கிய பல்வேறுபட்ட பிறழ்வுகளைச் சந்திக்க வேண்டியிருக்கும். இருண்மைகள் அற்ற, மௌனங்களற்ற தொடரியக்கம் உடைய மனச்செயல்பாடே இயல்பான உயிரியக்கத்தை நிகழ்த்தக் கூடியதாக இருப்பதால் உடலின் விடுதலையும் மனதின் விடுதலையும் ஒன்றிலிருந்து ஒன்று பிரித்தறிய முடியாததாகச் செயல்படுகின்றன. காலத்தினூடாகவும், வெளியினூடாகவுமான இயக்கங்கள் ஒரு ஒத்திசைவைக் கொண்டியங்கவில்லையெனில் அது உயிர் மற்றும் சமூகச் செயலின் குலைவாக அமைகிறது. சமூக மனத்தின் காலம், வெளிசார்ந்த பிணைப்பு வடிவம் குறித்தும் மொழியின் காலம் வெளிசார்ந்த இயக்கம் குறித்தும் ஆக்கப்பூர்வமான ஆய்வுகள் அவசியமாகின்றன.

தன்னிலை என்பது ஒவ்வொரு மனத்திற்கும் மையமாக அமைந்திருந்தாலும் மனிதத் தன்னிலையென்பது பல்வேறு பொருட்களோடு கொள்ளும் உறவாலும் வேறு தன்னிலைகள் வழி உருவாக்கப்படும் குறிகளாலும் உருவாவதால் தனித்தன்மையற்ற அமைப்பின் உள்ளடங்கிய ஒரு கூறாகச் செயல்படுகிறது. மொழி என்பது இல்லாமல் இந்தத் தன்னிலையும் மனமும் சாத்தியமில்லை என்பதால் ஒவ்வொரு மனிதரும் ஒரே சமயத்தில் அமைப்பாகவும் அமைப்பின் பகுதியாகவும் இயங்க முடிகிறது. இங்கு உருவாகும் தன்னிலை மனிதத் தன்னிலையென்னும் திரள் வடிவத்தையும் பெறுகிறது. இந்த அமைப்புக்கப்பால் மனிதரின் அர்த்த இயக்கம் சாத்தியமில்லையெனும் நிலையில் மனித மனங்களுக்கிடையேயான உறவியல் தர்க்கங்கள் சிதையும் பொழுது அதாவது மொழி என்பது ஒரு கட்டத்தில் தடைப்படும் பொழுது, தேங்கும் பொழுது சரித்திரம் இல்லாமல் போகலாம். அதனால் சரித்திரம் என்பது மாற்ற முடியாத முழுமுற்றான பேரிருப்பு அல்ல என்பதும் மொழியடிப்படையிலும் அர்த்தப்படுத்துதல் அடிப்படையிலும் அது மாற்றப்பட்டுவிட முடியும் என்பதும் தெளிவாகின்றது.

நிஜமான மனிதத் தன்னிலை புவி ஈர்ப்பு விசையைச் சார்ந்து அமைவது. உடலின் மைய அச்சு புவி ஈர்ப்பு மையத்தோடு கொள்ளும் உறவே அதன் நிலைத்தல் உணர்வு. புவியின் மையம் சூரியனின் ஈர்ப்போடு தொடர்புடையது. சூரியனின் இருப்பும்

இயக்கமும், எண்ணற்ற கிரக மண்டலங்களின் ஈர்ப்புகள் விலக்குகள் சார்ந்த விசைகளுடன் நிர்ணயிக்கப்படுவது. இப்படியாகத் தொடர்ந்து விரியும் எல்லையின்மையோடு மனித மனமும் மிக உள்ளீடான ஒரு உறவைக் கொண்டிருக்கிறது. பிரபஞ்சத்தின் ஒவ்வொரு துகளோடும் நேரடியாகவோ மறைமுகமாகவோ மனத்திற்கும் தொடர்பு இருக்கிறது என்பதை விண்ணியல் தெளிவு படுத்தும் நிலையில் சமூக ஒழுங்குகளுக்கும் பௌதீக ஒழுங்குகளுக்கும் இடையிலுள்ள உறவு மற்றும் உறவின்மை பற்றி நேர்க்கோட்டு நிலையில் விளக்க முடியாத நிலை ஏற்படுகிறது. மனித தர்க்கம் மனிதரையன்றி வேறு எதையும் மையமாகக் கொண்டு இயங்கவில்லை என்பதும் மீண்டும் இங்கு நிரூபமாகிறது.

பிரபஞ்ச யதார்த்தம் அல்லது பொருளின் யதார்த்தம் என்பதும் மனிதரின் யதார்த்தம் என்பதும் வேறு வேறானவை. ஒரு பொருள் இப்படி இருக்கிறது என்பதைவிட இப்படி நோக்கப்படுகிறது என்பதே இயக்கம் சார்ந்ததாகும். இங்கு உருவாகும் யதார்த்தமே மனித யதார்த்தம் என்னும் பொழுது இதன் மூலமாகக் கண்டறியப்படும் உண்மைகளும் அர்த்தங்களும் மனிதார்த்தம் என்றே அறியப்பட வேண்டியதாகிறது.

நாம் மிகவும் குழப்பமான ஒரு நிலைப்பாட்டை எடுத்திருப்பதாகத் தோன்றுவது உண்மையா?

சரித்திரத்தின் முழு வன்முறையுமே அது தனக்குள் குழப்பங்களும் சிக்கல்களும் இல்லையென்னும் போலியான தோற்றத்தை, தான் சமநிலையுடைய ஒரு நேர்க்கோட்டு இயக்கம் என்னும் பொய்யான விளக்கத்தைத் தருவதிலேயே அடங்கியிருக்கிறது. அப்படியெனில் அதன் வன்முறைகெதிராகச் செயல்படும் நிலையில் நாம் குழப்பங்களை, சிக்கல்களை அடையாளம் காணவேண்டியவர்களாக நிர்பந்திக்கப்பட்டிருக்கிறோம். மனிதம் நிஜத்தில் சிக்கலான ஒரு அமைப்புத் தொகுப்பு என்பதை ஒப்புக்கொள்ளும் பொழுது நமது நிலைப்பாடுகளும் குழப்பமடைவது தவிர்க்க முடியாததாகிறது. இது குழப்பம் என்பதைவிடச் சலனம் மற்றும் பன்முக நகர்வு என்று கூறுவதே சரியானதாக இருக்கும்.

யதார்த்தம் என்று எதுவுமே இல்லையென்று நிறுவுவதற்கு விஞ்ஞான அடிப்படை இடம் தருகிறதென நாம் கூற முடியுமா?

யதார்த்தம் என்று எதுவுமே இல்லை என்று நாம் நிறுவப்போவதில்லை. அதற்கு மாறாக நிலையான மாற்றமுடியாத

யதார்த்தம் என்று எதுவுமில்லை என்பதே நாம் நிறுவ வேண்டியது. இந்த யதார்த்தமும் மனிதநோக்கில் அமைவதுதான் என்பதை நிறுவப்போகிறோம். இயக்கமற்ற ஒரு இருப்பு பிரபஞ்சத்தில் சாத்தியமே இல்லையென்றால், நாம் ஏன் தனியாக இயங்கியல் பற்றிப் பேசவேண்டிய தேவை நேர்கிறது? பலநூறு ஆண்டுகள் உறக்கத்தில் இருக்கும் ஒரு உடலைக்கூட உயிர்ப்பற்றது என்று கூற உடலியல் இடம் தருவதில்லை. அப்படிப்பட்ட உறக்கத்தில் ஒரு மனித உடல் இருக்கும் எனினும் அதுவும் உயிரியக்கத்துடன் தான் இருக்கும். என்றாலும் நாம் செயல், இயக்கம், படைப்பு என்று பேசவேண்டிய தேவை ஏன் வருகிறது? இதற்கான பதில்களை, காரணிகளைத் தேடும் பொழுதே நாம் பன்முக மனித யதார்த்தம் என்பது பற்றிய ஆய்வுகளைச் செய்ய வேண்டியவர்களாகிறோம். பிரபஞ்ச யதார்த்தத்தின் எண்ணற்ற பின்னங்களில் சிலவற்றின் சேர்க்கையே மனித யதார்த்தம் என்று கண்டடைய வேண்டியவர்களாகவும் இருக்கிறோம்.

மனிதவெளி, மனித காலம் என்பது பிரபஞ்சவெளி, பிரபஞ்ச காலம் என்பவற்றிலிருந்து வேறுபட்டது எனும் முடிவுக்கு நாம் வருவது எப்படிச் சரியாக இருக்கும்?

பிரபஞ்சவெளி, பிரபஞ்சகாலம் என்பதன் பின்னணியில் நோக்கும் பொழுது மனிதவெளி, மனிதகாலம் என்பது முற்றிலும் ஒன்றுமற்றதாகக் குறையெண்களின் கடைக்கோடி இலக்கங்களைப் பெறக்கூடியதாகவே இருக்கும். ஆனால் இவ்வகையாக நமது இருப்பு கணிக்கப்படும் சாத்தியம் நமக்கு இல்லை. நமது வெளிக்குள்ளும் நமது காலத்திற்குள்ளும் இருந்துதான் நாம் செயல்படுகிறோம் என்பதாலேயே மனிதவெளி, மனிதகாலம் என்பவற்றை முதன்மைப்படுத்த வேண்டிய தேவை இருக்கிறது. நாம் இருக்கிறோம் என்ற ஓர் உணர்வு நிஜமான பிரபஞ் சப் பின்னணியில் என்ன அர்த்தத்தைத் தரமுடியும். எங்கு இருக்கிறோம், பூமியின் ஒரு புள்ளியில், இந்த பூமியும் ஓயாமல் சுழன்றுகொண்டிருக்கும் நிலையில் நமது இடம் மாறிக்கொண்டே இருக்கிறது. பூமி சூரியனைச் சுற்றி வரும் நிலையில் நமது இடமும் வெளியில் எப்பொழுதும் நகர்ந்துகொண்டேயிருக்கிறது. சூரியமண்டலம் முழுவதும் வெளியில் நகர்ந்துகொண்டே ஏதோ ஒரு திசையில் மேல் நோக்கியோ கீழ் நோக்கியோ விழுந்து கொண்டே இருக்கிறது. இவையெல்லாவற்றையும் விட அகாலவெளி முழுதும் ஓயாமல் விரிந்து கொண்டேயிருக்கிறது. இப்படிப்பட்ட பிரபஞ்ச இயக்கத்திற்குள் இருந்துகொண்டு நாம் இருக்கிறோம் என்று கூறும் அதே கணத்தில் அந்த இடத்தில்

இல்லாமல் போய்க்கொண்டிருக்கிறோம். அதனால் நமது இருத்தல் என்பது விளிம்பில் இருந்து மெல்லச் சுருங்கி புள்ளி நிலையை அடைந்து, அதன்பின் நிகழும் ஒப்பீட்டு நிலையிலேயே சாத்தியமாகிறது.

பெருவெளி மீபெருகாலம் இவற்றுடன் நமது பிரக்ஞை முற்றிலும் தொடர்புகொள்ள முடியாத நிலையில் நாம் மனிதவெளி, மனிதகாலம் என்பதற்குள் தான் இயங்கிக் கொண்டிருக்கிறோம், இயங்க முடியும். இதில் அப்பாலை மற்றும் இறைமைய நிலைப்பாடுகளுக்கு சாத்தியமிருப்பதில்லை.

காலம் என்பது குறுக்கப்பட்டதாக இன்னும் சரியாகக் கூறினால் உறைய வைக்கப் பட்டதாக சரித்திரத்ினூடே செயல்படும் நிலையில் சரித்திரத்தின் பரிமாண ஒழுங்குகளுக்கு எதிராக ஒரு அர்த்தப்படுத்தல் வழியிலான கலகத்தை முன்வைப்பதற்குப் பரிமாணமற்ற வெளி, காலமற்ற காலம் என்னும் கருத்தாக்கங்களை எந்த அளவிற்குப் பயன்படுத்த முடியும்?

சரித்திரத்தின் பரிமாண ஒழுங்குகள் அனைத்தும் மனிதரை மொழியியல் யதார்த்தத்தின் வழி வரையறுத்து நமது பொருண்மை இயக்கத்தைக் கடப்பதாக அமைந்துள்ளன. அதன் ஒற்றை அழகியலில் ஒரு வன்முறை செயல்பட்டுக் கொண்டிருக்கிறது. நிலையான பரிமாண ஒழுங்குகள் என்பது இல்லையெனும் பொழுது இவ்வகை ஒற்றை அழகியலும் தனது ஆற்றலை இழந்துவிடும் வாய்ப்பு உண்டு. மனித உடல் பொருண்மையற்றதாக, வேறொன்றைச் செயல்படுத்துவதறகான கருவி அல்லது சாதனம் என்பதாக மாற்றப்பட்டுள்ள நிலைக்கு மாறாக, ஒவ்வொரு மனித உடலும் எல்லையற்ற தன்மை உடையதாக, அதன் உருவாக்கத்தில் செயல்பாட்டில் காலங்களுக்குள் அடைபடாத காலவிரிவுகளைக் கொண்டதாக விளங்குகின்றன என்பது விளக்கப்படுவதன் வழி புதிய பன்மை அழகியலை உருவாக்க முடியும்.

ஒவ்வொரு மனிதருக்குள்ளும் பல வெளிகளின் சாயல்களும் பல்வேறு கால அடுக்குகளும் பிணைந்து இருக்கிறது என்பது விஞ்ஞான அடிப்படையில் விளக்கக் கூடிய ஒன்றா? இது எந்த அளவிற்கு மாற்று அழகியலை உருவாக்கும் சாத்தியத்தை நமக்குத் தருகிறது?

மனித உடல் என்பது இது வரையிலுமான தத்துவங்கள் விளக்கியது போல ஒருமை உடையதோ, வரையறுக்கப்பட்ட காலத் தன்மையுடையதோ அல்ல. மனித உடலின் ஒவ்வொரு

நுண்கூறும் தமது அமைவுகளிலிருந்து விலகி நேர்க்கோட்டில் கோர்வையுறுமெனில் பல தொலைவுகளுக்கு நீண்டு செல்லும் தன்மை உடையன. இந்தக் கூறுகள் எத்தனை வெளிகளில் உருவாகி எத்தனை வெளிகளைக் கடந்து இந்த வடிவை அடைந்தன என்பதான ஆய்வு எல்லையின்மையை நோக்கி விரியும். எல்லையற்ற வெளிகளில் உருவான கூறுகளின் பிணைப்பே உடல் என்பது அறியப்படும் பொழுது அதன் காலமும் எல்லையற்றதாகிறது. நாம் உயிர்ப்பென உணரும் ஒரு கணம் பகுக்கப்படும் பொழுது கணங்களுக்குள் அடங்கிய காலமின்மையாக விளக்கமுறும். ஒரு உடலின் ஒரு கணம் அதன் ஒவ்வொரு நுண்கூறும் செயல்படும் காலங்கள், இவை பிணைந்த செயல் தொகுப்பின் காலங்கள் என காலத்துள் காலமாக விரிந்து செல்லும். ஒரு உடலுக்குள்ளேயே இவ்வகைக் காலத்துள் சலனமுறும் காலங்கள் அடங்கியிருக்கும் பொழுது மனிதத் தொகுப்பு மற்றும் உயிர் மண்டலம், புவிச்சூழல் என்ற தளங்களில் கணக்கீடுகளுக்குள் அடங்காத காலங்களின் தொகுப்பே வாழ்தலின் ஒவ்வொரு கணமும் என்று விரிந்து செல்லும். இவ்வகை விகசிப்பின் பின்னணியில் நோக்கும் பொழுதே ஒரு உடல் அல்லது அதன் சிறு அசைவுகூட பேரர்த்தங்களை உடையதாக நமக்குத் தோன்றுகிறது. இந்த அடிப்படையிலான அழகியல் உருவாக்கமே விஞ்ஞான அடிப்படையிலான இயங்கியல் கூறு உடையது. இவ்வகை அழகியல் ஒரு உடலின் மீது மட்டுமல்ல நம்மைச் சூழ்ந்த ஒவ்வொரு துகளின் மீதும் நாம் செலுத்தும் வன்முறைக்கு எதிராகக் கேள்வி எழுப்பும் கலகமாக வடிவமுறக் கூடியது.

இருப்புக்கும் சாராம்சத்திற்கும் இடையிலுள்ள பிரச்சனைகளை நமது ஆய்வின் மூலம் எவ்வாறு தீர்க்கப் போகிறோம்? இதுவரைக்குமான இவை பற்றிய ஆய்வுகளுக்கும் இதற்கும் இடையில் உள்ள வேறுபாடு என்னவாக இருக்கும்?

இருப்புக்கும் சாராம்சத்திற்கும் இடையில் என்று கூறும்பொழுது இருப்பும் சாராம்சமும் வேறு வேறானவை என்பதாக அர்த்த உருவாக்கம் நிகழ்வதை நாம் ஏற்றுக்கொள்ள வேண்டியிருக்கும். இதுவரைக்குமான ஆய்வுகள் இருப்பு முதலானதா சாராம்சம் முதலானதா என்பதாக அமைந்து வந்திருக்கின்றன. இவை, இவற்றை இருமைகளாக, உறவமைப்புகளாகப் பார்த்திருக்கின்றன. ஆனால் நம்மைப் பொறுத்தவரை இந்தப் பிரச்சினைக்கு இடமே இல்லை. ஏனெனில், இருப்பே சாராம்சம் என்பதிலிருந்தே நமது ஆய்வு தொடங்குகிறது. உடலும் உயிரும் வேறு வேறு என்றும், ஜடமும் சக்தியும் வேறு வேறு என்றும் ஒப்புக்கொண்டால்

தவிர இருப்பும் சாராம்சமும் என்ற எதிர்வுகளை ஒப்புக்கொள்ள வேண்டி நேராது. மனித வாழ்வே வேறொன்றிற்கான தயாரிப்பு என்று ஒப்புக்கொண்டோமானால் சரித்திரம் பற்றிய அத்தனை மொழிபுகளையும் எரித்துவிட்டு அந்த வேறொரு காலத்திற்காக மௌனமாகக் காத்திருக்கலாம். ஆனால் நிஜத்தில் வாழ்தல் காத்திருப்பில் இல்லை. சமூக அமைப்பு வெறுமையாய்க் காத்துக்கொண்டிருக்கும் ஒரு உடலை தனதின் பகுதியாகவே ஏற்றுக் கொள்வதில்லை. நம்மைச் சூழ்ந்த எவ்வொரு பொருளின் அர்த்தமும் வேறெங்கோ அலைந்து கொண்டிருக்கிறது, நமது வாழ்தலும் சாரம்சமும் வடிவங்களுக்கு அப்பால், பொருண்மைகளுக்கு அப்பால் உள்ள ஒன்று என்பதான கருத்தமைவுகளின் அடிப்படையில் இயங்கும் ஆதிக்கக் கருத்தியலை முன்வைப்பவர்களுக்கு நாம் கூறும் பதில் "அப்படியெனில் முதலில் நீங்கள் உங்கள் பொருண்மையை இழந்து, அந்தச் சாராம்சங்களைத் தேடிச்சென்று கண்டுபிடித்துக் கூறுங்கள், பிறகு வந்து சந்திக்கிறோம்" என்பதாக இருக்கட்டும்.

மனமும் உடலும் என்பதில் இன்னும் கூடச் சிறிது குழப்பம் நிலவுகிறது?

நம் மனச் செயல்பாடு நிசப்தம் என்பதிலிருந்தும், வெற்றிடம் என்பதிலிருந்தும் தனது செயல்பாட்டைத் தொடங்குகிறது. ஆனால் பெருவெளியில் நமது செவிப்புலனுக்குள் பிடிபடாத, நாம் கேட்கும் ஒலிகளை விடப் பன்மடங்கு அதிர்வுகள் உடைய ஓசைகள் ஒவ்வொரு பொருளிலிருந்தும் உருவாகிப் பரவியபடி இருக்கின்றது. ஓர் அணுவின் நுண்துகள் அதிரும் பொழுது கூட ஒலியலைகள் எழுப்பப்படுகின்றன. ஆனால், அவை நமது கேள்திறனுக்கு அப்பால் உள்ளதாலேயே நமது வெளி நிசப்தம் நிரம்பியதாக நமக்குத் தோன்றுகிறது. நமது பார்வைப் புலனிலும் நுண்ணியப் பொருட்கள் நம்மை எண்ணற்ற அளவில் சூழ்ந்திருக்கின்றன. ஆனால் நாம் சூழ்வெளியை வெற்றிடம் என்றே அறிந்து இயங்கிக் கொண்டிருக்கிறோம். நமது செவிப் புலனிலும், பார்வைப் புலனிலும் சிறிது மாறுபாடு நேர்ந்திருக்குமெனில் நமது வெளி முழுவதிலும் யூகிக்கமுடியாத அளவுக்கு இரைச்சலாகவும், பொருள் தோற்றங்கள் நிரம்பியதாகவும் இருந்திருக்கும். அந்த நிலையில் நமது மனம் என்பது என்னவாக இருக்கும் என்பதை யூகிக்க முடிகிறதா? நம் பார்வையில் படும் ஒரு நட்சத்திரத்தின் ஒளிக்கதிர் பூமியை அடையும் பொழுது அந்த நட்சத்திரம் அந்த இடத்தில் இருப்பத்தில்லை. நாம் நேராக நின்று கொண்டிருக்கிறோம் என்று நினைக்கும் கணத்தில் பூமியில்

எங்கோ தலைகீழாகத் தொங்கிக் கொண்டிருக்கிறோம். இப்படி இப்படியாக இன்னும் நாம் எதை நோக்கித் திரும்புகிறாம், எந்த மையத்தைச் சுற்றி இயங்குகிறோம் என்பது புரியத் தொடங்கலாம்.

பிரக்ஞை என்பதற்கு நாம் அதிக முக்கியத்துவம் தந்திருப்பதாகத் தோன்றுகிறது?

மனித சரித்திரம் முழுவதுமே ஒரு வர்க்கம் அடிப்படை வர்க்கத்தின் மீது செலுத்தும் இடையறாத வன்முறையின் தகவமைப்பு என்று கூறுகிறோம். ஆனால் இந்த வன்முறையினைச் செயல்படுத்துவதற்கான சாதனமாக அமைபவர்களும் இந்த அடிப்படை வர்க்கத்து மனிதர்களாகவே இருப்பதற்குக் காரணம் என்ன என்று மார்க்சியர்களிடம் கேட்டால் அவர்கள் கூறும் பதில்: பிறழ்ந்த பிரக்ஞை. இதுவரையிலுமான மனித அழிவுகள் அனைத்திற்கும் காரணம் பிறழ்ந்த பிரக்ஞை என்றால் இனி நேரப்போகும் ஆக்கங்கள், மாற்றங்கள் அனைத்திற்கும் காரணமாக அமையப்போவது தெளிவான பிரக்ஞை என்பதாக அர்த்தமுறுகிறது. கம்யூனிஸ்ட் கட்சி அறிக்கையில் கம்யூனிஸ்டுகளுக்கும் பாட்டாளி வர்க்கத்திற்குமான வேறுபாடு என்ன என்று தேடுவோமேயானால், பாட்டாளி வர்க்க பிரக்ஞை, புரட்சிகரப் பிரக்ஞை என்பதாகப் பதில் கிடைக்கும். ஏங்கெல்ஸிடம் சுதந்திரம் என்றால் என்ன என்ற கேள்வியெழுப்பும் பொழுது: அவசியங்களைப் பற்றிய பிரக்ஞை என்று பிரக்ஞைபூர்வமான பதில் நமக்குக் கிடைக்கிறது.

"To be radical is to go to the root of the matter. For man however the root is man himself" என மார்க்ஸ் குறிப்பிடுவதை விடவும் அதிகமாக நாம் எதையும் இதுபற்றிக் கூறிவிட முடியும் எனத் தோன்றவில்லை.

மனிதரின் உடலியக்கம், உயிராற்றல், தடையற்ற பாலியல் ஒத்திசைவு என்பதிலிருந்து ஆரம்பித்த நமது ஆய்வு அதற்கு எதிராகச் சில இடங்களில் திரும்பி இருப்பதாகத் தோன்றுகிறது. அதன் காரணம்?

மனிதரின் உயிரிருப்புக்காக உருவானதாகக் கூறப்படும் சமூகங்களின் சரித்திரம் மனிதர்களுக்கு எதிரான மற்ற மனிதர்களின் வன்முறையின் தொடரியக்கமாக மாறியதற்கும், ஆக்கம் என்பதில் தொடங்கிய மனித அறிவுச் செயல்பாடு பேரழிவு நோக்கி விரிந்திருப்பதற்கும் எத்தனைக் காரணங்கள் உண்டோ அவற்றில் ஒன்று தான் இதற்கும் காரணம்.

(நிறப்பிரிகை, 1991)

குறிப்பு: இக்கட்டுரையின் மீதான விவாதங்கள், உரையாடல்கள் இரண்டு ஆண்டுகளுக்கு மேல் பல்வேறு இடங்களில் நடந்துள்ளன. பல குழுக்களுடன் நான் எதிராடல்களில் ஈடுபட்டிருந்த அதே காலகட்டத்தில் ழாக் லகான், ழாக் தெரிதா எழுத்துகளின் வழி நுழைந்து நான் வேறொரு இடத்திற்கு நகர்ந்திருந்தேன். இக்கட்டுரை எழுப்பும் கேள்விகள் அவற்றிற்குப் பதில் தேட முனையும் முறையியல் என இரண்டு பகுதிகளும் இணைந்தும் முரண்பட்டும் எனது பின்நவீனத்துவ மொழி இயக்கத்தைத் தொடங்கிவைத்தன.

புரட்சியை நோக்கி சில உளவியல் பிரச்சினைகள்

தனி மனிதரின் மனோவியல் சமூக மனோவியலோடு இரண்டு நிலைகளில் பிணைப்புடையதாக அமைகிறது. முதலில் தனிமனிதரின் மனம் என்னவாக அமைகிறது என்பதே அமைப்பால் நிர்ணயிக்கப்படும் நிலையில் தனிமனித மனம் அமைப்போடு கொள்ளும் உறவும் மறுநிலையில் அமைப்பின் மூலமாகவே நிர்ணயிக்கப்படுவதாக அமைகிறது. தனித்த பொருளொன்றின் பண்பு நிலையானது ஒப்பீடுகளற்ற, உறவுகளற்ற நிலையில் வெறுமையாகவே அமையும் என்பதால் அது சூழலின் பல்வேறு பொருள்களோடு தனித்தனியே கொள்ளும் உறவும் அவற்றோடு நிகழ்த்தும் இயக்கமுமே அவற்றின் பண்புநிலைகளின் உருவாக்கமாக அமைகிறது. இந்நிலையில், 'தான்' என்னவாக இருக்கிறோம் என்ற துல்லியநிலை அற்று தான் பிறவற்றோடு என்னவாக இயங்குகிறோம் என்பதைப் பொறுத்ததே அடிப்படை மனோவியலாகிறது. முழுமையான தனி மனிதர் என்ற கருத்தாக்கம் இவ்வகை விஞ்ஞான அடிப்படையில் முற்றிலும் சாத்தியமற்றது என்பதும் இயற்பியல் நிலையில் கூட அமைய முடியாதது என்பதும் தெளிவானதாக இருக்கிறது. இதன் அடிப்படையிலிருந்து நாம் மனோவியலை ஆய்வதென்பது பொருள்களுக்கிடையிலான சங்கேத நிலை உறவுகளையும் உருவக இயங்கியலையும் ஆய்வதாகச் செயல்படும்.

இதுவரைக்குமான சமூக அமைப்பின் ஒழுங்கமைவு என்பது முழுமையான அதிகாரம் மற்றும் ஆதிக்கம் இவற்றுக்குள் ஒடுங்குவதும் இவற்றைச் செயல்படுத்துவதுமான தனிமனித மனோவியலை உருவாக்கக் கூடியதாகவே அமைந்து வந்திருக்கிறது. இந்நிலையில் அதிகாரத்திற்கும் ஆதிக்கத்திற்கும் எதிராகச் செயல்படக்கூடிய புரட்சிகர மனோவியல் முதல் நிலையில் இவ்வகை ஒழுங்கமைவுகளின் தர்க்கங்களைச்

சிதைக்க வேண்டியதும், அதன் பல்வேறு நுண் அமைப்புகளைச் சிதைவாக்கம் செய்ய வேண்டியதும் அடிப்படை அவசியமாகும். புரட்சிகர மனோவியல் உருவாக்கத்தில் மேற்குறிப்பிட்ட இரண்டு நிலைகளையும் ஒரே சமயத்தில் மாற்றியமைக்கும் எத்தனிப்பு நிகழாமல் போகுமெனில் ஒரு புரட்சிகரக் கோட்பாடு, தான் எந்தச் சமூக அமைப்பின் அழிவுக் கூறுகளை உடைத்தெரிய நினைக்கிறதோ அதே சமூக அமைப்பின் வரையறைகளுக்குட்பட்ட ஒரு அழிவைச் சந்திக்க வேண்டியிருக்கும். இதை விரிவாகக் கூற வேண்டுமெனில் ஒரு புரட்சிகர அமைப்பில் தனிமனிதரை நிர்ணயிக்கக்கூடிய காரணிகள் எவை என்பது பற்றியும் இரண்டு தனிமனிதர்களுக்கிடையிலான இயங்கியல் உறவுகள் என்னவாக அமையும் என்பது பற்றியும் இவை அனைத்தையும் உள்ளடக்கிய சமூக மனோவியல் என்னவாக அமைய வேண்டும் என்பதும் பற்றியும் விஞ்ஞான ரீதியான கோட்பாடுகளும் பிரக்ஞை பூர்வ ஆய்வுகளும் அவசியமாகும்.

நிகழ்காலச் சமூக அமைப்பில் ஒரு மனிதர் புரட்சியாளராகவோ அல்லது புரட்சிகர கோட்பாடுகளை ஆதரிப்பவராகவோ மாறுவதற்கான காரணங்கள் எவை என்பதை அவதானிக்கும் பொழுது முதல்நிலையில், சமூக இருப்பின் அபத்தமும் அவ்வகை அபத்தக் கருத்துருவங்களோடு தான் நிகழ்த்த வேண்டியிருக்கும் உறவும் என்பதாக அமைவதை உணரமுடியும். தனது இருப்பு மற்றும் அர்த்தம் இவ்வகை அபத்தங்களோடு நிகழ்ந்து முடியும் உறவுகளில் இல்லை என்பதை உணரும் நிலையிலேயே இவற்றிற்கு மாற்றான கருத்துருவங்களை நோக்கி அவரது கவனிப்பு நகர வேண்டியிருக்கிறது. நிகழ்காலச் சமூக அமைப்பின் ஒவ்வொரு கூறும் தனக்குள் பல்வித முரண்பாடுகளைக் கொண்டிருப்பதனால் அதன் மேற்பரப்பின் தோற்றத்திற்கு எதிரான இயக்கமுடைய பலதளங்கள் அவற்றின் உள்பகுதிகளில் செயல்பட்டபடி இருக்கின்றன.

இருத்தலின் அடிப்படை அச்சத்திலிருந்து மீள்வதற்கான கட்டமைப்பாகத் தன்னை விளக்கிக் கொள்ளும் சமூக அமைப்பே தன்னை நோக்கிய இருத்தலியல் அச்சுறுத்தல்களைச் செயல்படுத்திக் கொண்டிருப்பதை அதன் மொழி அமைப்பின் உள்ளார்ந்த முரண்பாடுகளை நோக்கிப் பார்வை கொள்வதன் மூலம் உணரும் தனிமனிதர் தனது இருப்புக்கான நிஜமான அடிப்படைகள் எவை என்பது பற்றியும் தனது இருத்தலியல் வெறுமையைக் கடந்து செல்வதற்கான வழி முறைகளைக் கட்டமைக்க வேண்டியதன் அவசியம் பற்றியும் அக்கறை கொள்ள வேண்டியவராகிறார். தன்னை மையமாகக் கொண்டு இயங்கும் இவ்வகை மன அமைப்பு முதல்

பார்வையில் முரண்பட்டது போல் தோன்றினாலும் நிஜத்தில் இது விஞ்ஞான ரீதியான தொடக்கமாகவும் அமைகிறது என்பதை ஆய்வுகளின் மூலம் நாம் கண்டறிய முடியும்.

தனது இயங்கியல் மையத்தை இழந்த ஒரு அணு வேறு வினைகளில் பங்கெடுத்துக் கொள்வது சிக்கலானதாக மாறுகிற வேதியியல் நிகழ்வு மூலம் இதை நாம் கண்டறிய முடியும். தன்னை மையம் எனக் கொண்டு ஆரம்பிக்கும் இவ்வகை இயக்கம் சூழலின் பேராற்றல் பற்றியும் தனது சகக்கூறுகளின் இயக்கம் பற்றியும் ஒப்பீட்டான அறிவைப் பெறுவதன் மூலமே தனக்குள்ளான தனித்த இருப்பும் இயக்கமும் சாத்தியமற்றது என்னும் உண்மையை உணர்ந்து பெருஅமைப்புடனான தனது இயக்க நிலையே வாழ்தலும் அதன் அர்த்தமுமாக இருக்கிறது என்பதில் தெளிவு பெறுகிறது. அதனால் புரட்சிகர நிகழ்வுகள் பற்றிய அரசியல் மற்றும் பொருளாதாரக் காரணிகளை வேறு ஒரு தளத்தில் இருத்திவிட்டு அதன் உள்ளார்ந்த மனோவியல் மற்றும் இருத்தலியல் காரணிகளை நோக்கிக் கவனம் கொள்ள வேண்டியவர்களாக இருக்கிறோம்.

புரட்சிகர மனோவியலின் சிக்கல்களைப் பற்றி ஆய்வதற்கு முன் அதன் உருவாக்கத்தில் நிகழும் ஓர் அடிப்படையான முரண்பாட்டைப் பற்றி இங்கு விளங்கிக் கொள்வது அவசியமாகும். அறிவியல் சார்ந்த அடிப்படைகளின் மூலம் ஒரு கருத்துருவத்தையம் சமூக அமைப்பையும் கட்டமைக்க நினைக்கும் ஒரு அமைப்பு அது எந்தச் சமூக அமைப்போடு போராட வேண்டியிருக்கிறதோ அந்தச் சமூக அமைப்பின் பொருண்மைத் தன்மையற்றதும் அறிவியல் அடிப்படை அற்றதுமான தத்துவங்கள் மற்றும் கருத்துருவங்களோடு தனது முதல் வினையை நிகழ்த்த வேண்டியிருக்கிறது. அதனால் அதன் செயல்முறைகளிலும் நிகழ்வுப் போக்குகளிலும் பொருண்மைத் தன்மையற்றதும் விஞ்ஞான அடிப்படைகள் அற்றதுமான சில தகவமைப்புகள் நிகழ வேண்டிய அவசியம் நேர்ந்து விடுகிறது. மேற்பார்வையில் இது விஞ்ஞான அடிப்படையற்றதாய் தோன்றினாலும் ஒரு பொருள் எந்த ஊடகத்தில் செயல்பட வேண்டுமோ அதன் தன்மைகளுக்கேற்ற சில மாற்றங்களைத் தனது இயக்கத்திலேயே கொள்ளும் பௌதீக நிக்ழ்வின்மூலம் இதன் உள்ளமைப்பில் செயல்படும் விதியியலைத் தெரிந்துகொள்ள முடியும்.

அதிகாரத்திற்கு எதிராகச் செயல்பட்டு அதிகாரம் மறறும் ஒடுக்குதல்களை அழிப்பதற்கு எத்தனிக்கும் ஒரு தத்துவமும் இதன் அடிப்படையிலேயே ஓர் எதிர் அதிகாரத்தையும் அவற்றிற்கு

எதிரான கருத்துருவங்களின் மீது ஓர் இடைக்கால ஒடுக்குதலையும் பிரயோகிக்க வேண்டிய கட்டாயத்தில் இருக்கிறது. ஆனால் இவை பற்றிய மிகத் தெளிவான பிரக்ஞையை, இதைச் செயல்படுத்தும் ஒவ்வொரு நிலையிலும் கொண்டு இயங்கவில்லையெனில் இவ்வகை எதிர் அதிகாரமும், ஒடுக்குதலும் அது செயல்பட்ட தளத்திலிருந்து பெற்றுக்கொண்ட ஆற்றலையும் தன்னுள் சேமித்துக்கொண்டு மிக பலமான இன்னொரு அதிகாரம் மற்றும் ஒடுக்குமுறையுமாக வடிவமைந்து விடும் சாத்தியங்கள் எப்பொழுதும் இருந்து கொண்டேயிருக்கின்றன. இதன் பின்னணியில்தான் புரட்சிகர மனோவியல் பற்றிய பின்வரும் பகுதிகளை நாம் பகுத்தாயப் போகிறோம்.

ஆதிக்கத்தையும் சுரண்டலையும் அடிப்படையாகக் கொண்டு இயங்கும் நிகழ்காலச் சமூக அமைப்பு ஒவ்வொரு மனித இருப்பின் மீதும் கொண்டிருக்கும் உயிர் சிதைக்கும் ஆற்றலின் மூலம் மட்டுமே தன்னை நிலைப்படுத்திக் கொண்டிருக்கிறது. பௌதீக இருப்பைக் கடந்தும் இருப்பின் அர்த்தங்கள் இயங்க முடியும் என்ற எதிர்நிலை உருவகங்களை மூலகங்களாகக் கொண்டு அமைக்கப்பட்ட சமூக நிலைக் கருத்தாக்கங்களின் மூலம் செயல்படும் வன்முறை மனிதரின் உடல் நிலை இருப்பைச் சிதைத்து உடல் பற்றிய குறியீடுகளை அழிவற்றதென வளர்த்தெடுப்பதன் மூலம் உடல்மீது செலுத்தப்படும் வன்முறை ஏற்றுக் கொள்ளப்பட வேண்டியதாகவும் எதிர்ப்புக்குட்படாததாகவும் பரவலாக்கப்படுகிறது.

மனிதரின் உடல் இருப்பைத் தொடர்வதற்கான வினையாகச் செயல்படும் உழைப்பு நிலை தனது உற்பத்திகளின் மூலம் தன்னை உருவாக்கிய உடல்களை வளர்த்தெடுப்பதிலிருந்து மாறித் தன்னுடன் பருண்மை நிலை உறவற்ற சமூகப் பகுதிக்கு உடைமையாவதும் தன்னை உருவாக்கிய சமூகப் பகுதிக்கு உழைப்பு என்ற கருத்தாக்க மதிப்புநிலையாக மட்டுமே மீந்து நிற்பதையுமே இங்குச் சமூக நிலை அபௌதீகச் செயல்பாடு என்று குறிப்பிடுகிறோம். இந்த அடிப்படைச் சமூகப் பகுதிக்கு உழைப்பாளர்கள், பாட்டாளிகள் என்னும் குறியீட்டு உருவகம் மட்டுமே சொந்தமாவதன்றி இதன் அடிப்படையாக அமைந்த வாழ்தல் என்னும் பொருள் நிலை இயக்கம் அந்நியமாகி விடுவதென்பது நிகழ்கிறது. இதன் பல்வேறு வடிவ மாறுபாடுகளின் செயல்பாடுகளாவே சமூக உறவின் பல தளங்களை நாம் இனம்காண வேண்டியவர்களாக இருக்கிறோம்.

உயிர் வாழ்தலுக்கான போராட்டத்தில் உயிர்களை இழத்தல் என்பதையும், பொருண்மை நிலைக்கான போராட்டத்தில்

பொருண்மையை இழத்தல் என்பதையும் இலட்சியப்படுத்தும் சமூக அமைப்பின் கருத்தியல் வன்முறைக்கு எதிராகச் செயல்படும் ஒரு புரட்சிகரக் கோட்பாடும் முதல் நிலையில் அதே வகையான கருத்தியல் சார்பைக் கொண்டதாக இயங்குவது என்பது தவிர்க்க முடியாததாக இருக்கிறது. பருண்மை நிலையான தனது இருத்தலைச் சிதைக்கக் கூடிய சமூக அமைப்புக்கு எதிராகப் போராடும் நிலையில் தனது பருண்மை நிலை இழத்தலை அங்கீகரிக்க வேண்டிய நிர்பந்தம் புரட்சிகரக் கோட்பாட்டுக்கு நேர்ந்து விடுகிறது. ஆனால் இங்குத் தனது மரணத்தை நோக்கிய சுதந்திரமான தேர்ந்தெடுப்பின் மூலம் ஏற்கனவே இருந்த தனது மரணம் பற்றிய புனைவைச் சிதைப்பதாக இது செயல்படவும் செய்கிறது. மரணம் என்பதைப் பருண்மையாகவோ, அன்றி வடிவிலி நிலையிலோ தொடர்ந்து செயல்படுத்திக் கொண்டிருக்கும் சமூக அமைப்பில் தனது பருண்மைக்கான போராட்டம் நிஜத்தில் மரணத்தை எதிர் கொள்வதே என்பதைக் கருத்தியல் தளத்தில் நிரூபிப்பதாக இச்செயல்பாடு அமைகிறது.

இரண்டு நிலையிலும் மரணம் நேர்ந்தாலும் இங்கு நிகழ்வது மரணம் என்ற கருத்தாக்கத்தின் மீது செலுத்தப்படும் ஓர் எதிர் வன்முறையாக எஞ்சி நிற்கிறது. இந்தத் தளத்தில் கருத்துக்கும் பொருளுக்கும் இடையிலான மிகச் சிக்கலான முரண் நிலை உறவுகளை அடிப்படையாகக் கொண்ட மன அமைப்பு தோற்றம் கொள்கிறது. பருண்மையான இயங்கியல் இருப்பை ஒவ்வொரு அலகுக்கும் தருவதற்கான சாத்தியமற்ற நிலையில் அமைப்பு தோற்றம் கொள்கிறது. பருண்மையான இயங்கியல் இருப்பை ஒவ்வொரு அலகுக்கும் தருவதற்கான சாத்தியமற்ற நிலையில் அமைப்பு அழிவற்ற பேரிருப்பு என்ற கருத்தாக்கத்தை முன்வைக்கிறது. தமது பௌதீக இருப்பின் மீது தொடர்ந்த தாக்குதலும் ஒடுக்குதலும் செலுத்தப்படும் நிலையில் அதைப் பெற்றுக் கொள்ள முடியாத அளவிற்கு ஆற்றல் ஒடுங்கிய தனிமனிதர் அழிவற்ற பேரிருப்பு என்ற கருத்தாக்கத்தை ஏற்றுக் கொள்பவராகவும் இதைத் தொடர்ந்து வடிவமைக்கக் கூடிய பிம்பங்கள் மற்றும் குறியீடுகளுக்குள் முடங்குபவராகவும் வடிவமைகிறார். இவ்வகைப் பிம்பங்களும் குறியீடுகளுமே அவரது வாழ்தலின் அடையாளங்களாகப் பின்னப்பட்டிருக்கின்றன. இதற்கு முரண் நிலையில் நிகழ்காலச் சமூக அமைப்பு உருவாக்கிய மதிப்பீடுகள் மற்றும் ஒழுங்கமைவுகளுக்கு எதிர்த்திசையில் செயல்பட்டு இது உருவாக்கியிருக்கும் பிம்பங்கள் மற்றும் குறியீடுகளைச் சிதைக்கும் புரட்சிகர நிகழ்வும் தன்னளவில் எதிர்கொள்ளும் பருண்மை ரீதியான அழிவுகள்

சார்ந்த இருத்தலியல் வெறுமைக்கு மாற்றாக இதே வகையான அழிவற்ற பேரிருப்பு என்னும் மனத்தகவமைப்பையே உருவாக்கிக் கொள்ள வேண்டியிருக்கிறது. இங்கு நிகழும் உடலியல் அழிவுகள் நிகழ்காலச் சமூக அமைப்பு உருவாக்கி வைத்திருக்கும் புனைவுகளின் வன்முறையை வெளிப்படுத்தக் கூடியதாகவும், நிஜமான உடலியல் இருத்தலுக்கான போராட்டத்தைச் சமூகத்தின் அடிப்படை அலகுகள் முன்வைக்கும்போது இந்தச் சமூக அமைப்பில் எதிர் கொள்ள வேண்டிய அழிவை விளக்குவதாகவும் செயல்படுகின்றன.

நிஜத்தில் இவ்வகை வினைகள் பொருள்களைப் பிணைத்திருக்கும் கருத்தாக்கங்களை ஆற்றல் அழிப்பதாக நிகழக் கூடியவையாகும். புரட்சிகர நிகழ்வுகளுக்குள் செயல்படும் இவ்வகை முரண் நிலையைப் பற்றிய உருவாக்க நுட்பங்கள் தொடர்ந்து வெளிப்படுத்தப் படாவிடில் அழிவற்ற பேரிருப்பு என்ற கருத்தாக்கம் ஒரு இறுகிய மன அமைப்பாக உருவாகி இதையே நிகழ் சமூக அமைப்பு உருவாக்கித் தந்திருக்கும் இருத்தலியல் வெறுமையிலிருந்து தப்புவதற்கான உத்தியாக மட்டுமே செயல்பட்டு மீண்டும் பிம்பங்களாலும் குறியீடுகளாலும் வடிவமைந்த வாழ்தலையே கட்டமைக்கக் கூடியதாக அமையலாம்.

சமூகத்தின் அடிப்படை அலகுகளாகிய இரண்டு உடல்கள் ஒன்றை ஒன்று எதிர்ப்படும் பொழுது அவற்றின் பண்புநிலை நிர்ணயிக்கப்படவேண்டிய நிர்ப்பந்தம் நேர்கிறது. ஒரு பொருள் இன்னொரு பொருளை எதிர்ப்படும் பொழுது தன் மீது எவ்வகை ஆற்றலைச் செலுத்துமோ அதை எதிர்கொள்ள வேறொரு ஆற்றலை வெளிப்படுத்துவதன் மூலம் தனது பன்முகப்பட்ட பண்புகளில் ஒன்றைச் செயல்படுத்தும். இந்த இயற்பியல் நிகழ்வின் மூலம் மனித உறவுகளைப் பகுத்துப் பார்க்கும் போது மேற்குறிப்பிட்ட பண்புநிலையில் நிகழும் முரண்பாடுகளை நாம் கவனிக்கிறோம்.

முதல் நிலையில் எதிர் மனிதரைத் தனது இருப்புக்கு இயைபுடையவர், அல்லது தனது இருப்புக்கு எதிரானவர் என்னும் முரண்தன்மை குறிப்புணர்வுகளால் பகுத்து அறிவதே சமூக இன இருத்தலின் அடிப்படைச் செயல்பாடாகும். ஆனால் இவ்வகைக் குறிப்பீடு சமூக ஆதிக்கத்தின் சமிக்ஞைகளால் பின்னப்பட்டிருப்பதனால் சமூக ஆதிக்கப் பகுதிக்கு இயைபுடைய மனிதர், எதிரான மனிதர் என்ற பாகுபாடே இங்குச் செயல்படுத்தப்படும். சமூக அமைப்பின் ஒவ்வொரு அசைவும் தனி மனிதருக்கு எதிராக இழைக்கப்படும் குற்றமாக மட்டுமே இருந்தாலும் சமூகக் குற்றம்

என்பது அங்கீகரிக்கப்பட்டதாகவும் தனிமனிதரின் குற்றம் என்பது தண்டனைக்குட்பட்டதாகவும் வகைமைப் படுத்தப்பட்டிருக்கிறது.

இதுவரைக்குமான சமூகத்தின் சமநிலை என்பது ஆதிக்கத்தையும் சுரண்டலையும் தொடர்ந்து ஒரு வர்க்கம் செயல்படுத்திக் கொண்டிருக்கும் மூர்க்கமான இயற்பியல் மற்றும் கருத்தியல் வன்முறைகளை பாதுகாப்பாக வளர்த்தெடுக்கும் நிலையே என்பது விவாதங்களுக்குட்படுத்தத் தேவையில்லாத உண்மையாகும். இவற்றிற்கேற்ற மனநிலையை ஒவ்வொரு சமூக மனிதருக்குள்ளும் உருவாக்கிச் செயல்படுத்துவதற்கான தகவமைப்புகளே இது வரைக்குமான அறவியல், அழகியல் சமூக ஒழுங்கமைவுகளாகும். தனக்கு முற்றிலும் எதிரான வர்க்கத்தின் குறிகள் மற்றும் சமிக்ஞைகளால் அமைந்த உருவக மன இயக்கத்தையே தனது இருப்பின் சட்டகமாக்கிக் கொண்ட அடிப்படை வர்க்கமும் மேற்குறிப்பிட்ட சமூகக் குற்றத்திற்கு மிக இயல்பாக உட்பட்டு அதைச் செயல்படுத்தி தொடர்ந்து மறு உருவாக்கம் செய்து மடியும் குரூரத்தைச் சந்தித்துக் கொண்டிருக்கிறது.

தனி மனிதரின் குற்றவியல் என்பது இவ்வகைச் சமூக குற்றத்திலிருந்து ஏதாவது ஒரு தளத்தில் வேறுபடுவதனாலேயே ஒடுக்குமுறைக்கு உட்பட வேண்டியதாக வரையறுக்கப்பட்டிருக்கிறது. ஒவ்வொரு சமூக மனிதரும் குற்றவாளியாகக் கணிக்கப்பட்டிருப்பதனாலேயே அவர் அரசு மற்றும் ராணுவம் என்பதன் தொடர்ந்த கண்காணிப்புக்கு உட்படுத்தப்படுகிறார். தனது வாழ்வின் எந்தக் கணத்திலும் ஒரு மனிதர் குற்றவாளியாக மாறுவதற்கான சாத்தியம் இருக்கிறது என்பதை ஒப்புக்கொள்ளும் நிலையிலேயே குற்ற தண்டனை, நீதியியலை வாழ்வின் அத்தனைத் தளங்களுக்கும் பரவலாக்குவதையும் ஒப்புக்கொள்ள வேண்டியிருக்கும். தன் சக மனிதர் தனக்கு எதிரான குற்றத்தை, அதாவது வன்முறையை இழைப்பதற்காகவே இருக்கிறார் என்ற அச்சம் நினைவிலி நிலையில் பதிவுறுத்தப்பட்டிருப்பதனாலேயே ஒவ்வொரு மனிதரும் தன் மீது பேரளவிலான வன்முறையை, ஒடுக்குதலை செலுத்திக் கொண்டிருக்கும் அரசு, இராணுவம், சட்டநியதி போன்றவற்றைத் தனக்குப் பாதுகாப்பாக உணர்ந்து அவற்றைக் கருத்துருவ, பருண்மை நிலைகளில் பலப்படுத்துவதே தன் இருப்பையும் பலப்படுத்துவதாகும் என்ற பொய்யான கருத்துருவ மூலகங்களைக் கொண்டவராக இருப்பது சாத்தியமாகிறது. இவ்வகைத் தொடர் அச்சம் மிக அடிப்படையில் இரண்டு மனிதர்களை அந்நியப்படுத்தி ஆதிக்கப் போராட்டத்தின் அழுத்தத்திற்குள் தொடர்ந்து அகப்பட்டு உருச்சிதைவதையும் நிகழ்த்துகிறது.

இந்தத் தளத்தில் தனிமனிதர் என்ற நிலைப்பாடு முற்றிலும் தன்மையம் பெற்று ஆதிக்கக் கருத்துருவத்தின் பிரதியாக்க பிம்பமாகவும் செயல்படுகிறது. இவ்வகை ஒடுக்கப்பட்ட நிலையிலிருந்தும், பிணைக்கப்பட்ட கருத்துருவங்களிலிருந்தும் சிறிது விலகிச் செயல்படுவதன்மூலம் வரையறுக்கப்படாத சுதந்திரம் ஒன்றைப் பெறுவதே இங்குக் குற்றவியலின் அடிப்படையாகும்.

குற்றம் என்பது இங்கு ஒழுங்கமைவுகளுக்கு எதிராகவும் ஆதிக்கத்திற்கு எதிராகவும் செயல்பட்டு அதிகாரம் உருவாக்கியிருக்கும் புனைவுகளையும் குறியீடுகளையும் சிதைப்பதன்மூலம் வடிவமைக்கப்படாத கலகமாக நிகழக்கூடியது. புரட்சிகர நிகழ்வு என்பதும் அடிப்படையில் இவ்வகை ஒழுங்கமைவுகளுக்கு எதிராகத் தனது முதல்வினையை நிகழ்த்துவதால் தனக்குள் மேற்குறிப்பிட்ட குற்றவியலின் பகுதிகளைக் கொண்டதாகவே இருக்கிறது. புரட்சி என்பது ஆதிக்கச் சமூகத்தில் உச்சக்கட்ட குற்றமாகும். நிஜத்தில் புரட்சிக்கும் குற்றவியலுக்குமான வேறுபாடுகள் இந்தத் தளத்திலிருந்தே வடிவம் கொள்கின்றன. ஆதிக்கச் சமூக அமைப்பு தனக்குள்ளும் குற்றநிகழ்வுகள் தொடர்ந்து நிகழ்வதை, பெருகுவதை அனுமதிப்பதற்கான காரணம் அமைப்புக்குட்பட்ட குற்றம் என்பது அமைப்பு உருவாக்கித் தந்திருக்கும் மிகைப்படிமங்களைக் கைப்பற்றுவதற்காக செயல்முறைகளில் மட்டும் சில மாறுபாடுகளைச் செய்து மீண்டும் அமைப்பின் குறியீடுகளையே தனது இருத்தலின் அடர்த்தி அர்த்தங்களாக ஏற்றுக் கொள்வதன் மூலம் அமைப்பைத் தொடர்ந்து சிதையாமல் காக்கவும் செய்கிறது. இதன் வன்முறை என்பது ஆதிக்கத்தின் வன்முறைக்கு மேலும் இருத்தலுக்கான நியாயத்தைப் பலப்படுத்துவதும் நிகழ்கிறது.

அமைப்புக்குட்பட்ட குறிகள் மற்றும் சமிக்ஞைகளையே தமது கருத்தாக்க மூலகங்களாகக் கொள்வதன் மூலம் ஆதிக்கம் எந்தெந்தப் பிரச்சினைகளைத் தொடர்ந்து காப்பாற்ற வேண்டும் என்று திட்டமிட்டிருக்கிறதோ அவற்றையே தமது பிரச்சினைகளாகவும் அடையாளம் கண்டு நிகழ்த்தப்படும் வன்முறை மீண்டும் குற்றவியலை அன்றிப் புரட்சியைத் தோற்றுவிப்பது சாத்தியமில்லை. அறிவார்த்தமான ஆய்வியக்கமும் அறிவாக்கம் பற்றிய பிரக்ஞையும் இணைந்து செயல்படாத நிலையில் புரட்சியும் மிகை எழுச்சிகளால் கட்டப்படும்; ஆக்கம் எதையும் செயல்படுத்த முடியாத குற்றவியலாக முடிந்து போகும் வாய்ப்புகள் அதிகம். இதன் பின்னணியில் புரட்சிகர மனவியலில் இயங்கிக் கொண்டிருக்கும் குற்றவியலின் கூறுகளை ஆய்வது புரட்சிகர அமைப்பு பற்றிய இருண்மையான

உருவகங்களை ஆற்றல் அழிப்பதற்கான ஒரு வினையாக வடிவமுறும்.

மனித உடலியல் இருப்பு என்பது பிற என்பவற்றுடன் கொள்ளும் உறவால் உணரப்படும் ஒன்றாகும். தன் உடலை உணர்தல் என்பதே அடிப்படைப் பாலியல் நிகழ்வாகும். தன் உடல் பற்றிய பிரக்ஞை புலனறிவு என்பது உயிர்த்தலின் மூலநிகழ்வாக அமையும் நிலையில், இங்குப் பாலியல் என்பது உயிர்த்தல் என்பதாக அர்த்தமுறுகிறது. உயிரியல் இருப்பு என்பது இவ்வகைப் பாலியல் சார்ந்த தொடர்வினையால் உருவாகும் பொழுது உடல் செயலின் சமிக்ஞைத் திரளான மனத்தின் ஒவ்வொரு கூறும் பாலியல் மூலம் உடையது என்பதை நாம் விளக்க முடியும். தனது சூழலின் ஒவ்வொரு பொருளையும் உணரும் நிலையிலேயே தனது உடலையும் அதன் பல்வேறு பரிமாணங்களையும் உணரக்கூடிய நிலை மனிதருக்கு அமைந்திருப்பதால் தன் உடல் பற்றிய பிரக்ஞை அதன் உள்குவிந்த வடிவாகிய உயிர்உறை உணர்வு என்பவை இணைந்தே இங்குப் பாலியலாக வடிவமைந்திருக்கிறது.

இங்கு உருவாகும் ‘சுயம்’ என்ற மனத்திரளின் கருக்கூறு பாலியலாக இருப்பதனாலேயே பாலியலின் பல்வேறு சாயல்களும் குறியீடுகளும் மிக ஆற்றல்வாய்ந்த செயலூக்கிகளாக இயங்க முடிகிறது. மனம் என்பதின் மையமாக இயங்கும் `தன்னிலை' சூழலின் கூறுகளை உணர்வதன் மூலம் தன்னை உருவாக்கிக் கொள்கிறது. இவ்வினையின் வளர்ச்சி சிக்கலான வடிவங்களில் வெளிப்பட்டுப் பொருள்களை உணர்வதன் மூலம் தன்னை உணர்வதும், உருவாக்கிக் கொள்வதும் என்ற நிலையிலிருந்து மாறிப் பொருள்களைப் பற்றிய கருத்தாக்கங்களை, உருவகங்களை உணர்வதன் மூலம் நேர்வதால் இங்கு உருவாகும் `தன்னிலை' கருத்தாக்கங்களாலும் உருவகங்களாலும் ஆன படிவமைப்பாகவே இயங்கவேண்டியிருக்கிறது. உருவகமான இவ்வகை மனஇயக்கம் தனது உயிரியல் தொடர்நிகழ்வை திறளமைப்புடன் முழுமையாகப் பிணைத்துக்கொள்ளுதல் பாலியலின் விரிவாக்கமாக அமைகிறது.

தனது உடல் இருத்தலை உருவாக்கித் தரக்கூடிய ஒரு உடல் உயிர்உறைஉணர்வு சார்ந்தும் தனது உடல் இருத்தலுக்கு அச்சுறுத்தலாக அமையக்கூடிய மறு உடல் என்பது உயிர்சிதை உணர்வு சார்ந்தும் குறியீடுகளாகி பால்சார் உடல் என்பது தனித்த மனவியலாக இல்லாமல் சமூக மனவியலின் செயல்படு தளமாக விரிந்து நேர்நிலையிலோ அல்லது எதிர்நிலையிலோ அனைத்து வகை மனவியலுக்கும் அடிப்படையாக அமைகிறது.

உடலியல் இருப்புக்கான நேர்நிலை உறவுகள் என்பவை தனது உடல் மற்றும் உயிர்ச்செயல்களை உருவாக்கி வளர்த்தெடுக்கக் கூடியனவாகவும் எதிர்உறவுகள் என்பவை தனது உடல் மற்றும் உயிர்ச்செயல்கள் உருவாகி வளர தன்னால் எதிர்கொள்ளப்பட்டுக் கடந்து செல்லப்பட வேண்டியனவாகவும் சமூக மனத்தின் முரண் மூலகங்களாக அமைகின்றன. உடலியலை அடிப்படையாகக் கொண்டு வடிவமைந்த இவ்வகை மனவியல், உருவக நிலைகளில் செயல்படத் தொடங்கும் பொழுது தனது இருத்தலுக்கு அழிவு ஏற்படுத்தக் கூடிய கூறுகள் ஆண் (போர்) தன்மை உடையனவாகவும் தனது இருத்தலைத் தொடர்ந்து வடிவமைக்கக்கூடிய கூறுகள் பெண் (தாய்மை) தன்மை உடையனவாகவும் குறியீட்டுத் தன்மை பெறுகின்றன. இவை இரண்டுமே அடிப்படையில் தனது இருத்தல் பற்றிய முரண்நிலை அச்சுறுத்தல்களாக இருப்பதனால் இவை இரண்டையுமே ஏதோ ஒரு வகையில் எதிர்கொண்டு ஆக வேண்டும் எனும் நிர்பந்தம் தனித்த உயிர் இருப்பிற்கு நேர்ந்துவிடுகிறது. உயிரியல் மறுஉற்பத்தி என்பது தனது இருத்தலைத் தொடரக்கூடிய ஒரு செயல் என்பதாகக் கருத்தியல் நிலை உருவாவதும் இந்நிலையில் நேர்கிறது. இத்துடன் வேட்கையின் பிற வடிவங்களும் பிணைந்த உயிர்நிலைப்பு மனோவியலே பாலியலின் பல்வேறு வடிவங்களாகச் செயல்படுகின்றன.

உயிர் நிலைப்பு என்பது பாலியலின் செயல்பாடுகள், அதன் நுட்பங்கள் இவற்றை அறிதல் என்பதன் மூலம் தொடரக்கூடிய ஒன்றாக இருப்பதால் இத்தகைய செயல்பாடுகளைத் தனது கட்டுக்குள் கொண்டுவரும் ஒரு நிகழ்வு உயிர நிலைப்பாட்டு வினைகள் மீது ஆதிக்கம் கொள்ளக்கூடியதாக மாறும் வாய்ப்பு உருவாகிறது. எனவே, அதிகாரம் பாலியலைத் தனது கட்டுக்குள் கொண்டுவருவதன் மூலம் சமூகத்தின் ஒவ்வொரு உறுப்பினரையும் தனது ஆளுகைக்குள் கொண்டுவருகிறது. பாலியல் பற்றிய கருத்தாக்கங்களையும் தனது ஆதிக்க வினைகளைத் தொடர்வதற்கேற்பவே வடிவமைக்கிறது. பிறப்பு மற்றும் இருத்தல் பற்றிய மர்மம் பால்நிலை இருப்பிற்குள் படிந்து இருப்பதால் அதுகுறித்த அறிவைத் தனது கட்டுக்குள் கொண்டு வருவதன் மூலம் இருத்தலைத் தனக்கானதாக மாற்ற முடியும் என்னும் இருத்தலியல் அச்சத்தால் பால்நிலை சார்ந்த தொழில் நுட்பங்களை அடிமை கொள்வது நேர்கிறது. இவ்வகையான பால்நிலை பற்றிய அச்சம் மதம் மற்றும் அழகியல் கோட்பாடுகளால் பதிலீடு செய்யப்பட்டு ஒரு உள்ளுறைந்த வன்முறையாகப் புதைந்து கிடக்கிறது.

தனக்கான வேறுபால் உடலோ அல்லது வாழ்தலுக்கான எதையுமோ பெறவேண்டுமெனில் ஒவ்வொரு சமூக உறுப்பினரும் சமூக அதிகாரத்தின் முன் கோரிப்பெறவேண்டி இருப்பதால் அதிகாரம் இவற்றைத் தனது ஆளுகைக்குள் ஒடுக்கிவைப்பது சாத்தியமாகிறது. இந்நிலையில் தான் என்னவாக இருக்கவேண்டும் என்பதும் இவற்றோடு கொள்ளும் உறவு எவ்வகையில் அமையவேண்டும் என்பதுமான அனைத்தும் அதிகாரத்தினால் வரையறுக்கப்பட்ட மதிப்பீடுகளால் நிர்ணயிக்கப்படுகிறது.

இன்றைய உடலியல், பாலியல் இருப்பு என்பது கருத்தாக்கங்களால் நிர்ணயிக்கப்பட்ட அபௌதிகக் குறியீடுகளைச் செயல்படுத்துவதினால் பிம்பங்களின் செயல்பாடுகளாக இறுகி நிற்கின்றன. இவ்வகையான அபௌதிக ஒடுக்குதலுக்கு ஏற்பவே இதுவரையான அழகியல் அறவியல் ஒழுக்கவியல் கோட்பாடுகள் உருவாகித் தொடர்ந்த அதிகாரத்தைக் கட்டமைத்துக் கொண்டிருக்கின்றன. இவ்வதிகாரக் கட்டமைப்பில் வடிவமைந்த சமூக அமைப்பினாலேயே உருவாகி அதற்கெதிரான வினைகளை நிகழ்த்தும் புரட்சிகரத் தத்துவ அமைப்பிற்குள்ளான கூறுகளும் தமக்குள் இயல்பாகவே முந்தைய அதிகார அமைப்பின் தன்மைகளைக் கொண்டிருப்பதனால் அது தனக்குள் ஒரு பிளவு பட்ட மனோநிலையைக் கொண்டிருக்கிறது.

புரட்சிகர அமைப்பு தனக்கான அறிவியல் பூர்வமான கருத்தியல் மற்றும் பாலியல் மதிப்பீடுகளை வரையறுத்துக் கொள்ளாத நிலையில் வருகிற குழப்பங்கள் ஏற்கனவே விஞ்ஞான ரீதியற்ற மனித உறவுகளை வடிவமைத்துச் செயல்பட்ட அதிகார அமைப்பின் அதே மனித உறவியல் தர்க்கத்தைத் தம்முள்ளும் கொண்டு செயல்படுவதால், ஏற்கெனவே உள்ள அதிகாரம் மீண்டும் மறைமுகமாகக் கட்டமைக்கப்படுகிறது. இயல்பான நிலையிலிருந்து பாலியலை உருப்பெருக்கி வாழ்வின் அனைத்துக் கூறுகளுக்குள்ளும் அதனைப் புகுத்தி கருத்தாக்கம் செய்யப்படும் ஒரு சமூக அமைப்பின் உருவகங்களை மனிதர்களை நிர்ணயிக்கக்கூடிய காரணிகளாக ஏற்றுக் கொண்டால் அதிகாரத்தைத் தகர்க்கின்ற சாத்தியங்கள் புரட்சிகர கோட்பாடுகளுக்கு இல்லாமல் போகும்.

கருத்துகளால் பருண்மையை அளவிடல் என்கிற அதிகாரத்தின் நிலைக்கு நேர் எதிர் நிலையில் பருண்மையால் கருத்தாக்கங்களை அளவிடுகிற புரட்சிகர கோட்பாட்டியல் பொருண்மைத் தன்மையுடைய பாலியலையும் இயல்பானதொன்றாக மதிப்பீடு செய்ய வேண்டியிருக்கும். பருண்மைத் தன்மைக்கும் அது சார்ந்த செயல்பாடுகளுக்கும் முக்கியத்துவம் தருவதாகப் புரட்சிகரச்

சமூகநிலைக் கோட்பாடு இருப்பதனால் உடல்பாலியல் செயல்பாடுகளை உருவக ஒடுக்குதல்களிலிருந்து விடுவிக்க வேண்டிய தேவையும் பாலியல் மைய ஒழுக்கவியலை உதறவேண்டிய தேவையும் புரட்சிகரக் கோட்பாடுகளுக்கு அவசியமாகிறது.

மதிப்பீடுகளைப் பற்றிய ஆய்வைப் பொறுத்தவரை நிகழ்காலச் சமூகத்தின் பகுதிகளுக்கு எதிராகச் செயல்படும் புரட்சிகர அமைப்பானது நிகழும் சமூக அமைப்பின் காரணிகளால் பிரச்சினை என்று இனங்காணப்பட்ட மதிப்பீடுகளோடு செயல்பட்டு அவை சார்ந்த சிக்கல்களையே தாமும் சிக்கல்கள் என அங்கீகரிப்பது மீண்டும் கொடுங்கோன்மை அதிகாரத்தையே உருவாக்கும். வரலாற்றுக்குட்பட்ட சமூக மதிப்பீடுகள் அனைத்தும் பேரழிவுகளை நோக்கியே நகர்ந்து வந்திருக்கிறது எனில் அதன் மூலகங்கள் அனைத்துக்கும் எதிரான புதிய அறவியல் ரீதியான மதிப்பீடுகளை உருவாக்குதல் இன்றைய தேவை.

(நிறப்பிரிகை, 1990)

• • •

துணை நூல்கள்

மேற்கோள்களில் MECW எனக் குறிப்பிடப்படும் நூல்கள் 'கலக்டட் ஒர்க்ஸ் ஆஃப் கார்ல் மார்க்ஸ் அண்ட் ஃபிரடெரிக் எங்கெல்ஸ்' என 50 தொகுதிகளாக வெளிவந்துள்ளன. மின்னேடுகளாகவும், அச்சிலும் ஒத்த பக்க அமைப்புகளைக் கொண்ட இந்த நூல்கள் 1975 முதல் 2004 தனித்தனித் தொகுதிகளாக வெளியிடப்பட்டவை.

Collected Works of Karl Marx and Frederick Engels (50 Volumes). Moscow: Progress Publishing Group Corporation, London: Lawrence & Wishart Ltd., New York: International Publishers, 1975-2004.

Althusser, Louis. Lenin and Philosophy and other Essays London: Monthly Review Press, 1971.

Althusser, Louis and Etienne Balibar. Reading Capital (Tr.) Ben Brewster. Delhi: Aakar Books, 2013.

Ambedkar, B.R. The Buddha and His Dhamma Bombay: Siddharth College Publication, 1957.

Anderson, Kevin B. Marx at the Margins: On Nationalism, Ethnicity, and Non-Western Societies. London: The University of Chicago Press, 2010.

Aristotle. The Politics. (Tr.) T.A.Sinclair, London: Penguin Books, 1992 (1962).

Bloom, Allan.(Tr.) The Republic of Plato. Basic Books Harper Collins Publishers, 1991 (1968).

Butler, Judith. Excitable Speech: A Politics of the Performative. New York & London: Routledge, 1997.

De Saussure, Ferdinand. Course in General Linguistics. (Tr.) Wade Baskin. New York: Philosophical Library, 1959.

Derrida, Jacques. Specters of Marx. (Tr.) Peggy Kamuf, New York: Routledge, 2012 (1994).

--------------. A Derrida Reader: Between the Blinds. (Ed.)Peggy Kamuf. New York:Columbia University Press, 1991.

Foucault, Michel. Madness and Civilization. New York: Vintage Books, 1988 (1965).

Freud, Sigmund. Civilization and Its Discontents. London: The Hogarth Press, 1930.

--------------. Beyond the Pleasure Principle. New York & London: W.W. Norton & Company, 1961.

--------------. The Basic Writings of Sigmund Freud. (Tr. & Ed) A.A.Brill. New York: The Modern Library, 1938.

--------------. The Future of an Illusion. New York: W.W. Norton & Company, 1961 (1928).

Fromm, Erich. Beyond the Chains of Illusion. London: Continuum, 2009 (1962).

--------------. Marx's Concept of Man. London: Continuum, 2004 (1961).

Gabriel, Mary. Love and Capital Karl and Jenny Marx and the Birth of a Revolution. London: Back Bay Books, 2011.

Lacan, Jacques. The Four Fundamental Concepts of Psycho-Analysis. (Tr.) Alan Sheridan, London: The Hogarth Press,1977.

--------------. Ecrits.(Tr.) Bruce Fink, New York and London: W. W. Norton & Company, 2006 (2002).

Lyotard, Jean-Francois. Libidinal Economy. Bloomington: Indiana University Press,1993.

Marcuse, Herbert. Eros and Civilization. Boston: Beacon Press, 1955.

Millett, Kate. Sexual Politics. Chicago: University of Illinois Press, 2000 (1969).

Moon, Vasant. (Ed.) Dr. Babasaheb Ambedkar Writings and Speeches (17 Volumes). New Delhi: Dr. Ambedkar Foundation, 2004.

Negri, Antonio. Marx and Foucault. (Tr.) Ed Emery. Cambridge: Polity Press,2017.

Piketty, Thomas. Capital in the Twenty-first Century. Translated by Arthur Goldhammer. London: The Belknap Press of Harvard University Press,2014.

Rabinow, Paul. (Ed.) The Foucault Reader. New York: Pantheon Books, 1984.

Reich, Wilhelm. The Mass Psychology of Fascism. New York : The Noonday Press, 1970 (1946).

Volosinov, V. N. Marxism and the Philosophy of Language. (Tr.) Ladislav Matejka and I. R. Titunik. London: Seminar Press, 1973.

-